TRANZLATY

Language is for everyone

Tungumál er fyrir alla

Folk Tales of Bengal

Þjóðsögur frá Bengal

Part One
Fyrsti hluti

1 / 2

Lal Behari Day

English / Íslenska

Life's Secret
Leyndarmál lífsins

Once upon a time there was a king.
Einu sinni var konungur.
This King had married two Queens.
Þessi konungur hafði gifst tveimur drottningum.
The two queens were called Duo and Suo.
Drottningarnar tvær hétu Dúó og Súó.
Both of the queens were childless.
Báðar drottningarnar voru barnlausar.
One day a Faquir came to the palace gate.
Dag einn kom Faquir að hallarhliðinu.
The Faquir had come to ask for alms.
Faquir var kominn til að biðja um ölmusu.
Queen Suo went to the door.
Suo drottning gekk til dyranna.
And she gave him a handful of rice.
Og hún gaf honum handfylli af hrísgrjónum.
The mendicant asked her a question.
Betlarinn spurði hana spurningar.
"Do you have any children?"
„Áttu einhver börn?"
The queen had no children.
Drottningin átti engin börn.
"I wish had children, but I have none"
„Ég vildi óska að ég ætti börn, en ég á engin"
The holy man refused to take alms from her.
Hinn heilagi maður neitaði að þiggja ölmusu frá henni.
In these times there were different traditions.
Á þessum tímum voru til staðar aðrar hefðir.
And the people believed many different things.
Og fólkið trúði á margt og margt.
Don't take charity from the hands of a childless woman.
Þú skalt ekki þiggja góðgerðargjöf úr höndum barnlausrar konu.
Such hands were ceremonially unclean.

Slíkar hendur voru trúarlega óhreinar.
The mendicant offered her a drug.
Betlarinn bauð henni lyf.
This drug was to remove her barrenness.
Þetta lyf átti að fjarlægja ófrjósemi hennar.
She expressed her willingness to take the drug.
Hún lýsti því yfir að hún væri tilbúin að taka lyfið.
The mendicant told her how to take the drug.
Betlarinn sagði henni hvernig hún ætti að taka lyfið.
"This is the potion you must swallow"
„Þetta er drykkurinn sem þú verður að gleypa"
"Prepare the juice of a pomegranate flower"
„Útbúið safa úr granateplablómi"
"Swallow the drug with the juice"
„Gleyptu lyfið með safanum"
"If you do this, you will soon have a son"
„Ef þú gerir þetta, þá munt þú brátt eignast son"
"Your son will be exceedingly handsome"
„Sonur þinn verður einstaklega myndarlegur"
"His complexion will be beautiful"
„Áhrif hans verða falleg"
"He will have the colour of pomegranate flowers"
„Hann mun hafa lit granateplablóma"
"And you shall call him Dalim Kumar"
„Og þú skalt kalla hann Dalim Kumar"
"But he will also have enemies"
„En hann mun líka eiga óvini"
"They will try to take your son's life"
„Þeir munu reyna að taka líf sonar þíns"
"But there is a secret to his life"
„En það er leyndarmál í lífi hans"
"And I will tell you this secret"
„Og ég mun segja þér þetta leyndarmál"
"In front of your palace is a pond"
„Fyrir framan höll þína er tjörn"
"In that pond there is a big Boal fish"
„Í þeirri tjörn er stór Boal-fiskur"

"Your son's life is connected to that fish"

„Líf sonar þíns tengist þessum fiski"

"In the heart of the fish is a small box"

„Í hjarta fisksins er lítill kassi"

"This small box is made of wood"

„Þessi litli kassi er úr tré"

"In the box of wood is a necklace of gold"

„Í trékassanum er gullhálsmen"

"That necklace is the life of your son"

„Þetta hálsmen er líf sonar þíns"

The mendicant gave her the drugs.

Betlarinn gaf henni lyfin.

And they said their farewells.

Og þau kvöddust.

Soon all in the palace whispered of an heir.

Fljótlega hvísluðu allir í höllinni um erfingja.

Great was the joy of the King.

Mikil var gleði konungsins.

He had visions of an heir to the throne.

Hann hafði sýnir af erfingja að hásætinu.

A never-ending succession of powerful monarchs.

Endalaus röð öflugra konunga.

He dreamt of how they perpetuated his dynasty.

Hann dreymdi um hvernig þau héldu konungsveldi hans við
lýði.

These ideas floated before his mind.

Þessar hugmyndir svifu fyrir hug hans.

It made him the happiest he had ever been.

Það gerði hann hamingjusamasta sem hann hafði nokkurn
tímann verið.

Many ceremonies were performed for the occasion.

Margar athafnir voru framkvæmdar í tilefni af þessu tilefni.

The people of the kingdom played loud music.

Íbúar konungsríkisins spiluðu háværa tónlist.

The birth of a prince was a truly special event.

Fæðing prins var sannarlega sérstakur atburður.

Soon queen Suo gave birth to a son.
Fljótlega fæddi Suo drottning son.
He was more beautiful than anyone had imagined.
Hann var fallegri en nokkur hafði ímyndað sér.
The King saw his son's face.
Konungurinn sá andlit sonar síns.
And his heart leaped with joy.
Og hjarta hans hoppaði af gleði.
Soon the child ate his first rice.
Fljótlega borðaði barnið sitt fyrsta hrísgrjón.
Mukhe bhaat was celebrated with great joy.
Mukhe bhaat var fagnað með mikilli gleði.
And the whole kingdom was filled with gladness.
Og allt ríkið fylltist gleði.

Dalim Kumar grew up to be a fine boy.
Dalim Kumar óx úr grasi og varð góður drengur.
There was one activity he particularly liked.
Það var ein athöfn sem honum líkaði sérstaklega vel.
He loved playing with the pigeons.
Hann elskaði að leika sér með dúfurnar.
However, the pigeons often flew to Queen Duo.
Hins vegar flugu dúfurnar oft til Queen Duo.
Nobody knows why they did this.
Enginn veit hvers vegna þeir gerðu þetta.
And they flew into her apartment.
Og þau flugu inn í íbúðina hennar.
So Dalim Kumar often met Queen Duo.
Svo hitti Dalim Kumar oft Queen Duo.
At first, she happily gave the pigeons back.
Í fyrstu skilaði hún dúfunum glöð til baka.
But later she wasn't as willing to return the pigeons.
En síðar var hún ekki eins tilbúin að skila dúfunum.
She gave the pigeons up with some reluctance.
Hún gaf dúfurnar upp með nokkrum tregðu.
She felt she could use this to her advantage.
Henni fannst hún geta nýtt sér þetta sér í hag.

She naturally hated the child.
Hún hataði barnið eðlilega.
Since Dalim's birth the king had neglected her.
Frá fæðingu Dalims hafði konungurinn vanrækt hana.
And the King idolized the mother of Dalim.
Og konungurinn dýrkaði móður Dalims.
Somehow, she had heard of the mendicant.
Einhvern veginn hafði hún heyrt um betlarann.
She heard he had given queen Suo a medicine.
Hún heyrði að hann hefði gefið Suo drottningu lyf.
She had also heard about what he had said.
Hún hafði líka heyrt um það sem hann hafði sagt.
There was a secret to the prince's life.
Það var leyndarmál í lífi prinsins.
She had heard his life was bound to something.
Hún hafði heyrt að líf hans væri eitthvað bundið.
But she did not know what his life was bound to.
En hún vissi ekki hvað líf hans bar með sér.
She was determined to get the secret.
Hún var staðráðin í að komast að leyndarmálinu.

Of course, the pigeons came back to her.
Auðvitað komu dúfurnar aftur til hennar.
And the pigeons flew into her room again.
Og dúfurnar flugu aftur inn í herbergi hennar.
This time she refused to give the pigeons back.
Að þessu sinni neitaði hún að skila dúfunum.
"I won't just give you your pigeon back"
„Ég gef þér ekki bara dúfuna þína til baka"
"First, you have to tell me something"
„Fyrst verður þú að segja mér eitthvað"
"What do you want, aunty?" the boy asked.
„Hvað viltu, frænka?" spurði drengurinn.
"Oh, my darling, do not worry"
„Æ, elskan mín, hafðu ekki áhyggjur"
"It's just a small thing I want"
„Þetta er bara lítill hlutur sem ég vil"

"I want to know where your life is hidden"
„Ég vil vita hvar líf þitt er falið"
The boy was very confused by this.
Drengurinn varð mjög ruglaður yfir þessu.
"What is that, aunty?"
„Hvað er þetta, frænka?"
"Where can my life be, except in me?"
„Hvar getur líf mitt verið nema í mér?"
"No, child, that is not what I meant"
„Nei, barn, það var ekki það sem ég átti við"
"A holy mendicant told your mother a secret"
„Heilagur betlari sagði móður þinni leyndarmál"
"Your life is bound up with something"
„Líf þitt er tengt einhverju"
"I wish to know what that thing is"
„Mig langar að vita hvað þetta er "
The boy was confused by what she said.
Drengurinn varð ruglaður yfir því sem hún sagði.
"I never heard of any such thing"
„Ég hef aldrei heyrt um neitt slíkt"
But Queen Duo insisted it was true.
En Queen Duo hélt því fram að það væri satt.
"Promise to find out from your mother"
„Lofaðu að fá að vita þetta hjá mömmu þinni"
"Ask her where your life is hidden"
„Spyrðu hana hvar líf þitt er falið"
"Then I will let you have the pigeons"
„Þá skal ég láta þig fá dúfurnar"
"Otherwise, I will keep the pigeons"
„Annars held ég dúfunum"
The boy wanted his pigeons back.
Drengurinn vildi fá dúfurnar sínar til baka.
So he agreed to get the information.
Hann samþykkti því að afla upplýsinganna.
But first she made him promise.
En fyrst lét hún hann lofa þessu.
"Promise me you won't tell your mother"

„Lofaðu mér að þú segir ekki mömmu þinni frá þessu“
And the boy promised not to tell her.
Og drengurinn lofaði að segja henni það ekki.
"I promise I won't tell my mum"
„Ég lofa að segja mömmu ekki frá þessu“
Queen Duo freed the prince's pigeons.
Drottning Duo frelsaði dúfur prinsins.
Dalim was overjoyed to have his birds again.
Dalim var himinlifandi að fá fuglana sína aftur.
And he forgot the entire conversation.
Og hann gleymdi öllu samtalinu.

The next day Dalim was playing again.
Daginn eftir var Dalim að spila aftur.
You can imagine what happened again.
Þú getur ímyndað þér hvað gerðist aftur.
The pigeons flew to Queen Duo's apartment.
Dúfurnar flugu að íbúð drottningar Duo.
And they flew into her room again.
Og þau flugu inn í herbergið hennar aftur.
Dalim went in to his stepmother's apartment.
Dalim fór inn í íbúð stjúpmóður sinnar.
And he asked her for the pigeons.
Og hann bað hana um dúfurnar.
Of course she asked him for the information.
Auðvitað bað hún hann um upplýsingarnar.
Dalim could not tell her where his life was hidden.
Dalim gat ekki sagt henni hvar líf hans væri falið.
"I promise I will ask her today"
„Ég lofa að ég mun spyrja hana í dag“
"But please can I have my pigeons"
„En má ég vinsamlegast fá dúfurnar mínar?“
She didn't give the pigeons back so quickly.
Hún skilaði ekki dúfunum svona fljótt til baka.
But, in the end, he got his pigeons again.
En að lokum fékk hann dúfurnar sínar aftur.

After playing, Dalim went to his mother.
Eftir að hafa leikið sér fór Dalim til mömmu sinnar.
"Mamma, please tell me where my life is hidden"
„Mamma, segðu mér hvar líf mitt er falið"
"What do you mean, child?" asked the mother.
„Hvað meinarðu, barn?" spurði móðirin.
She was astonished at the question.
Hún var undrandi yfir spurningunni.
Why would her child ask her this?
Af hverju myndi barnið hennar spyrja hana að þessu?
"Yes, mamma," replied the child.
„Já, mamma," svaraði barnið.
"I have heard of a holy mendicant"
„Ég hef heyrt um heilaga betlara"
"He told you something about my life"
„Hann sagði þér eitthvað úr lífi mínu"
"He said my life is hidden in something"
„Hann sagði að líf mitt væri falið í einhverju"
"Tell me what that thing is"
„Segðu mér hvað þetta er"
"My child, my darling, my treasure"
„Barnið mitt, ástin mín, fjársjóðurinn minn"
"My golden moon," his mother pleaded.
„Gullmáni minn," sárbændi móðir hans.
"Do not ask such a question"
„Ekki spyrja svona spurningar"
"Cover my enemies' mouths with ashes"
„Hyljið munn óvina minna með ösku"
"Let my Dalim live forever," she begged.
„Leyfðu Dalim mínum að lifa að eilífu," bað hún.
But the child insisted knowing the secret.
En barnið krafðist þess að vita leyndarmálið.
He refused to eat or drink until he knew.
Hann neitaði að borða eða drekka fyrr en hann vissi af því.
Queen Suo had no choice but to tell him.
Suo drottning hafði ekkert annað val en að segja honum frá
því.

Eventually she told him the secret of his life.
Að lokum sagði hún honum leyndarmál lífs síns.

The next day Dalim was playing again.
Daginn eftir var Dalim að spila aftur.
You can imagine where the pigeons flew.
Þú getur ímyndað þér hvert dúfurnar flugu.
Dalim chased after the birds into the apartment.
Dalim elti fuglana inn í íbúðina.
His stepmother told him many sweet words.
Stjúpmóðir hans sagði honum mörg ljúf orð.
And finally, she got his secret from him.
Og loksins fékk hún leyndarmálið frá honum.
She wasted no time to start her wicked plan.
Hún sóaði engum tíma til að hefja hina illu áætlun sína.
And she gave orders to her servants.
Og hún gaf þjónum sínum skipanir.
"Get some dried stalk from the hemp plant"
„Fáðu þér þurrkaðan stilk af hampplöntunni"
"Make sure the stalks are very brittle"
„Gakktu úr skugga um að stilkarnir séu mjög brothættir"
Brittle hemp stalks make a cracking sound.
Brothættir hampstilkar gefa frá sér sprungandi hljóð.
The sound is similar to the cracking of joints.
Hljóðið er svipað og sprungur í liðum.
And it sounds like the bones of old people.
Og það hljómar eins og bein aldraðra.
She put the brittle hemp stalks under her bed.
Hún lagði brothætta hampstöngla undir rúmið sitt.
And then she lied on her bed.
Og svo lagðist hún upp í rúmið sitt.
She wanted to test the hemp stalks.
Hún vildi prófa hampstilkana.
The stalks cracked just as much as she wanted.
Stilkarnir sprungu eins mikið og hún vildi.
She was satisfied with how her plan was going.
Hún var ánægð með hvernig áætlun hennar gekk.

She gave more orders to her servants.
Hún gaf þjónum sínum fleiri skipanir.
"Tell the King I am very ill"
„Segðu konunginum að ég sé mjög veikur"
"He must come to see me immediately"
„Hann verður að koma til mín strax"
The king did not love this queen.
Konungurinn elskaði ekki þessa drottningu.
But he still had a duty to care for her.
En hann bar samt sem áður skyldu til að annast hana.
If she was ill, he had to look after her.
Ef hún væri veik, þurfti hann að annast hana.
The King came to her bedroom.
Konungurinn kom inn í svefnherbergi hennar.
She rolled on the bed in pain.
Hún veltist um í rúminu af sársauka.
The King heard the cracking of her bones.
Konungurinn heyrði brakið í beinum hennar.
He ordered his best physician to attend her.
Hann skipaði besta lækni sínum að annast hana.
But the queen had thought of this.
En drottningin hafði hugsað um þetta.
She had already spoken with the physician.
Hún hafði þegar talað við lækninn.
"There is only one remedy," he told the king.
„Það er aðeins ein lausn," sagði hann við konunginn.
"There's a pond in front of the palace"
„Það er tjörn fyrir framan höllina"
"In the pond there's a large Boal fish"
„Í tjörninni er stór Boal-fiskur"
"The remedy is in that fish"
„Lækningin er í þessum fiski"
So the king let the physician catch the fish.
Svo lét konungurinn lækninn veiða fiskinn.
Meanwhile Dalim was busy playing.
Á meðan var Dalim önnum kafinn að spila.
He knew nothing of his aunt's illness.

Hann vissi ekkert um veikindi frænku sinnar.

The fish was taken out the water.

Fiskurinn var tekinn upp úr vatninu.

Dalim fell to the ground immediately.

samstundis til jarðar .

He flopped around on the floor.

Hann veltist um á gólfinu.

And he could not breathe.

Og hann gat ekki andað.

The guards immediately noticed.

Verðirnir tóku strax eftir því.

Dalim was taken to his mother's room.

Dalim var fluttur inn í herbergi móður sinnar.

And the King was informed of his son.

Og konunginum var sagt frá syni sínum.

He couldn't believe his son's illness.

Hann gat ekki trúað veikindum sonar síns.

The fish was taken to Queen Duo.

Fiskurinn var tekinn til Queen Duo.

Queen Duo was being saved.

Queen Duo var að verða bjargað.

At the same time Dalim was dying.

Á sama tíma var Dalim að deyja.

The fish was cut open.

Fiskurinn var skorinn upp.

And they found the wooden box.

Og þau fundu trékassann.

In the box lay a necklace of gold.

Í kassanum lá hálsmen úr gulli.

Queen Duo put on the necklace.

Drottning Duo setti á sig hálsmenið.

And Dalim died at the very same moment.

Og Dalim dó á sömu stundu.

News of the tragedy reached the king.

Fréttin af hörmunginni barst konunginum.

He was plunged into an ocean of grief.

Hann var steypt í haf sorgar.
News of Queen Duo's recovery did not help.
Fréttir af bata Queen Duo hjálpuðu ekki til.
He wept painful and bitter tears.
Hann grét sársaukafull og beisk tár.
No one thought he would recover.
Enginn hélt að hann myndi jafna sig.
He could not bear to bury his son.
Hann gat ekki þolað að jarða son sinn.
Nor did he allow his body to be burned.
Hann leyfði heldur ekki að líkami hans yrði brenndur.
He could not accept that his son had died.
Hann gat ekki sætt sig við að sonur hans væri látinn.
His death was so sudden and senseless.
Dauði hans var svo skyndilegur og tilgangslaus.
He had the dead body moved to a garden-houses.
Hann lét flytja líkið í garðhús.
This garden-house was in the suburbs.
Þetta garðhús var í úthverfinu.
Here his son was laid in state.
Hér var sonur hans jarðsettur í hátíðarhöldum.
All sorts of provisions were put there.
Þar var alls kyns vistir settar.
Although everyone knew it was unnecessary.
Þó allir vissu að það væri óþarfi.
The young boy did not need food anymore.
Ungi drengurinn þurfti ekki lengur á mat að halda.
The house was kept locked day and night.
Húsið var haldið læst dag og nótt.
Dalim had had one very close friend.
Dalim hafði átt einn mjög náinn vin.
Only this friend was allowed to visit.
Aðeins þessi vinur fékk að koma í heimsókn.
He was the son of the prime minister.
Hann var sonur forsætisráðherrans.
He was entrusted with the key of the house.
Honum var falið lykilinn að húsinu.

Once a day he could visit his dead friend.
Einu sinni á dag gat hann heimsótt látinn vin sinn.

Queen Suo retired after the loss of her son.
Suo drottning lét af störfum eftir að hafa misst son sinn.
Now the King spent the nights with Queen Duo.
Nú eyddi konungurinn nóttunum með drottningu Duo.
The Queen wanted to avoid suspicion.
Drottningin vildi forðast grunsemdir.
So she took the necklace off at night.
Svo tók hún hálsmenið af sér um nóttina.
But Dalim's life was tied to the necklace.
En líf Dalims var bundið við hálsmenið.
And his death was not so simple.
Og dauði hans var ekki svo einfaldur.
He was dead when the queen wore the necklace.
Hann var dáinn þegar drottningin bar hálsmenið.
But when she took the necklace off, he returned to life.
En þegar hún tók hálsmenið af sér, lifnaði hann við aftur.
And so he returned to life every night.
Og þannig lifnaði hann við á hverju kvöldi.
Every morning she put the necklace on again.
Á hverjum morgni setti hún hálsmenið á sig aftur.
And so, he died again every morning.
Og þannig dó hann aftur á hverjum morgni.
At night he ate whatever food he liked.
Á kvöldin borðaði hann það sem honum þóknaðist.
Because there was plenty of food for him.
Því að það var nóg af mat handa honum.
He walked around in the premises.
Hann gekk um í húsnæðinu.
And he meditated on the strangeness of his life.
Og hann hugleiddi undarleika lífs síns.
Dalim's friend only visited him during the day.
Vinur Dalims heimsótti hann aðeins á daginn.
So he always saw him as a lifeless corpse.
Svo hann leit alltaf á hann sem líflaust lík.

But his body never seemed to change.
En líkami hans virtist aldrei breytast.
There was no sign of putrefaction.
Það voru engin merki um rotnun.
The body was lifeless and pale.
Líkaminn var líflaus og fölur.
But there were no symptoms of death.
En engin einkenni dauðans voru til staðar.
It all seemed too strange for him.
Þetta virtist allt of undarlegt fyrir hann.
So he decided to watch the corpse more closely.
Svo ákvað hann að fylgjast betur með líkinu.
And he visited his friend at night.
Og hann heimsótti vin sinn um kvöldið.
He was astonished at what he saw that night.
Hann varð undrandi yfir því sem hann sá þetta kvöld.
His dead friend was walking about in the garden.
Látinn vinur hans var að ganga um í garðinum.
At first he thought Dalim might a ghost.
Í fyrstu hélt hann að Dalim væri kannski draugur.
So he went to see if he could touch him.
Svo fór hann að sjá hvort hann gæti snert hann.
And then he saw it was really his friend.
Og þá sá hann að þetta var í raun vinur hans.
Dalim told his friend everything that had happened.
Dalim sagði vini sínum allt sem hafði gerst.
He told him all the circumstances of his death.
Hann sagði honum frá öllum aðstæðum dauða síns.
And soon they solved the mystery.
Og fljótlega leystu þeir ráðgátuna.
They understood why he revived only at night.
Þau skildu hvers vegna hann lifnaði aðeins við á nóttunni.
Every night the king came to see Queen Duo.
Á hverju kvöldi kom konungurinn til að hitta Dúó drottningu.
When the King visited, she took off her necklace.
Þegar konungurinn kom í heimsókn tók hún af sér hálsmenið.
The life of the prince depended on the necklace.

Líf prinsins var háð hálsmeninu.
So the two friends worked on a plan.
Svo unnu vinirnir tveir að áætlun.
Night after night they consulted together.
Nótt eftir nótt ráðguðust þau saman.
But they could not think of any feasible scheme.
En þeim fannst engin raunhæf áætlun.

Eventually the Gods must have taken pity.
Að lokum hljóta guðirnir að hafa fengið meðaumkun.
And they decided to free Dalim.
Og þeir ákváðu að frelsa Dalim.
But we must understand how the Gods work.
En við verðum að skilja hvernig guðirnir starfa.
These things are planned long before.
Þessir hlutir eru skipulagðir löngu fyrirfram.
The sister of Bidhata-Purusha had had a daughter.
Systir Bidhata-Purusha hafði eignast dóttur.
Bidhata-Purusha was a great fortune teller.
Bidhata-Purusha var mikil spákona.
He had written something on the child's forehead.
Hann hafði skrifað eitthvað á enni barnsins.
"This child will marry the dead bridegroom"
„Þetta barn mun giftast hinum látna brúðguma"
Her mother was very saddened by this.
Móðir hennar varð mjög miður sín yfir þessu.
She did not want this destiny for her daughter.
Hún vildi ekki að dóttir hennar gæfi þessu örlagi.
But she could not argue with him.
En hún gat ekki mótmælt honum.
He never changed what he had written.
Hann breytti aldrei því sem hann hafði skrifað.
The child became exceedingly beautiful.
Barnið varð einstaklega fallegt.
But the mother could not take any pleasure in this.
En móðirin gat ekki haft neina ánægju af þessu.
Because she knew the destiny of her child.

Því hún vissi örlög barnsins síns.
Eventually the girl came to marriageable age.
Að lokum komst stúlkan á hjónabandsaldur.
She had to find a way to avoid her fate.
Hún varð að finna leið til að forðast örlög sín.
So the mother fled the country with her child.
Þannig að móðirin flúði land með barnið sitt.
Perhaps she could avoid her dreadful destiny.
Kannski gæti hún forðast hræðilega örlög sín.
But what was written was written.
En það sem var skrifað, var skrifað.
And fate cannot be overruled like this.
Og örlögin eru ekki hægt að yfirbuga svona.
Together they journeyed through the land.
Saman ferðuðust þau um landið.
You can imagine how fate was working.
Þú getur ímyndað þér hvernig örlögin voru að verki.
They wandered past Dalim's resting place.
Þau reikuðu fram hjá hvíldarstað Dalims.
The shade of the evening was approaching.
Kvöldskugginn var að nálgast.
"Mother, I am thirsty," said her child.
„Mamma, ég er þyrstur," sagði barnið hennar.
"Sit at this gate," replied her mother.
„Setstu við þetta hlið," svaraði móðir hennar.
"I will search for water in the village"
„Ég mun leita að vatni í þorpinu"
The girl was curious about the garden.
Stúlkan var forvitin um garðinn.
And in the garden she saw strange house.
Og í garðinum sá hún undarlegt hús.
She pushed the gate, which opened itself.
Hún ýtti á hliðið, sem opnaðist af sjálfu sér.
When she went in, she saw a beautiful palace.
Þegar hún gekk inn sá hún fallega höll.
But she had an uneasy feeling about the palace.
En hún hafði óþægilega tilfinningu varðandi höllina.

However, the door had shut itself.
Hins vegar hafði hurðin lokast af sjálfu sér.
So she had no way of getting out.
Þannig að hún hafði enga leið til að komast út.

When night came the prince revived.
Þegar nóttin skall á lifnaði prinsinn við.
As usual, he walked around in the garden.
Eins og venjulega gekk hann um garðinn.
But this time he saw a female figure.
En að þessu sinni sá hann kvenmann.
The figure was standing near the gate.
Persónan stóð nálægt hliðinu.
Soon he saw that it was a girl.
Fljótlega sá hann að þetta var stelpa.
And he saw she was of unsurpassed beauty.
Og hann sá að hún var óviðjafnanleg fegurð.
"Who are you?" he asked her.
„Hver ert þú?" spurði hann hana.
She told Dalim everything that had happened.
Hún sagði Dalim allt sem hafði gerst.
All the details of her little history.
Allar smáatriðin í litlu sögu hennar.
"My uncle is the divine Bidhata-Purusha"
„Frændi minn er hin guðlega Bidhata-Purusha"
"He wrote on my forehead at birth"
„Hann skrifaði á ennið á mér við fæðingu"
"This child will marry the dead bridegroom"
„Þetta barn mun giftast hinum látna brúðguma"
"My mother did not want that life for me"
„Mamma vildi ekki að ég lifði þessu lífi"
"So we left our house and city"
„Svo yfirgáfum við hús okkar og borg"
"And we wandered through the country"
„Og við reikuðum um landið"
"We had come to the gate of your palace"
„Við vorum komin að hliði hallar þinnar"

"After our journey I was thirsty"
„Eftir ferðalag okkar var ég þyrstur"
"So my mother went to look for water"
„Svo mamma fór að leita að vatni"
"And now I am standing here before you"
„Og nú stend ég hér frammi fyrir þér"
Dalim Kumar knew the meaning of the story.
Dalim Kumar vissi hvað sögunni var sagt.
"I am the dead bridegroom," he told the girl.
„Ég er hinn látni brúðgumi," sagði hann við stúlkuna.
"It is me who you will marry"
„Það er mér sem þú munt giftast"
"Come with me to the house," he asked of her.
„Komdu með mér heim," bað hann hana.
But the girl wasn't so easily persuaded.
En stúlkan var ekki svo auðveldlega sannfærð.
"You are standing and speaking to me"
„Þú stendur og talar við mig"
"How can you be the dead bridegroom?"
„Hvernig geturðu verið hinn látni brúðgumi?"
The prince understood her objection.
Prinsinn skildi mótmæli hennar.
"You will understand it afterwards"
„Þú munt skilja það síðar"
The girl followed the prince into the house.
Stúlkan fylgdi prinsinum inn í húsið.
She had been fasting the whole day.
Hún hafði verið að fasta allan daginn.
So the prince gave her wonderful food.
Svo gaf prinsinn henni dásamlegan mat.
Meanwhile, the girl's mother had come back.
Á meðan var móðir stúlkunnar komin aftur.
She was standing at the gates of the garden.
Hún stóð við hlið garðsins.
But her daughter was not there anymore.
En dóttir hennar var ekki lengur þar.
She cried out for her daughter.

Hún grét eftir dóttur sinni.
But she got no reply from her daughter.
En hún fékk ekkert svar frá dóttur sinni.
So she went looking for her in the village.
Svo fór hún að leita að henni í þorpinu.

As usual, Dalim's friend came that night.
Eins og venjulega kom vinur Dalims þetta kvöld.
Dalim was still entertaining his guest.
Dalim var enn að skemmta gesti sínum.
He was not expecting to see a stranger.
Hann bjóst ekki við að sjá ókunnuga manneskju.
And the girl retold him her story.
Og stúlkan sagði honum sögu sína upp á nýtt.
You can imagine his surprise when she told him.
Þið getið ímyndað ykkur undrun hans þegar hún sagði
honum frá þessu.
He was able to confirm Dalim's story.
Hann gat staðfest frásögn Dalims.
Soon they had all accepted destiny.
Fljótlega höfðu þau öll sætt sig við örlögin.
That night they fulfilled their fates.
Um nóttina uppfylltu þau örlög sín.
They decided to unite the couple in matrimony.
Þau ákváðu að sameina hjónin í hjónaband.
It was going to be impossible to get a priest.
Það yrði ómögulegt að fá prest.
So Dalim's friend performed the hymeneal rites.
Svo framkvæmdi vinur Dalims hymeneal-athafnirnar.
The friend of the bridegroom left the palace.
Vinur brúðgumans fór úr höllinni.
The newly-weds had the palace to themselves.
Nýgiftu hjónin höfðu höllina út af fyrir sig.
The happy couple did not sleep much that night.
Hamingjusömu hjónin svaf ekki mikið þessa nótt.
So it was long after sunrise that they woke up.
Það var því löngu eftir sólarupprás að þau vöknuðu.

Of course it was only the young wife that woke up.
Auðvitað var það bara unga konan sem vaknaði.
The prince had become a cold corpse again.
Prinsinn var aftur orðinn að köldu líki.
The queen had put on her necklace.
Drottningin hafði sett á sig hálsmenið sitt.
And life had departed from him again.
Og lífið hafði horfið frá honum á ný.
You can imagine how the young wife felt.
Þú getur ímyndað þér hvernig ungu eiginkonunni leið.
She shook her husband to try and wake him.
Hún hristi eiginmann sinn til að reyna að vekja hann.
She kissed him on his cold lips.
Hún kyssti hann á köldu varirnar.
But all her efforts were in vain.
En allar tilraunir hennar voru til einskis.
He was as lifeless as a marble statue.
Hann var líflaus eins og marmarastytta.
The young wife was stricken with horror.
Unga eiginkonan varð skelfingu lostin.
She smote her breast with her fists.
Hún sló sér á brjóst með hnefunum.
She struck her forehead with her palms.
Hún sló sér á ennið með lófunum.
And she tore her hair from her head.
Og hún reif hárið af höfðinu.
She ran through the garden like a mad woman.
Hún hljóp um garðinn eins og brjáluð kona.
Dalim's friend did not come during the day.
Vinur Dalims kom ekki á daginn.
He did not want to see his friend this way.
Hann vildi ekki sjá vin sinn svona.
The poor girl did not know what to do.
Fátæka stúlkan vissi ekki hvað hún ætti að gera.
Time could not pass quickly enough.
Tíminn gat ekki liðið nógu hratt.
The day seemed as long as a year.

Dagurinn virtist eins langur og heilt ár.
But the even longest day has its end.
En jafnvel lengsti dagurinn hefur sinn endi.
The shades of evening were descending.
Kvöldskuggarnir voru að lækka.
Her dead husband was awakened into consciousness.
Látinn eiginmaður hennar vaknaði til meðvitundar.
He rose up from his bed again.
Hann reis upp úr rúminu sínu aftur.
And he embraced his new wife.
Og hann faðmaði nýju konu sína að sér.
Again they ate, drank, and became merry.
Aftur átu þau, drukku og urðu glöð.
His friend made his usual appearance.
Vinur hans mætti eins og venjulega.
And the whole night was spent celebrating.
Og öll nóttin fór í fagnaðarlæti.

They spent the next seven years this way.
Þau dvöldust á þessum hátt næstu sjö árin.
During the day Dalim was lifeless.
Á daginn var Dalim líflaus.
But at night he came to life.
En um nóttina lifnaði hann við.
And their life was quite usual.
Og líf þeirra var alveg venjulegt.
The princess gave her husband two lovely boys.
Prinsessan gaf eiginmanni sínum tvo yndislega drengi.
They were the exact image of their father.
Þau voru nákvæmlega ímynd föður síns.
Of course the king and Queens did not know.
Auðvitað vissu konungurinn og drottningin ekki af þessu.
They did not know they were grandparents.
Þau vissu ekki að þau væru afi og amma.
And they did not know Dalim was alive.
Og þau vissu ekki að Dalim væri á lífi.
To be precise I should say he was alive at night.

Til að vera nákvæmur ætti ég að segja að hann var á lífi á
nóttunni.
They all thought he had long been dead.
Þau héldu öll að hann væri löngu dauður.
They assumed his corpse would now be gone.
Þeir gerðu ráð fyrir að lík hans væri nú horfið.
But the heart of Dalim s wife was yearning.
En hjarta konu Dalims þráði.
She wanted nothing more than her mother-in-law.
Hún vildi ekkert heitar en tengdamóður sína.
Over the years she had come up with a plan.
Í gegnum árin hafði hún komið með áætlun.
Perhaps she could see her mother-in-law.
Kannski gæti hún fengið að hitta tengdamóður sína.
Maybe they could get hold of the necklace.
Kannski gætu þeir náð í hálsmenið.
She asked for the consent of her husband.
Hún bað um samþykki eiginmanns síns.
And he allowed her to disguise herself.
Og hann leyfði henni að dulbúa sig.
She took on the appearance of a female barber.
Hún tók á sig útlit kvenkyns rakara.
Like every female barber, she needed equipment.
Eins og hver önnur kvenkyns rakari þurfti hún á búnaði að
halda.
She took the following tools;
Hún tók eftirfarandi verkfæri;
An iron instrument for preparing finger nails.
Járnverkfæri til að undirbúa fingurneglur.
Another iron instrument for scraping the feet.
Annað járnverkfæri til að skafa fæturna.
A piece of burnt jhama brick.
Bútur af brenndum jhama múrsteini.
For rubbing the soles of the feet.
Til að nudda iljar fótanna.
And paint for the edges of the feet.
Og máluðu brúnirnar á fótunum.

She took all her tools with her.
Hún tók öll verkfærin sín með sér.
And she stood at the gate of the King's palace.
Og hún stóð við hlið konungshallarinnar.
I forgot something else she brought.
Ég gleymdi einhverju öðru sem hún kom með.
She had come with her two sons.
Hún var komin með sonum sínum tveimur.
She spoke with the guards.
Hún talaði við varðmennina.
"I work as a barber"
„Ég vinn sem rakari"
"I have come to offer my services"
„Ég er kominn til að bjóða fram þjónustu mína"
"I desire to see Queen Suo"
„Ég þrái að sjá Suo drottningu"
Queen Suo quickly gave her an interview.
Suo drottning veitti henni fljótt viðtal.
The queen was quite fond of the two little boys.
Drottningin var mjög hrifin af litlu drengjunum tveimur.
They strangely reminded her of her own son.
Þau minntu hana undarlega á hennar eigin son.
And she remembered her lost treasure.
Og hún minntist týnda fjársjóðsins síns.
Tears fell profusely from her eyes.
Tár féllu ríkulega úr augum hennar.
She had not the remotest idea who they were.
Hún hafði ekki hina minnstu hugmynd um hver þau voru.
Of course we know who they are.
Auðvitað vitum við hverjir þeir eru.
The two little boys are her grandsons.
Litlu drengirnir tveir eru barnabörn hennar.
She spoke to the barber.
Hún talaði við rakarann.
"My son died when he was young"
„Sonur minn dó þegar hann var ungur"
"I have given up these vanities"

„Ég hef sagt skilið við þessa hégóma"
"I stopped having my feet ceremoniously dyed"
„Ég hætti að láta lita fæturna mína með hátíðlegum hætti"
"But I would be glad to see your two fine boys"
„En ég myndi gleðjast að sjá tvo fallegu strákana þína"
The barber agreed to let Queen Suo see her boys.
Rakarinn samþykkti að leyfa Suo drottningu að sjá drengina sína.
But she had one question before she went.
En hún hafði eina spurningu áður en hún fór.
"Are there other ladies in the palace?
„Eru fleiri konur í höllinni?"
"Someone else I could provide my service to"
„Einhver annar sem ég gæti veitt þjónustu mína"
She was told there was another queen.
Henni var sagt að það væri önnur drottning.
And she was also allowed to go to that queen.
Og henni var einnig leyft að fara til þeirrar drottningar.
Queen Duo allowed her to prepare her nails.
Queen Duo leyfði henni að undirbúa neglurnar sínar.
And she was allowed to scrape her feet.
Og henni var leyft að skafa fæturna.
She painted her feet with alakta.
Hún málaði fæturna á sér með alakta.
And the queen was very pleased with her skill.
Og drottningin var mjög ánægð með færni hennar.
She also enjoyed the sweetness of her disposition.
Hún naut líka sætleika síns í skapi.
So she booked to have more of her services.
Þannig að hún bókaði fleiri þjónustur hjá henni.
The female barber had come for something else.
Rakarinn var kominn af einhverju öðru ástæðum.
And she quickly noticed the necklace.
Og hún tók fljótt eftir hálsmeninu.
The necklace was around the Queen's neck.
Hálsmenið var um háls drottningarinnar.

The day of her second visit had come.
Dagurinn fyrir aðra heimsókn hennar var kominn.
She gave her eldest son the instructions.
Hún gaf elsta syni sínum fyrirmælin.
"We are going into the palace again"
„Við förum aftur inn í höllina"
"When in the palace you have to cry"
„Þegar maður er í höllinni verður maður að gráta"
"Say you would like the queen's necklace"
„Segðu að þú viljir hálsmen drottningarinnar"
"Don't stop crying until you have her necklace"
„Hættu ekki að gráta fyrr en þú ert komin(n) með hálsmenið
hennar"
The female barber went to queen Duo's apartment.
Rakarinn fór í íbúð drottningar Duo.
Soon the elder boy started to cry.
Fljótlega fór eldri drengurinn að gráta.
The boy acted his role well.
Drengurinn lék hlutverk sitt vel.
Nothing would console the boy.
Ekkert myndi hugga drenginn.
"What is wrong?" Queen Duo asked.
„Hvað er að ?" spurði Queen Duo.
They boy could hardly speak.
Drengirnir gátu varla talað.
"Your necklace is so beautiful"
„Hálsmenið þitt er svo fallegt"
And he continued to sob.
Og hann hélt áfram að gráta.
"Can I please hold the necklace?"
„Má ég vinsamlegast halda á hálsmeninu?"
Queen Duo did not want to let him.
Drottning Duo vildi ekki leyfa honum það.
"I cannot part with my necklace"
„Ég get ekki losað mig við hálsmenið mitt"
"It is my most valuable jewel"
„Þetta er minn dýrmætasti gimsteinn"

But the boy did not stop crying.
En drengurinn hætti ekki að gráta.
So she took the necklace off her neck.
Svo tók hún hálsmenið af hálsinum.
And she put the necklace into the boy's hand.
Og hún lagði hálsmenið í hönd drengsins.
The boy quickly stopped crying.
Drengurinn hætti fljótt að gráta.
And he held the necklace in his hand.
Og hann hélt á hálsmeninu í hendi sér.
The female barber had finished her work.
Rakarinn hafði lokið verki sínu.
She was packing up her tools.
Hún var að pakka saman verkfærunum sínum.
And she was about to leave the palace.
Og hún var að fara að yfirgefa höllina.
So the queen wanted the necklace back.
Þannig að drottningin vildi fá hálsmenið til baka.
But the boy would not let her have the necklace.
En drengurinn vildi ekki leyfa henni að fá hálsmenið.
His mother attempted to snatch the necklace from him.
Móðir hans reyndi að ræna honum hálsmeninu.
But he wept bitterly when she tried.
En hann grét sáran þegar hún reyndi.
And he cried as if his heart would break.
Og hann grét eins og hjarta hans myndi bresta.
The female barber politely asked the queen;
Rakarinn spurði drottninguna kurteislega;
"Please let the boy take the necklace home"
„Vinsamlegast leyfið drengnum að taka hálsmenið heim"
"He will fall asleep after drinking his milk"
„Hann sofnar eftir að hafa drukkið mjólkina sína"
"And then I will bring your necklace back"
„Og svo mun ég koma með hálsmenið þitt til baka"
She could see she had no choice.
Hún gat séð að hún hafði ekkert val.
The boy would not allow her to take the necklace.

Drengurinn leyfði henni ekki að taka hálsmenið.
So she agreed to the proposal.
Svo hún samþykkti tillöguna.
"Dalim must now be long dead," she thought.
„Dalim hlýtur nú að vera löngu dáinn," hugsaði hún.
And she had nothing to worry about.
Og hún hafði ekkert að hafa áhyggjur af.

The princess had the prized necklace.
Prinsessan átti verðmæta hálsmenið.
The treasure bound to her husband's life.
Fjársjóðurinn sem bundinn var lífi eiginmanns hennar.
She rushed back to the garden-house.
Hún hljóp aftur að garðhúsinu.
And she gave the necklace to Dalim.
Og hún gaf Dalim hálsmenið.
Dalim had been alive all morning.
Dalim hafði verið á lífi allan morguninn.
It was the first time he saw the sun again.
Þetta var í fyrsta skipti sem hann sá sólina aftur.
Their joy of his life knew no bounds.
Lífsgleði þeirra þekkti engin takmörk.
Their friend advised them to go to the palace.
Vinur þeirra ráðlagði þeim að fara í höllina.
"Go to the palace tomorrow"
„Farðu í höllina á morgun"
"Present yourselves to the King and Queen"
„Kynnið ykkur konungi og drottningu"
"Let them know you're alive and well"
„Láttu þá vita að þú sért á lífi og að þú sért hraustur"
The couple accepted their friend's advice.
Hjónin tóku ráðum vinar síns.
And they prepared everything for their arrival.
Og þau undirbjuggu allt fyrir komu sína.
An elephant was brought for the prince.
Fíll var færður prinsinum.
A pair of ponies were brought for the boys.

Par af smáhestum var komið með handa strákunum.
And there was a grand chaturdala.
Og þar var mikilfengleg chaturdala.
It was furnished with curtains of gold lace.
Það var skreytt með gullnum blúndugardínum.
Word was sent to the king and the Queen Suo.
Konungi og drottningu, Suo, var sent tilkynning.
"Prince Dalim Kumar is alive and well"
„Dalim Kumar prins lifir og er hraustur"
"And he is coming to visit you"
„Og hann er að koma í heimsókn til þín"
"Now he has a wife and two sons"
„Nú á hann konu og tvo syni "
The King and Queen Suo could hardly believe it.
Konungurinn og drottningin Suo gátu varla trúað þessu.
But they were assured that it was all true.
En þeim var fullvissað um að þetta væri allt satt.
Queen Duo quickly realized her predicament.
Drottning Duo áttaði sig fljótt á vandræðum sínum.
And she became overwhelmed with grief.
Og hún varð gagntekin af sorg.
A band of musicians followed the prince.
Hljómsveit tónlistarmanna fylgdi prinsinum.
Prince Dalim Kumar approached the palace-gate.
Dalim Kumar prins nálgaðist hallarhliðið.
The King and Queen Suo went to the gates.
Konungurinn og drottningin Suo gengu að hliðunum.
And they welcomed their long-lost son.
Og þau tóku á móti syni sínum, sem löngu var týndur.
You can imagine how happy they were.
Þú getur ímyndað þér hversu hamingjusöm þau voru.
Dalim told his parents of his death.
Dalim sagði foreldrum sínum frá andláti sínu.
He told them of the pond by the palace.
Hann sagði þeim frá tjörninni við höllina.
And he told them of the fish in the pond.
Og hann sagði þeim frá fiskunum í tjörninni.

He told them of the wooden box in the fish.

Hann sagði þeim frá trékassanum í fiskinum.

He told them of the necklace in the wooden box.

Hann sagði þeim frá hálsmeninu í trékistunni.

And he told them the secret of his life.

Og hann sagði þeim leyndarmál lífs síns.

He told them how he died each night.

Hann sagði þeim frá því á hverri nóttu hvernig hann dó.

Of course he also mentioned his new wife.

Auðvitað minntist hann líka á nýju konuna sína.

The king was inflamed with rage at the news.

Konungurinn blossaði upp af reiði við þessi tíðindi.

He ordered Queen Duo into his presence.

Hann skipaði Dúó drottningu að koma í návist sína.

A large hole was dug in the ground.

Stór hola var grafin í jörðina.

The hole was as deep as the height of a man.

Holan var jafn djúp og maður á hæð.

Queen Duo was made to stand in the hole.

Queen Duo var látin standa í holunni.

Prickly thorns were heaped around her.

Þyrnar voru hrúgaðir í kringum hana.

The thorns went up to the crown of her head.

Þyrnarnir náðu henni upp í hvirfilinn.

And in this manner she was buried alive.

Og á þennan hátt var hún grafin lifandi.

Phakir Chand

Phakir Chand

There was once a king, who had a son.
Það var einu sinni konungur, sem átti son.
The king's minister also had a son.
Ráðherra konungsins átti einnig son.
The two sons loved each other dearly.
Synirnir tveir elskuðu hvor annan innilega.
And they did everything together.
Og þau gerðu allt saman.
The two sons sat and stood up together.
Synirnir tveir sátu og stóðu upp saman.
They walked together to the same places.
Þau gengu saman á sömu staðina.
They ate their meals together.
Þau borðuðu máltíðirnar sínar saman.
They slept and got up together.
Þau sváfu og vöknuðu saman.
They spent years in each other's company.
Þau voru í mörg ár í félagsskap hvort annars.
One day they both felt a new desire.
Dag einn fundu þau bæði nýja löngun.
They wanted to see foreign lands.
Þau vildu sjá framandi lönd.
And so they set out on their journey.
Og þannig lögðu þau af stað í ferð sína.
One of them was the son of a king.
Einn þeirra var sonur konungs.
One of them was the son of his chief minister.
Einn þeirra var sonur aðalráðherra hans.
So of course they were both quite rich.
Svo auðvitað voru þau bæði ansi rík.
But they did not take any servants with them.
En þeir tóku engan þjóna með sér.
They went by themselves, on horseback.
Þau fóru ein, á hestbaki.

The horses were beautiful to look at.
Hestarnir voru fallegir á að líta.
They were Pakshirajes horses.
Þetta voru hestar Pakshirajes.
Such horses are known as the kings of birds.
Slíkir hestar eru þekktir sem konungar fuglanna.
The two sons rode together for many days.
Synirnir tveir riðu saman í marga daga.
They passed through extensive plains.
Þau fóru um víðáttumikil sléttlendi.
And the plains were covered with paddy.
Og slétturnar voru þaktar hrísgrjónum.
And they passed through strange cities.
Og þeir fóru um framandi borgir.
And they passed through towns, and villages.
Og þeir fóru í gegnum bæi og þorp.
They passed through treeless deserts.
Þau fóru gegnum trjálausar eyðimerkur.
And they passed through forests.
Og þau fóru gegnum skóga.
And the forests were dense with trees.
Og skógarnir voru þéttir trjám.
These forests were the abode of the tiger.
Þessir skógar voru bústaður tígrisdýrsins.
And the bear also lived in these forests.
Og björninn bjó líka í þessum skógum.
One evening they were overtaken by the night.
Eitt kvöldið var nóttin yfirbuguð þau.
They had not seen any human habitations.
Þau höfðu ekki séð neinar mannabyggðir.
But it was getting darker and darker.
En það varð sífellt dimmara.
So they dismounted beneath a lofty tree.
Svo stigu þeir af baki undir háu tré.
They tied their horses to the tree.
Þau bundu hestana sína við tréð.
And then they climbed up the tree.

Og svo klifruðu þau upp í tréð.
They covered the branches with thick foliage.
Þeir huldu greinarnar þykkum laufum.
So that they could sit on the branches.
Svo að þau gætu setið á greinunum.
The tree had grown near a large body of water.
Tréð hafði vaxið nálægt stóru vatni.
The water was as clear as the eye of a crow.
Vatnið var eins tært og auga kráku.
The two friends made themselves comfortable.
Vinirnir tveir gerðu sér þægilegt.
Of course it wasn't very comfortable in a tree.
Auðvitað var það ekki mjög þægilegt í tré.
But it wasn't uncomfortable in the tree either.
En það var heldur ekki óþægilegt í trénu.
They had decided to spend the night there.
Þau höfðu ákveðið að gista þar yfir nóttina.
They sometimes chatted together in whispers.
Þau spjölluðu stundum saman í hvísli.
They felt whispering was better than talking.
Þeim fannst betra að hvísla en að tala.
Because the region seemed very strange to them.
Vegna þess að þeim fannst svæðið mjög framandi.
And soon they were falling into a doze.
Og brátt voru þeir að dofna.
But their attention was suddenly jolted.
En athygli þeirra var skyndilega dregin til baka.
From the water they heard a noise.
Úr vatninu heyrðu þau hljóð.
It sounded like the rushing of water.
Það hljómaði eins og straumur vatns.
In front of them was a terrible sight!
Framundan þeim var hræðileg sjón!
A huge serpent came from under the water.
Risastór höggormur kom upp undan vatninu.
The snake swam ashore and slithered around.
Snákurinn synti upp á land og skreið um.

But something else attracted their attention.

En eitthvað annað vakti athygli þeirra.

The crested hood of the serpent was shining.

Hetta höggormsins skein.

The snake had a brilliant manikya embedded.

Snákurinn var með ljómandi manikya innfellda.

The jewel shone like a thousand diamonds.

Skartgripurinn skein eins og þúsund demantar.

The crystal lit up the water in the tank.

Kristallinn lýsti upp vatnið í tankinum.

The embankments and trees were irradiated.

Bakkarnir og trén voru geisluð.

The serpent doffed the jewel from its crest.

Höggormurinn tók gimsteininn af kambi sínu.

And the serpent threw the jewel on the ground.

Og höggormurinn kastaði gimsteininum á jörðina.

And then the serpent went in search of food.

Og þá fór höggormurinn að leita sér fæðu.

They could not believe what they had seen.

Þau gátu ekki trúað því sem þau höfðu séð.

They stayed in the safety of the tree.

Þau dvöldu í öruggu skjóli trésins.

But they greatly admired the jewel.

En þau dáðust mjög að gimsteininum.

The ruby shed an ineffable luster.

Rúbíninn varpaði ólýsanlegum ljóma.

Everything had a magical glow around it.

Allt hafði töfrandi ljóma í kringum sig.

They had never seen anything like it.

Þau höfðu aldrei séð neitt þessu líkt.

Although, they had heard of this treasure.

Þó höfðu þau heyrt um þennan fjársjóð.

The jewel equaled the treasures of seven kings.

Gimsteinninn jafngilti fjársjóðum sjö konunga.

But their admiration soon changed to fear.

En aðdáun þeirra breyttist fljótt í ótta.

The serpent came to the foot of their tree.

Höggormurinn kom að rætur trésins þeirra.

The serpent had found their horses!

Höggormurinn hafði fundið hestana þeirra!

The poor horses had been tied to the tree.

Fátæku hestarnir höfðu verið bundnir við tréð.

The animals had no way of escaping.

Dýrin höfðu enga leið til að flýja.

One by one the serpent ate their horses.

Einn af öðrum át höggormurinn hesta þeirra.

But the serpent's appetite did not seem satisfied.

En matarlyst höggormsins virtist ekki seðjuð.

They feared they would be the next victims.

Þau óttuðust að þau yrðu næstu fórnarlömbin.

But their fears were soon relieved.

En ótta þeirra létti fljótt.

The gigantic cobra had not seen them.

Risavaxna kobran hafði ekki séð þau.

And eventually the snake left again.

Og að lokum fór snákurinn aftur.

The minister's son saw an opportunity.

Sonur ráðherrans sá tækifæri.

This was his chance to take the gem.

Þetta var hans tækifæri til að ná gimsteininum.

But there was one problem they had.

En það var eitt vandamál sem þau áttu við að stríða.

The jewel shone incredibly bright.

Skartgripurinn skein ótrúlega skært.

The serpent would know what had happened.

Höggormurinn myndi vita hvað hefði gerst.

But there was a way to overcome this problem.

En það var leið til að vinna bug á þessu vandamáli.

And the minister's son knew the solution.

Og sonur ráðherrans vissi lausnina.

He had to cover the stone with horse-dung.

Hann þurfti að hylja steininn með hestaskít.

And there was some horse-dung by the tree.

Og þar var hestaskítur við tréð.

He quietly came down from the tree.
Hann kom hljóðlega niður úr trénu.
He picked up the horse-dung off the floor.
Hann tók upp hestaskítinn af gólfinu.
And he threw the dung upon the precious stone.
Og hann kastaði saurnum á dýrindissteininn.
And then he climbed up into the tree again.
Og svo klifraði hann upp í tréð aftur.
The serpent noticed something had happened.
Snákurinn tók eftir því að eitthvað hafði gerst.
The light of the jewel had vanished.
Ljós gimsteinsins var horfið.
The serpent rushed back with great fury.
Höggormurinn þaut til baka með mikilli reiði.
The serpent returned to where it had left the stone.
Höggormurinn sneri aftur þangað sem hann hafði skilið
steininn eftir.
The serpent let out a frightful hiss at the night.
Höggormurinn lét frá sér hræðilegt hvæs um nóttina.
The snake's groans and convulsions were terrible.
Stun og krampar snáksins voru hræðilegir.
The snake went round and round the jewel.
Snákurinn fór hring eftir hring um gimsteininn.
But the stone was covered with horse-dung.
En steinninn var þakinn hestaskít.
This way the serpent could not see its treasure.
Þannig gat höggormurinn ekki séð fjársjóð sinn.
Finally, the serpent breathed its last breath.
Loksins andaði höggormurinn síðasta andann.

The two friends did not sleep much that night.
Vinirnir tveir sváfu ekki mikið þessa nótt.
In the morning they came down from the tree.
Um morguninn komu þau niður af trénu.
They went to where the crest-jewel was.
Þau fóru þangað sem skjaldarmerkið var.
The mighty serpent was still laying there.

Hinn voldugi höggormur lá þar enn.
But now the snake's body was perfectly lifeless.
En nú var líkami snáksins algerlega líflaus.
The friend of the prince stepped over the dead snake.
Vinur prinsins steig yfir dauða snákinn.
And he picked up the dung covered jewel.
Og hann tók upp gimsteininn, sem var þakinn saur.
Both of them went to the bank of the water.
Þau fóru bæði að vatnsbakkanum.
And they washed the precious stone.
Og þeir þvoðu dýrmæta steininn.
Finally, all the dung had been washed off.
Loksins hafði allur skíturinn verið skolaður burt.
And the jewel shone as brilliantly as before.
Og gimsteinninn skein jafn skært og áður.
The jewel lit up the entire bed of the tank of water.
Gimsmyndin lýsti upp allan botn vatnstanksins.
Now they could see the innumerable fishes.
Nú gátu þeir séð óteljandi fiska.
But the light also revealed something else.
En ljósið leiddi líka í ljós eitthvað annað.
This astonished them more than all the fishes.
Þetta kom þeim meira á óvart en alla fiskana.
In the bottom of the water there was something.
Á botni vatnsins var eitthvað.
They could see there were lofty walls.
Þau gátu séð að þar voru háir veggir.
The walls were from a magnificent palace.
Veggirnir voru úr stórkostlegri höll.
The prince's friend was feeling venturesome.
Vinur prinsins var dirfskur.
He convinced the king's son to follow him.
Hann sannfærði son konungsins um að fylgja sér.
And then they wanted to swim to the palace below.
Og svo vildu þau synda að höllinni fyrir neðan.
The prince's friend took the jewel in his hand.
Vinur prinsins tók gimsteininn í hönd sér.

And they both dived into the waters.
Og þau köfuðu bæði ofan í vatnið.
Soon they stood at the gate of the palace.
Fljótlega stóðu þau við hlið hallarinnar.
To their surprise the gate was open.
Þeim til undrunar var hliðið opið.
They saw no being, human or superhuman.
Þau sáu enga veru, hvorki menn né ofurmenni.
So they decided to venture inside the gate.
Þau ákváðu því að fara inn um hliðið.
Inside the walls there was a beautiful garden.
Innan við veggina var fallegur garður.
In the middle of the garden was a house.
Í miðjum garðinum var hús.
No one had ever seen so many flowers.
Enginn hafði nokkurn tímann séð svona margar
blómamyndir.
There were roses of all imaginable varieties.
Þar voru rósir af öllum hugsanlegum tegundum.
There were endless numbers of yellow jessamine.
Það var endalaust magn af gulum jessamíni.
And there were numerous white bell flowers.
Og þar voru fjölmargar hvítar bjöllublóm.
These flowers were the king of smells.
Þessi blóm voru konungur ilmanna.
The most scented lily of the valley.
Ilmandi lilja dalsins.
There were the flowers from the champaka tree.
Þar voru blómin frá champaka-trénu.
And a thousand other sweet-scented flowers.
Og þúsund önnur ilmandi blóm.
Acres covered with the delicious jessamine.
Ekrar þaktir ljúffengum jessamíni.
All the plants were gemmed with flowers.
Allar plönturnar voru skreyttar blómum.
And all the flowers were in full bloom.
Og öll blómin voru í fullum blóma.

So the air was loaded with rich perfume.
Svo var loftið fullt af ríkulegum ilmi.
A wilderness of sweet scents everywhere.
Óbyggðir sætra ilma alls staðar.
They went through this paradise of perfumery.
Þau fóru í gegnum þessa paradís ilmvatnsframleiðslunnar.
And eventually they reached the house.
Og loksins komust þau að húsinu.
The house was surrounded by lofty trees.
Húsið var umkringt háum trjám.
Soon they stood at the door of the house.
Fljótlega stóðu þau við dyrnar að húsinu.
Now they could see it was a fairy palace.
Nú gátu þau séð að þetta var álfahöll.
The walls were of burnished gold.
Veggirnir voru úr gljáðu gulli.
Here and there shone diamonds of dazzling hue.
Hér og þar skinu demantar með glæsilegum lit.
But they did not see any beings.
En þeir sáu engar verur.
So they went inside the palace.
Svo fóru þau inn í höllina.
The palace was richly furnished.
Höllin var ríkulega búin.
They went from room to room.
Þau fóru úr herbergi í herbergi.
But they did not see anyone.
En þau sáu engan.
It seemed to be a deserted house.
Þetta virtist vera tómt hús.
At last, however, they found a special room.
Loksins fundu þau þó sérstakt herbergi.
In this room there was a young lady.
Í þessu herbergi var ung kona.
She was sleeping on a golden bed.
Hún svaf á gulllituðu rúmi.
The young lady was of exquisite beauty.

Unga dama var einstaklega falleg.

Her complexion was a mixture of red and white.

Yfirbragð hennar var blanda af rauðum og hvítum.

She seemed to be about sixteen years of age.

Hún virtist vera um sextán ára gömul.

The two friends gazed upon her.

Vinirnir tveir horfðu á hana.

They were enchanted by her beauty.

Þau voru heilluð af fegurð hennar.

But they could not admire her for long.

En þau gátu ekki dáðst að henni lengi.

Because the young lady opened her eyes.

Vegna þess að unga konan opnaði augun.

Her eyes seemed like the eyes of a gazelle.

Augun hennar voru eins og augu gasellunnar.

On seeing the strangers she said;

Þegar hún sá ókunnugana sagði hún;

"How have you come here, ye unfortunate men?"

„Hvernig eruð þið komin hingað, óheppnu menn?“

"Be gone, be gone! I beg of you two"

„Farið, farið! Ég bið ykkur tvö“

"This is the abode of a mighty serpent"

„Þetta er bústaður voldugs höggorms “

"The serpent which has devoured my parents"

„Höggormurinn sem hefur átið foreldra mína“

"And my brothers, and all my relatives"

„Og bræður mínir og allir ættingjar mínir“

"I am the only one that he has spared"

„Ég er sá eini sem hann hefur hlíft“

"Flee for your lives while you still can"

„Flýið fyrir lífi ykkar meðan þið getið enn“

"Or else the serpent will eat you both"

„Ekki mun höggormurinn éta ykkur bæði“

The prince's friend told her what had happened.

Vinkona prinsins sagði henni frá því sem hafði gerst.

"The serpent has breathed his last breath"

„Höggormurinn hefur andað síðasta andann“

"The snake's body lies lifeless on the floor"
„Líkami snáksins liggur líflaus á gólfinu"
"We took the head-jewel of the serpent"
„Við tókum höfuðdjásn höggormsins"
"The jewel's light showed us to the palace.
„Ljós gimsteinsins vísaði okkur til hallarinnar."
She thanked the strangers for their bravery.
Hún þakkaði ókunnugum fyrir hugrekki þeirra.
"You have freed me from the infernal serpent"
„Þú hefur frelsað mig frá djöfulsorminum"
"Please live with me in my palace"
„Vinsamlegast búðu hjá mér í höll minni"
"But please promise never to desert me"
„En lofaðu mér að yfirgefa mig aldrei"
They gladly accepted the invitation.
Þau þáðu boðið með ánægju.
The king's son was smitten with the princess.
Sonur konungsins var hugfanginn af prinsessunni.
He adored the charms of the peerless princess.
Hann dáði sjarma hinnar óviðjafnanlegu prinsessu.
And he married her after a short time.
Og hann giftist henni eftir skamman tíma.
There was no priest at the palace.
Það var enginn prestur í höllinni.
So the hymeneal knot was tied by other means.
Svo var meyjarhnúturinn bundinn með öðrum hætti.
A simple exchange of garlands of flowers.
Einföld skipti á blómaserílum.
The king's son became inexpressibly happy.
Konungssonurinn varð ólýsanlega hamingjusamur.
He delighted in the company of the princess.
Hann naut samvista við prinsessuna.
The prince's friend also had a wife.
Vinur prinsins átti líka konu.
Of course she was living in the upper world.
Auðvitað bjó hún í efri heiminum.
But he participated in his friend's happiness.

En hann tók þátt í hamingju vinar síns.
The time they spent together passed merrily.
Tíminn sem þau áttu saman leið gleðilega.
But they could not live here forever.
En þau gátu ekki búið hér að eilífu.
The prince had to return to his kingdom.
Prinsinn varð að snúa aftur til ríkis síns.
But he knew the return would require some planning.
En hann vissi að heimkoman myndi krefjast nokkurrar skipulagningar.
The occasion would come with a lot of pomp.
Tilefnið myndi fylgja miklum glæsibrag.
There were going to be many ceremonies.
Það áttu að vera margar athafnir.
Because there was a lot to be celebrated.
Því það var margt að fagna.
First the prince's friend was going to go.
Fyrst ætlaði vinur prinsins að fara.
And then he was going to return with the attendants.
Og svo ætlaði hann að koma aftur með þjónustufólkinu.
Horses, and elephants for the happy pair.
Hestar og fílar fyrir hamingjusama parið.
The prince accompanied his friend.
Prinsinn fylgdi vini sínum.
Together they went back to the surface.
Saman fóru þau aftur upp á yfirborðið.
And they saw the upper world again.
Og þau sáu efri heiminn aftur.
The two friends bid each other adieu.
Vinirnir tveir kvöddu hvor annan.
The prince returned to his lovely wife.
Prinsinn sneri aftur til yndislegrar konu sinnar.
Before leaving everything had been organized.
Áður en farið var var allt skipulagt.
The prince's friend arranged his return.
Vinur prinsins sá um heimkomu hans.
He said when he was going to go the embankment.

Hann sagði þegar hann ætlaði að fara upp á bakkann.
He was going to have the horses that they needed.
Hann ætlaði að fá hestana sem þau þurftu.
Elephants were going to be there too, and attendants.
Fílar yrðu þar líka, og þjónar.
They were going to wait upon the prince and princess.
Þau ætluðu að bíða eftir prinsinum og prinsessunni.
The snake-jewel gave them the rights to this.
Snákgimsteinninn gaf þeim réttinn til þessa.
The prince's friend went back to his country.
Vinur prinsins fór aftur til landsins.
To prepare for the return of his friend.
Til að undirbúa heimkomu vinar síns.

One day the prince was sleeping.
Dag einn var prinsinn sofandi.
He had just had his midday meal.
Hann hafði rétt í þessu fengið sér hádegismat.
The princess had never seen the upper regions.
Prinsessan hafði aldrei séð efri svæðin.
She felt the desire to see the upper world.
Hún fann löngun til að sjá efri heiminn.
For this she needed the snake-jewel.
Til þess þurfti hún snákgimmsteininn.
Only this could help her through the water.
Aðeins þetta gæti hjálpað henni í gegnum vatnið.
The jewel was shining its bright light in the room.
Gimsveitin skein skært ljós sitt í herberginu.
She took the snake-jewel into her hand.
Hún tók snákgimmsteininn í hönd sér.
And then she left the palace and the garden.
Og svo yfirgaf hún höllina og garðinn.
She successfully swam to the upper world.
Henni tókst að synda upp á efri heiminn.
No mortal had caught sight of her.
Enginn dauðlegur maður hafði séð hana.
At the edge of the water were some steps.

Við vatnsbakkann voru nokkrar tröppur.
The steps were for the convenience of bathers.
Stigin voru til þæginda fyrir baðgesti.
And this is also where she sat.
Og þetta var líka þar sem hún sat.
She scrubbed her body with the sand.
Hún nuddaði líkama sinn með sandinum.
She washed her hair with the fresh water.
Hún þvoði hárið með fersku vatninu.
And she played with the water for fun.
Og hún lék sér með vatnið sér til gamans.
She walked about on the water's edge.
Hún gekk um á vatnsbakkanum.
And she admired all the scenery around.
Og hún dáðist að öllu landslaginu í kring.
But finally she returned back to her palace.
En loksins sneri hún aftur til hallar sinnar.
Her husband was still deep in sleep.
Eiginmaður hennar var enn í djúpum svefni.
But eventually he had slept enough.
En að lokum hafði hann sofið nóg.
She did not tell him about her adventures.
Hún sagði honum ekki frá ævintýrum sínum.
The next day her husband fell asleep again.
Daginn eftir sofnaði eiginmaður hennar aftur.
And again she paid a visit the upper world.
Og aftur heimsótti hún efri heiminn.
And she remained unnoticed by mortal man.
Og hún varð eftirtektarlaus af dauðlegum mönnum.
Her success was starting to give her courage.
Árangur hennar var farinn að gefa henni kjark.
So she repeated her adventure a third time.
Svo endurtók hún ævintýrið í þriðja sinn.
The rajah's son was out hunting that day.
Sonur rajahsins var úti á veiðum þennan dag.
He had his tent not far from the water.
Hann hafði tjaldið sitt skammt frá vatninu.

His attendants were cooking his meal.
Þjónar hans voru að elda matinn fyrir hann.
So, he wandered about along the water.
Svo reikaði hann um meðfram vatninu.
Nearby an old woman was gathering sticks.
Þar nálægt var gömul kona að safna viðarkubbum.
She was collecting dried branches of trees.
Hún var að safna þurrkuðum greinum af trjám.
She needed the sticks for kindling wood.
Hún þurfti prikin til að kynda undir við.
This was when the princess came out the water.
Þetta var þegar prinsessan kom upp úr vatninu.
She gazed around and she saw a man.
Hún leit í kringum sig og sá mann.
And then she saw there was also a woman.
Og þá sá hún að þar var líka kona.
The princess knew she didn't want to be seen.
Prinsessan vissi að hún vildi ekki láta sjá sig.
So she went back down to her palace.
Svo fór hún aftur niður í höll sína.
But the rajah's son had caught a glimpse of her.
En sonur rajah hafði séð hana.
And the old woman gathering sticks saw her too.
Og gamla konan sem var að safna viðarkvistum sá hana líka.
The rajah's son stood gazing on the waters.
Sonur rajahsins stóð og horfði á vatnið.
He had never seen such a beautiful woman.
Hann hafði aldrei séð svona fallega konu.
She seemed to him to be a deva-kanyas.
Honum fannst hún vera deva-kanyas.
Heavenly goddesses he had read of in old books.
Himneskar gyðjur sem hann hafði lesið um í gömlum bókum.
They are said to visit the upper world.
Sagt er að þeir heimsæki efri heiminn.
And the upper world is honored to have them.
Og efri heimurinn er heiðraður að eiga þau.
But it is said to happen only rarely.

En það er sagt að það gerist sjaldan.
The way that angels only visit rarely.
Eins og englar heimsækja sjaldan.
He had seen the princess' unearthly beauty.
Hann hafði séð ójarðneska fegurð prinsessunnar.
She had made a deep impression on his heart.
Hún hafði gert djúp spor í hjarta hans.
Although he had seen her only for a moment.
Þótt hann hefði aðeins séð hana augnablik.
But her beauty distracted his mind.
En fegurð hennar truflaði hugann.
He stood there like a statue, for hours.
Hann stóð þarna eins og stytta, í marga klukkutíma.
All he could do was gaze into the waters.
Það eina sem hann gat gert var að stara niður í vatnið.
In the hope of seeing the lovely figure again.
Í von um að sjá þessa yndislegu persónu aftur.
But all his time was spent in vain.
En allur hans tími var eytt til einskis.
The princess did not appear again.
Prinsessan birtist ekki aftur.
The rajah's son became mad with love.
Sonur rajahsins varð brjálaður af ást.
He kept muttering, "now here, now gone!"
Hann hélt áfram að muldra: „Nú hér, nú farinn!"
He refused to leave the water's edge.
Hann neitaði að yfirgefa vatnsbakkann.
His attendants had to forcibly remove him.
Starfsmenn hans urðu að fjarlægja hann með valdi.
They took him to his father's palace.
Þeir fluttu hann til hallar föður síns.
But he was in a state of hopeless insanity.
En hann var í vonlausu geðveikiástandi.
He couldn't be made to speak to anyone.
Það var ekki hægt að fá hann til að tala við neinn.
And he spent his days sobbing heavily.
Og hann grét þungt á dögum sínum.

No others words came out of his mouth.
Engin önnur orð komu út af munni hans.
"Now here, now gone!"
„Nú hér, nú farinn!"
"Now here, now gone!"
„Nú hér, nú farinn!"
You can imagine the rajah's grief.
Þið getið ímyndað ykkur sorg rajahsins.
"What could have deranged my son's mind?"
„Hvað gæti hafa ruglað huga sonar míns?"
"'Now here, now gone,' what does it mean?"
„Hvað þýðir það, ‚Nú hér, nú farið,'?"
He could not unravel the words' meaning.
Hann gat ekki greint merkingu orðanna.
His attendants couldn't decipher the words either.
Þjónar hans gátu ekki heldur ráðið orðin.
The land's best physicians were consulted.
Bestu læknar landsins voru ráðfærðir.
But their consultation had no effect.
En samráð þeirra hafði engin áhrif.
The sons of æsculapius were not able to help.
Synir Æskulapíusar gátu ekki hjálpað.
No one could ascertain the cause of the madness.
Enginn gat staðfest orsök brjálæðisins.
Without knowing the cause there was no cure.
Án þess að vita orsökina var engin lækning.
The physicians tried to ask the prince.
Læknarnir reyndu að spyrja prinsinn.
But all he said was, "now here, now gone!"
En allt sem hann sagði var: „Nú hér, nú farinn!"
The rajah was distracted with grief.
Rajah var annars hugar af sorg.
Day and night he worried for his son.
Dag og nótt hafði hann áhyggjur af syni sínum.
He wished for his son's intellects to return.
Hann óskaði þess að greind sonar síns myndi koma aftur.
A proclamation was made in the capital.

Yfirlýsing var gefin út í höfuðborginni.
Town criers were sent into the city.
Borgarkallarar voru sendir inn í borgina.
And they beat their drums for attention.
Og þeir slógu á trommurnar sínar til að fá athygli.
"The rajah's son has lost his mental faculties"
„Sonur rajahsins hefur misst andlega hæfileika sína"
"The rajah seeks a cure for his son"
„Rajah leitar lækninga fyrir son sinn"
"A reward is offered for the cure"
„Verðlaun eru boðin fyrir lækninguna"
"The hand of the rajah's daughter"
„Hönd dóttur rajahsins"
"Her hand comes with half his kingdom"
„Hönd hennar fylgir hálft ríkis hans"
The drum was beaten around the city.
Trommunni var slegið um borgina.
But no one felt they could touch the drum.
En engum fannst þeir geta snert trommuna.
No one knew the cause of his madness.
Enginn vissi orsök geðveiki hans.
At last an old woman came forward.
Loksins kom gömul kona fram.
And she stepped up to touch the drum.
Og hún steig upp til að snerta trommuna.
"I will discover the cause of his madness"
„Ég mun uppgötva orsök brjálæðis hans"
"And I will cure him from his disease"
„Og ég mun lækna hann af sjúkdómi hans"
She had seen what happened to the boy.
Hún hafði séð hvað gerðist við drenginn.
She was at the water's edge that day.
Hún var við vatnsbakkann þann dag.
It was her who was gathering up sticks.
Það var hún sem var að safna saman viðarkubbum.
This woman had a crack-brained son.
Þessi kona átti heilaþrunginn son.

Her son was named of Phakir-Chand.
Sonur hennar hét Phakir-Chand.
So she was called Phakir's mother.
Þess vegna var hún kölluð móðir Phakírs.
The woman was brought before the rajah.
Konan var leidd fyrir rajah.
And the following conversation took place.
Og eftirfarandi samtal átti sér stað.
"You are the woman that touched the drum"
„Þú ert konan sem snerti trommuna“
"You know the cause of my son's madness?"
„Þú veist hvað veldur brjálæði sonar míns?“
"Yes, oh incarnation of justice!"
„Já, ó, holdgervingur réttlætisins!“
"I know the cause of your son's madness"
„Ég veit hvað veldur brjálæði sonar þíns“
"But I will not say the cause of his madness"
„En ég mun ekki segja hvað veldur brjálæði hans“
"First I will cure your son of his madness"
„Fyrst mun ég lækna son þinn af brjálæði hans“
"How can I believe you are able to?"
„Hvernig get ég trúað því að þú getir það?“
"The best physicians of the land have failed"
„Bestu læknar landsins hafa brugðist“
"You need not now believe, my king"
„Þú þarft ekki að trúa nú, konungur minn“
"Wait till I have performed the cure"
„Bíddu þangað til ég hef framkvæmt lækninguna“
"Many an old woman knows many secrets"
„Marg gömul kona þekkir mörg leyndarmál“
"Secrets wise men are unacquainted with"
„Leyndarmál sem vitringar þekkja ekki“
"Very well, let me see what you can do"
„Mjög gott, leyfðu mér að sjá hvað þú getur gert“
"In what time will you perform the cure?"
„Á hvaða tíma ætlar þú að framkvæma lækninguna?“
"It is impossible to fix the time"

„Það er ómögulegt að laga tímann"
"Ff course I will begin work immediately"
„Auðvitað byrja ég strax að vinna"
"But I need your lordship's assistance"
„En ég þarf aðstoð yðar hátignar"
"What help do you require from me?"
„Hvaða hjálp þarftu frá mér?"
"Your lordship will please order a hut"
„Yðar hátign, vinsamlegast pantið kofa."
"Have the hut raised on the embankment of the water"
„Látið reisa skálann á vatnsbakkanum"
"Where your son first caught the disease"
„Þar sem sonur þinn fékk fyrst sjúkdóminn"
"I mean to live in that hut for a few days"
„Ég ætla að búa í þessum kofa í nokkra daga"
"And please order some of your servants"
„Og vinsamlegast pantaðu nokkra af þjónum þínum"
"They have to be in attendance at a distance"
„Þau verða að vera viðstödd úr fjarlægð"
"Tell them to be about a hundred yards away"
„Segðu þeim að vera í um hundrað metra fjarlægð"
"That way I can call them over when we need them"
„Þannig get ég kallað á þá þegar við þurfum á þeim að halda"
The king had listened attentively.
Konungurinn hafði hlustað með athygli.
"I will order that to be immediately done"
„Ég mun fyrirskipa að þetta verði gert tafarlaust"
"Do you want anything else?"
„Viltu eitthvað annað?"
"Those are all the preparations I need"
„Þetta er allur undirbúningurinn sem ég þarf"
"But let me remind you of the agreement"
„En leyfið mér að minna ykkur á samkomulagið"
"You promised the hand of your daughter"
„Þú lofaðir hönd dóttur þinnar"
"And you promised half your kingdom"
„Og þú lofaðir helmingi ríkis þíns"

"But I can't marry your daughter"
„En ég get ekki gifst dóttur þinni"
"Because your daughter has to marry a man"
„Vegna þess að dóttir þín verður að giftast manni"
"But I also have a son of marriageable age"
„En ég á líka son á hjónabandsaldri."
"Allow my son to marry your daughter"
„Leyfðu syni mínum að giftast dóttur þinni"
"Allow him to have half of your kingdom"
„Leyfðu honum að fá helming ríkis þíns"
The king was agreed with the terms.
Konungurinn var sammála skilmálunum.
"If you find a cure, he marries my daughter"
„Ef þú finnur lækningu, þá giftist hann dóttur minni"
"And half of my kingdom shall be his"
„Og helmingur ríkis míns skal vera hans"
A temporary hut was quickly erected.
Bráðabirgðaskáli var fljótt reistur.
The hut was built on the embankment of the water.
Kofinn var byggður á vatnsbakkanum.
And Phakir's mother took up her abode.
Og móðir Phakírs settist að.
An outpost was also erected at some distance.
Einnig var reistur útvörður í nokkurri fjarlægð.
Because the woman might require some attendance.
Vegna þess að konan gæti þurft einhverja aðhlynningu.
Strict orders were given by Phakir's mother.
Móðir Phakírs gaf strangar skipanir.
No one was allowed to go near the water.
Engum var leyft að fara nálægt vatninu.
Only she was allowed to stay by the water.
Aðeins hún fékk að vera við vatnið.

But let us leave Phakir's mother at the water.
En við skulum skilja móður Phakírs eftir við vatnið.
Let us hasten down the subterranean palace.
Förum hraðar niður neðanjarðarhöllina.

To see what the prince and the princess are doing.
Til að sjá hvað prinsinn og prinsessan eru að gera.
The princess did want to go up again.
Prinsessan vildi fara upp aftur.
But she now knew that it would be dangerous.
En nú vissi hún að þetta yrði hættulegt.
And she had given up the idea of a fourth visit.
Og hún hafði gefist upp á hugmyndinni um fjórðu
heimsóknina.
But women generally have greater curiosity.
En konur hafa almennt meiri forvitni.
And the princess was no exception to the rule.
Og prinsessan var engin undantekning frá reglunni.
One day her husband was asleep.
Dag einn var eiginmaður hennar sofandi.
He always slept after his noonday meal.
Hann svaf alltaf eftir hádegismatinn sinn.
She took the snake-jewel in her hand.
Hún tók snákgimmsteininn í hönd sér.
And she rushed out of the palace.
Og hún hljóp út úr höllinni.
And she came up to the upper world.
Og hún komst upp í efri heiminn.
There was an upheaval in the waters.
Það varð órói í vötnunum.
And Phakir's mother was on high alert.
Og móðir Phakírs var í viðbragðsstöðu.
She was hiding in the hut.
Hún var að fela sig í kofanum.
And she was looking through the chinks.
Og hún var að horfa í gegnum glufurnar.
The princess saw no human being nearby.
Prinsessan sá engan mann í nánd.
So she came to the bank of the water.
Svo kom hún að vatnsbakkanum.
Phakir's mother showed herself outside the hut.
Móðir Phakírs birtist fyrir utan kofann.

And she addressed the princess politely.
Og hún ávarpaði prinsessuna kurteislega.
"Come, my child, thou queen of beauty"
„Komdu, barn mitt, þú fegurðardrottning"
"Come to me, and I will help you to bathe"
„Komdu til mín, og ég mun hjálpa þér að baða þig"
So saying, she approached the princess.
Með þessu sagt gekk hún til prinsessunnar.
The princess saw she was just an old woman.
Prinsessan sá að hún var bara gömul kona.
So she made no resistance to her offer.
Hún veitti því enga mótspyrnu gegn tilboði sínu.
The old woman was washing the princess' hair.
Gamla konan var að þvo hár prinsessunnar.
And she noticed the bright jewel in her hand.
Og hún tók eftir björtu gimsteininum í hendi sér.
"Out the jewel here till you are bathed"
„Út úr gimsteininum hérna þangað til þú ert baðaður"
Now the jewel was in the hands of Phakir's mother.
Nú var gimsteinninn í höndum móður Phakírs.
She wrapped the jewel up in a cloth.
Hún vafði gimsteininum inn í klút.
And she wrapped the cloth around her waist.
Og hún vafði dúknum um mitti sér.
Now the princess was unable to escape.
Nú gat prinsessan ekki sloppið.
And Phakir's mother gave the signal.
Og móðir Phakírs gaf merkið.
The attendants rushed to the water.
Þjónarnir hlupu að vatninu.
And they took the princess captive.
Og þeir tóku prinsessuna til fanga.
The news soon reached the city.
Fréttin barst fljótlega til borgarinnar.
"Phakir's mother had captured a water-nymph"
„Móðir Phakírs hafði fangað vatnanymfu"
And the people rejoiced at the news.

Og fólkið fagnaði þessum tíðindum.
All came to see the"daughter of the immortals"
Allir komu til að sjá „dóttur ódauðlegra"
She was brought to the palace.
Hún var flutt til hallarinnar.
And she was brought to the rajah's son.
Og hún var færð til sonar rajahsins.
The rajah's son was still of impaired intellect.
Sonur rajahsins var enn greindur.
But that cloud on his brain soon dissipated.
En þetta ský á heila hans hvarf fljótt.
"I have found you! I have found you!"
„Ég hef fundið þig! Ég hef fundið þig!"
His eyes had been vacant and lusterless.
Augun hans höfðu verið tóm og gljáandi.
But now his eyes had the fire of intelligence.
En nú lýstu augu hans upp eldmóð greindar.
He had almost lost the use of his tongue.
Hann hafði næstum misst tungutakið.
"Now here, now gone!" was all he had been able to say.
„Nú hér, nú farinn!" var allt og sumt sem hann gat sagt.
But this sense too was restored.
En þessi tilfinning endurheimtist líka.
The joy of the rajah knew no bounds.
Gleði rajah þekkti engin takmörk.
There was great festivity in the city.
Mikil hátíðarhöld voru í borginni.
The people praised Phakir-Chand's mother.
Fólkið hrósaði móður Phakir-Chand.
And everyone soon expected the marriage.
Og allir bjuggust brátt við brúðkaupinu.
The rajah's son was to wed the water-nymph.
Sonur rajahsins átti að giftast vatnsnymfunni.
The princess, however, had made a promise.
Prinsessan hafði þó gefið loforð.
She told Phakir's mother of her promise.
Hún sagði móður Phakir frá loforði sínu.

"I won't as much as look at another man"
„Ég mun ekki einu sinni horfa á annan mann"
"For one year my vows shall last"
„Eið mín skulu vara í eitt ár"
"The marriage cannot happen in that time"
„Hjónabandið getur ekki átt sér stað á þeim tíma"
The rajah's son was somewhat disappointed.
Sonur rajahsins var nokkuð vonsvikinn.
But he readily agreed to the delay.
En hann samþykkti frestunina fúslega.
"Delay enhances the sweetness of the pleasure"
„Tafir auka sætleikann í ánægjunni"
Of course the princess spent her time in sorrow.
Auðvitað eyddi prinsessan tímanum í sorg.
She spent her days and nights sighing.
Hún eyddi dögum sínum og nóttum í að andvarpa.
And she lamented her idle curiosity.
Og hún harmaði tilgangslausa forvitni sína.
The curiosity that led her to the upper world.
Forvitnin sem leiddi hana til efri heimsins.
The curiosity that separated her from her husband.
Forvitnin sem aðskildi hana frá eiginmanni sínum.
She thought of her unfortunate husband.
Hún hugsaði til óheppins eiginmanns síns.
She had left him all alone below the waters.
Hún hafði skilið hann eftir einan neðanjarðar.
And she wept bitter tears each day.
Og hún grét beiskum tárum á hverjum degi.
She wished that she could run away.
Hún óskaði þess að hún gæti hlaupið í burtu.
But that would have been impossible.
En það hefði verið ómögulegt.
Because she was immured within walls.
Vegna þess að hún var lokuð inni innan veggja.
And there were walls within the walls.
Og það voru veggir innan veggja.
And what use was getting out the palace?

Og hvaða tilgangi hafði það að komast út úr höllinni?
She couldn't get to her husband anyway.
Hún gat hvort eð er ekki náð til eiginmanns síns.
She didn't have the serpent jewel.
Hún átti ekki höggormsgimsteininn.
The ladies of the palace tried to comfort her.
Konurnar í höllinni reyndu að hugga hana.
And Phakir's mother tried to divert her mind.
Og móðir Phakírs reyndi að beina huganum að öðru.
But their efforts were in vain.
En viðleitni þeirra var til einskis.
She took pleasure in nothing.
Hún hafði ánægju af engu.
She hardly spoke to anyone.
Hún talaði varla við neinn.
She wept throughout the day.
Hún grét allan daginn.
And she wept through the night.
Og hún grét alla nóttina.

The year of her vow was drawing to a close.
Árið sem hún gaf sér hjónaband var að renna sitt skeið.
But she was still disconsolate.
En hún var samt óróleg.
The marriage, however, had to be celebrated.
Hjónabandinu þurfti þó að fagna.
The rajah consulted the astrologers.
Rajah ráðfærði sig við stjörnuspekingana.
The day and the hour had been decided.
Dagurinn og stundin höfðu verið ákveðin.
The nuptial knot was to be tied.
Hjónabandshnúturinn átti að vera hnýttur.
Great preparations were made.
Mikill undirbúningur var gerður.
The confectioners were busy day and night.
Sælgætisgerðarmennirnir voru önnum kafnir dag og nótt.
They prepared all sorts of sweetmeats.

Þau útbjuggu alls konar sælgæti.
Milkmen supplied the palace with tanks of curds.
Mjólkurmenn útveguðu höllinni tanka af skyr.
Great quantities of gunpowder were manufactured.
Mikið magn af byssupúðri var framleitt.
There were going to be grand fireworks.
Það áttu að vera miklir flugeldasýningar.
Stages were erected everywhere.
Pöllum var komið fyrir alls staðar.
And musicians were selected to play music.
Og tónlistarmenn voru valdir til að spila tónlist.
All the city assumed an air of mirth.
Öll borgin tók á sig gleðilegt yfirbragð.
All looked forward to the festivities.
Allir hlökkuðu til hátíðanna.

We must return out attention to the minister's son.
Við verðum að beina athyglinni aftur að syni ráðherrans.
He had left his friend in the subterranean palace.
Hann hafði skilið vin sinn eftir í neðanjarðarhöllinni.
And he had gone to his country.
Og hann var farinn til lands síns.
He was bringing horses and elephants.
Hann var að koma með hesta og fíla.
And he had with him many attendants.
Og hann hafði með sér marga þjóna.
For the return of the king's son.
Fyrir heimkomu konungssonarins.
And for the return of his lovely princess.
Og fyrir heimkomu yndislegu prinsessunnar hans.
So that the ceremony had due pomp.
Svo að athöfnin hefði tilhlýðilegan viðhöfn.
The preparations took him many months.
Undirbúningurinn tók hann marga mánuði.
But eventually all was prepared.
En að lokum var allt undirbúið.
And the minister's son started on his journey.

Og sonur prestsins lagði upp í ferð sína.

He was accompanied by a long train of elephants.

Hann var í fylgd með löngum fílaflóa.

And behind the elephants were horses.

Og á eftir fílunum voru hestar.

And all the horses had their own attendants.

Og allir hestarnir höfðu sína eigin fylgdarmenn.

He reached the water ahead of schedule.

Hann komst að vatninu á undan áætlun.

So he had two or three days to spare.

Hann hafði því tvo eða þrjá daga til vara.

Tents were pitched in the mango slopes.

Tjöld voru sett upp í mangóhlíðunum.

So the men and cattle had accommodation.

Þannig að mennirnir og nautgripirnir höfðu gistingu.

The minister's son kept his eyes on the water.

Sonur prestsins hélt augunum á vatninu.

The sun of the appointed day sank below the horizon.

Sólin á tilsettum degi sökk undir sjóndeildarhringinn.

But there was no sign of the prince.

En ekkert merki var um prinsinn.

Nor did the princess come to the surface.

Prinsessan kom heldur ekki upp á yfirborðið.

He waited two or three days longer.

Hann beið í tvo eða þrjá daga í viðbót.

Still the prince did not make his appearance.

Samt sem áður lét prinsinn ekki sjá sig.

What could have happened to his friend?

Hvað gat hafa komið fyrir vin hans?

And where was his beautiful wife?

Og hvar var fallega konan hans?

Had another serpent beaten them to death?

Hafði annar höggormur barið þá til bana?

Possibly the mate of the one that had died.

Hugsanlega maki þess sem lést.

Had they somehow lost the serpent-jewel?

Höfðu þeir einhvern veginn týnt höggormsgimsteininum?

Or had they perhaps visited the upper world?
Eða höfðu þau kannski heimsótt efri heiminn?
And had they been captured in the upper world?
Og höfðu þeir verið teknir til fanga í efri heiminum?
Such were the reflections of the prince's friend.
Slíkar voru hugleiðingar vinar prinsins.
The prince's friend was overwhelmed with grief.
Vinur prinsins var gagntekinn af sorg.
The waters were quite close to the city.
Vatnið var nokkuð nálægt borginni.
And often the sound of music could be heard.
Og oft mátti heyra tónlistina í kring.
He asked passers-by what that music meant.
Hann spurði vegfarendur hvað þessi tónlist þýddi.
He was told about the rajah's son.
Honum var sagt frá syni rajahsins.
And he was told of a wonderful young lady.
Og honum var sagt frá yndislegri ungri konu.
And he was told they were going to marry.
Og honum var sagt að þau ætluðu að giftast.
And he was told more about the wonderful lady.
Og honum var sagt meira frá hinni frábæru konu.
She had come out of the waters he was waiting by.
Hún var komin upp úr vatninu sem hann beið við.
The marriage ceremony was in two days.
Hjónavígsluathöfnin var eftir tvo daga.
The minister's son made the connection.
Sonur ráðherrans tengdi þetta við.
The wonderful young lady was the wife of his friend.
Hin yndislega unga dama var eiginkona vinar hans.
He resolved, therefore, to go into the city.
Hann ákvað því að fara inn í borgina.
And he was going to find out all he could.
Og hann ætlaði að komast að öllu sem hann gat.
If he could, he would rescue the princess.
Ef hann gæti, myndi hann bjarga prinsessunni.
He told the attendants to go home.

Hann sagði þjónunum að fara heim.
And he told them to take the elephants.
Og hann sagði þeim að taka fílana.
And he told them to take the horses.
Og hann sagði þeim að taka hestana.
And he himself went to the city.
Og hann fór sjálfur til borgarinnar.
And he took up his abode in the house of a Brahman.
Og hann settist að í húsi brahmansins.
First, he rested from his journey.
Fyrst hvíldi hann sig eftir ferðalag sitt.
Then the prince's friend had his dinner.
Þá borðaði vinur prinsins kvöldmatinn sinn.
And then he spoke to the Brahman.
Og þá talaði hann við Brahmaninn.
"Throughout the city there are musicians and bands"
„Um alla borgina eru tónlistarmenn og hljómsveitir"
"What is the cause of all the celebrations?
„Hvað veldur öllum þessum hátíðahöldum?"
The Brahman was rather surprised.
Brahmaninn varð nokkuð undrandi.
"From what part of the world have you come?"
„Frá hvaða heimshluta ert þú kominn?"
"What rock have you been living under?"
„Undir hvaða steini hefur þú verið að lifa?"
"Have you not heard the wonderful news?"
„Hefurðu ekki heyrt þessi frábæru tíðindi?"
"A young lady of heavenly beauty"
„Ung dama af himneskri fegurð"
"She rose out of the waters"
„Hún reis upp úr vatninu"
"And she is going to the son of our rajah"
„Og hún fer til sonar rajahs okkar"
The prince's friend wanted to know more.
Vinur prinsins vildi vita meira.
The information could be useful.
Upplýsingarnar gætu verið gagnlegar.

"I have not heard of this news"
„Ég hef ekki heyrt af þessum fréttum"
"I have come from a distant country"
„Ég er kominn frá fjarlægu landi"
"The story has not reached us yet"
„Sagan hefur ekki náð til okkar ennþá"
"Will you kindly tell me the particulars?"
„Viltu vinsamlegast segja mér frá smáatriðunum?"
The Brahman was happy to relay the story.
Brahmaninn var fús til að segja söguna.
"The rajah's son went out hunting"
„Sonur rajahsins fór á veiðar"
"It must have been about this time last year"
„Þetta hlýtur að hafa verið um þetta leyti í fyrra"
"They pitched their tents by the waters in the suburbs"
„Þeir settu upp tjöld sín við vatnið í úthverfunum"
"One day, the rajah's son was walking near the water"
„Dag einn var sonur rajahsins að ganga nálægt vatninu"
"On this day, he saw a young woman"
„Þennan dag sá hann unga konu"
"I have to mention she was of uncommon beauty"
„Ég verð að nefna að hún var óvenju falleg"
"She had risen from the depth of the waters"
„Hún hafði risið upp úr djúpi vatnsins"
"She gazed about for a minute or two"
„Hún horfði í kringum sig í eina eða tvær mínútur"
"And then the beautiful lady disappeared"
„Og svo hvarf fallega konan"
"The rajah's son, however, had seen her"
„Sonur rajahsins hafði hins vegar séð hana"
"He had been struck by her heavenly beauty"
„Hann hafði verið heillaður af himneskri fegurð hennar"
"And so he became desperately enamored by her"
„Og þannig varð hann mjög ástfanginn af henni"
"Indeed, she had affected him greatly"
„Sannarlega hafði hún haft mikil áhrif á hann"
"And his mental faculties gave way to passion"

„Og andlegir hæfileikar hans gáfu eftir fyrir ástríðu"
"He was carried home as a mad man"
„Hann var borinn heim eins og brjálæðingur"
"He spoke no words except a few"
„Hann mælti engin orð nema fáein"
"'now here, now gone!' was all he said"
„'Nú hér, nú farinn!' var allt og sumt sem hann sagði"
"The rajah sent for all the best physicians"
„Rajah sendi eftir öllum bestu læknunum"
"They tried to restore his son to reason"
„Þau reyndu að koma syni hans aftur til skynseminnar"
"But the physicians were powerless"
„En læknarnir voru máttlausir"
"At last the rajah made a proclamation"
„Loksins gaf rajah út yfirlýsingu"
"And he had the drum beat around the kingdom"
„Og hann lét trommuna slá um allt ríkið"
"There was a reward for anyone who cured his son"
„Það var verðlaun fyrir hvern þann sem læknaði son sinn"
"They would become the rajah's son-in-law"
„Þeir yrðu tengdasonur rajahsins"
"And they would get half the kingdom"
„ Og þeir myndu fá hálft konungsríkið"
"An old woman answered the call of the drum"
„Gömul kona svaraði kalli trommunnar"
"All knew her as Phakir's mother"
„Allir þekktu hana sem móður Phakir"
"She said she could cure the rajah's son"
„Hún sagði að hún gæti læknað son rajahsins"
"She had a hut built outside the town"
„Hún lét byggja sér kofa fyrir utan bæinn"
"In the suburbs, next to the waters"
„Í úthverfunum, við vatnið"
"An in the hut she took her abode"
„Og í skálanum settist hún að"
"She also had some huts erected close by"
„Hún lét líka reisa nokkrar kofar þar nærri."

"And in those huts attendants waited"

„Og í þessum kofum biðu þjónar"

"In case she might need their help"

„Ef hún gæti þurft á hjálp þeirra að halda"

"It seems the goddess rose from the waters"

„Það virðist sem gyðjan hafi risið upp úr vatninu"

"Phakir's mother and the attendants seized her"

„Móðir Phakírs og þjónar hans tóku hana höndum"

"And they carried her in a palki to the palace"

„Og þeir báru hana í pallí til hallarinnar"

"The rajah's son saw the water-nymph"

„Sonur rajahsins sá vatnsnymfuna"

"And he was soon restored to his senses"

„Og hann komst fljótlega til meðvitundar"

"They would have married there and then"

„Þau hefðu gifst þar og þá"

"But the water goddess had made a vow"

„En vatnsgyðjan hafði gefið heit"

"She wouldn't look at a man for one year"

„Hún myndi ekki horfa á karlmann í eitt ár"

"The year of the vow is now over"

„Árið sem heitið var á er nú liðið"

"The music is from the rajah's palace"

„Tónlistin er úr höll rajahsins"

"This, in brief, is the story"

„Þetta er í stuttu máli sagan"

The prince's friend could put the story together.

Vinur prinsins gat sett söguna saman.

"a truly wonderful story!"

„Sannarlega frábær saga!"

"So where is Phakir's mother?"

„Hvar er þá móðir Phakírs?"

"And where is Phakir-Chand himself?"

„Og hvar er Phakir-Chand sjálfur?"

"Has he received the hand of the rajah's daughter?"

„Hefur hann tekið við hönd dóttur rajahsins?"

"And has he received half the kingdom?"

„Og hefur hann fengið hálft ríkið?"
The Brahman could also answer these questions.
Brahmaninn gæti einnig svarað þessum spurningum.
"No, they have not married yet"
„Nei, þau eru ekki gift ennþá"
"And he doesn't yet have half the kingdom"
„Og hann hefur ekki enn fengið hálft konungsríkið"
"And, I should say, he is a dimwitted lad"
„Og ég verð að segja að hann er fáviti"
"In fact, no one knows where the lad is"
„Reyndar veit enginn hvar drengurinn er"
"He has been away from home for more than a year"
„Hann hefur verið að heiman í meira en ár"
"That is his manner," he explained.
„Þetta er hans háttur," útskýrði hann.
"He stays away for a long time"
„Hann er lengi í burtu"
"And then suddenly he comes home"
„Og svo skyndilega kemur hann heim"
"And then suddenly he leaves again"
„Og svo skyndilega fer hann aftur"
"I believe his mother expects him to come soon"
„Ég held að mamma hans búist við að hann komi fljótlega"
This was very useful information.
Þetta voru mjög gagnlegar upplýsingar.
"What is he like?" he asked.
„Hvernig er hann?" spurði hann.
"And what does he do when he returns home?"
„Og hvað gerir hann þegar hann kemur heim?"
These questions the Brahman could also answer.
Þessum spurningum gat Brahman einnig svarað.
"Well, he is about your height"
„Jæja, hann er álíka hár og þú"
"Though he is somewhat younger than you"
„Þó að hann sé nokkuð yngri en þú"
"He wears a small piece of cloth round his waist"
„Hann er með lítinn klút um mittið"

"And he rubs his body with ashes"
„Og hann nuddar líkama sinn með ösku"
"He carries the branch of a tree in his hand"
„Hann ber grein af tré í hendi sér"
"And there is a tune to which he dances"
„Og það er lag sem hann dansar við"
"He comes to the door of the hut of his mother"
„Hann kemur að dyrum kofa móður sinnar"
"And he sings 'dhoop! dhoop! dhoop!'"
„Og hann syngur 'dhoop! dhoop! dhoop!'"
"His articulation is very indistinct"
„Málfar hans eru mjög óljóst"
"'Come, stay with your mother,' she says"
„ Komdu, vertu hjá mömmu þinni," segir hún.
"And he always gives the same answer"
„Og hann gefur alltaf sama svarið"
"'No, I won't remain,' he says unintelligibly"
„Nei, ég verð ekki áfram," segir hann óskiljanlega.
"You should hear him when he wants to say yes"
„Þú ættir að heyra hann þegar hann vill segja já"
"To answer in the affirmative he says 'hoom'"
„Til að svara játandi segir hann 'húmm'"
A flood of light entered the prince's friend.
Ljósflóð streymdi inn í vin prinsins.
He now saw very well how matters stood.
Hann sá nú mætavel hvernig málin stæðu.
The princess must have taken the snake-jewel.
Prinsessan hlýtur að hafa tekið snákgimmsteininn.
And she must have left the palace alone.
Og hún hlýtur að hafa yfirgefið höllina ein.
And she was captured without the king's son.
Og hún var tekin til fanga án konungssonar.
Phakir's mother must have the snake-jewel.
Móðir Phakírs hlýtur að eiga snákgimmsteininn.
His friend was still below the water.
Vinur hans var enn undir vatninu.
The prince had no means of escape.

Prinsinn hafði enga leið til að flýja.
He could imagine his friends desolate state.
Hann gat ímyndað sér vini sína í eyði.
And he could imagine how hopeless he must be.
Og hann gat ímyndað sér hversu vonlaus hann hlýtur að vera.
The prince's friend was filled with grief.
Vinur prinsins var fullur sorgar.
But that was not cause to give up hope.
En það var ekki ástæða til að gefa upp vonina.
Perhaps he could rescue his friend.
Kannski gæti hann bjargað vini sínum.
"I must get the jewel from the old woman"
„Ég verð að fá gimsteininn frá gömlu konunni“
"Can I not do it by personating Phakir-Chand?"
„Get ég ekki gert það með því að persónugera Phakir-Chand?“
"His mother is expecting him soon"
„Móðir hans á von á honum bráðlega“
"Maybe I can rescue the princess the same way"
„Kannski get ég bjargað prinsessunni á sama hátt“

He resolved to act the role of Phakir-Chand.
Hann ákvað að leika hlutverk Phakir-Chand.
In the morning he left the Brahman's house.
Að morgni fór hann úr húsi brahmansins.
And he went to the outskirts of the city.
Og hann fór út í úthverfi borgarinnar.
He divested himself of his usual clothing.
Hann afklæðist venjulegum fötum sínum.
Around his waist he put a narrow piece of cloth.
Um mittið lagði hann mjóan klút.
The cloth scarcely reached his knees.
Klæðið náði varla niður á hné.
And he rubbed his body well with ashes.
Og hann nuddaði líkama sinn vel með ösku.
And finally he broke some twigs off a tree.
Og að lokum braut hann nokkrar greinar af tré.

And thus he was ready to play his role.
Og þannig var hann tilbúinn að gegna hlutverki sínu.
He went to the door of the hut of Phakir's mother.
Hann gekk að dyrum kofa móður Phakírs.
And he commenced the operation by dancing.
Og hann hóf aðgerðina með því að dansa.
He danced in a most violent manner.
Hann dansaði á afar ofsafenginn hátt.
And he sung to the tune of"dhoop! dhoop! dhoop!"
Og hann söng við tóninn „dhoop! dhoop! dhoop!"
The dancing attracted the notice of the old woman.
Dansinn vakti athygli gömlu konunnar.
The critical moment had come.
Hin ögrandi stund var runnin upp.
The old woman looked to her door.
Gamla konan leit að dyrunum sínum.
"Phakir-Chand, my son, have you come?"
„Phakir-Chand, sonur minn, ertu kominn?"
"my darling; the gods have become propitious to us"
„Elsku mín, guðirnir hafa verið okkur náðugir"
Her supposed son uttered the monosyllable, "hoom"
Meginn sonur hennar sagði einstefna „húm".
And he danced more violent than before.
Og hann dansaði af meiri ákafa en áður.
And he waved the twig in his hand.
Og hann veifaði greininni í hendi sér.
"this time you must not go away"
„Í þetta skiptið mátt þú ekki fara"
"you must remain with me"
„Þú verður að vera hjá mér"
"no, I won't remain," said the prince's friend.
„Nei, ég verð ekki eftir," sagði vinur prinsins.
"remain with me," the mother tried again.
„Vertu hjá mér," reyndi móðirin aftur.
"i'll get you married to the rajah's daughter"
„Ég skal gifta þig dóttur rajahsins"
"will you marry, Phakir-Chand?"

„Viltu giftast, Phakir-Chand?"
The minister's son replied—"hoom, hoom"
Sonur prestsins svaraði: „Húmm, húmm!"
And he danced even more like a madman.
Og hann dansaði enn frekar eins og brjálæðingur.
"will you come with me to the rajah's house?"
„Viltu koma með mér heim til rajahsins?"
"I'll show you a princess of uncommon beauty"
„Ég skal sýna þér prinsessu af óvenjulegri fegurð"
"She rose from the waters"
„Hún reis upp úr vatninu"
"hoom, hoom," was the answer from his lips.
„Húmm, húmm," var svarið af vörum hans.
And his feet stomped violently to"dhoop! dhoop!"
Og fætur hans trampuðu harkalega til að segja: „Þúp! Þúp!"
"Do you wish to see a jewel, Phakir?"
„Langar þig að sjá gimstein, Phakir?"
"The crest jewel of the serpent"
„Skimsteinn höggormsins"
"The treasure of seven kings"
„Fjársjóður sjö konunga"
"hoom, hoom," was the reply.
„Húmm, húmm," var svarið.
The old woman went back into the hut.
Gamla konan fór aftur inn í kofann.
And she brought out the snake-jewel.
Og hún dró fram snákgimmsteininn.
She put the jewel into the hand of her supposed son.
Hún lagði gimsteininn í hendur meints sonar síns.
The minister's son took the snake-jewel.
Sonur prestsins tók snákskrautið.
He wrapped the jewel up in the piece of cloth.
Hann vafði skartgripnum inn í klæðið.
And he wrapped the cloth around his waist.
Og hann vafði dúknum um mitti sér.
Phakir's mother was delighted beyond measure.
Móðir Phakírs var himinlifandi.

Her son had come at just the right time.
Sonur hennar hafði komið á nákvæmlega réttum tíma.
She went to the rajah's house.
Hún fór heim til rajahsins.
She announced the news of Phakir's appearance.
Hún tilkynnti fréttirnar af komu Phakirs.
And also in order to show Phakir the princess.
Og einnig til að sýna Phakir prinsessuna.
They were given access to the rajah's palace.
Þeim var veittur aðgangur að höll rajahsins.
And all parts of the palace were open to them.
Og allir hlutar hallarinnar voru þeim opnir.
The old woman had saved the rajah's son.
Gamla konan hafði bjargað syni rajahsins.
So she was the most important person in the kingdom.
Þannig að hún var mikilvægasta manneskjan í ríkinu.
She took her supposed son around the palace.
Hún fór með meintan son sinn um höllina.
And she took him to the princess' room.
Og hún fór með hann inn í herbergi prinsessunnar.
Phakir's mother introduced her son to the princess.
Móðir Phakírs kynnti son sinn fyrir prinsessunni.
You can imagine the princess was not best impressed.
Þú getur ímyndað þér að prinsessan hafi ekki verið mjög hrifin.
She did not appreciate the company of a madman.
Hún kunni ekki að meta félagsskap brjálæðings.
A madman, half naked, and covered in ash.
Brjálaður maður, hálfnakinn og þakinn ösku.
And he kept dancing in a wild manner.
Og hann hélt áfram að dansa á villtan hátt.

The three had spent the day together.
Þau þrjú höfðu eytt deginum saman.
It was soon going to be sunset.
Það var brátt að verða sólsetur.
The woman asked her son to come with her.

Konan bað son sinn að koma með sér.
But the supposed Phakir-Chand refused to comply.
En hinn meinti Phakir-Chand neitaði að hlýða.
He said he would stay there that night.
Hann sagðist ætla að gista þar um nóttina.
His mother tried to persuade him to come with her.
Móðir hans reyndi að fá hann til að koma með sér.
But he persisted in his determination.
En hann hélt áfram með ákveðni sína.
He said he would remain with the princess.
Hann sagðist ætla að vera áfram hjá prinsessunni.
Phakir's mother went home without him.
Móðir Phakírs fór heim án hans.
And she told the guards to look after her son.
Og hún sagði verðunum að gæta sonar síns.
Eventually all the palace retired to rest.
Að lokum hvíldi sig öll höllin.
The supposed Phakir spoke to the princess again.
Hinn meinti Phakir talaði aftur við prinsessuna.
But this time he spoke in his own voice.
En að þessu sinni talaði hann með eigin röddu.
"Princess! do you not recognize me?"
„Prinsessa! þekkirðu mig ekki?“
"I am the prince's friend"
„Ég er vinur prinsins“
"I am the friend of your princely husband"
„Ég er vinur höfðingja eiginmanns þíns“
The princess was astonished for a moment.
Prinsessan varð undrandi um stund.
"Who? the prince's friend?"
„Hver? Vinur prinsins?“
"Oh, my husband's best friend"
„ Ó, besti vinur eiginmannsins míns“
"Please rescue me from this terrible captivity"
„Vinsamlegast bjargaðu mér úr þessari hræðilegu haldi“
"This is worse than death"
„Þetta er verra en dauðinn“

"All of this is my own fault"
„Allt þetta er mín eigin sök"
"Rescue me, oh please, thou best of friends!"
„Bjargaðu mér, ó, vinsamlegast, þú besti vinur!"
She then burst into tears.
Hún sprakk þá í grát.
The prince's friend spoke again.
Vinur prinsins tók aftur til máls.
"Do not be disconsolate"
„Verið ekki huglaus"
"I will try my best to rescue you"
„Ég mun gera mitt besta til að bjarga þér"
"I will try to have you out of here tonight"
„Ég skal reyna að fá þig héðan í kvöld"
"But you must do whatever I tell you"
„En þú verður að gera hvað sem ég segi þér"
The princess trusted the prince's friend.
Prinsessan treysti vini prinsins.
"I will do anything you tell me"
„Ég mun gera hvað sem þú segir mér"
After this the supposed Phakir left the room.
Eftir þetta fór hinn meinti Phakir úr herberginu.
He passed through the courtyard of the palace.
Hann gekk gegnum hallargarðinn.
Some of the guards challenged him.
Sumir varðanna ögruðu honum.
"hoom hoom!" he replied.
„Húmm húmm!" svaraði hann.
"I'm just going out for a minute"
„Ég er bara að fara út í smá stund"
"And then I will come back again"
„Og svo kem ég aftur"
They understood that it was the madcap Phakir.
Þeir skildu að þetta var brjáLæðingurinn Phakir.
True to his word he did come back shortly.
Hann stóð við orð sín og kom aftur innan skamms.
And again he went to the princess.

Og aftur fór hann til prinsessunnar.

An hour afterwards he again went out.

Klukkutíma síðar fór hann út aftur.

And again he was challenged by the guards.

Og aftur var hann áskoraður af verðunum.

He made the same reply as at the first time.

Hann svaraði sama og í fyrsta skiptið.

The guards began to talk among themselves.

Verðirnir fóru að tala sín á milli.

"This Phakir surely has no sense"

„Þessi Phakir hefur örugglega ekkert vit"

"He will go out and come in all night"

„Hann fer út og kemur inn alla nóttina"

"Let us leave him to do what he likes"

„Látum hann gera það sem honum sýnist"

"There's no use guarding him all night"

„Það er tilgangslaust að gæta hans alla nóttina"

The minister's son had worn down the guards.

Sonur ráðherrans hafði þreytt niður verðina.

And he was looking for a way to escape.

Og hann var að leita leiða til að flýja.

He kept going in and out until three at night.

Hann hélt áfram að ganga inn og út fram að þrjúleyti um nóttina.

This time there were no guards there.

Að þessu sinni voru engir verðir þar.

Because all the guards had fallen asleep.

Því allir verðir voru sofnaðir.

He was overjoyed at the auspicious circumstance.

Hann var himinlifandi yfir þessum heppilegu aðstæðum.

Then he went back to the princess.

Svo fór hann aftur til prinsessunnar.

"Now, princess, is the time for escape"

„Nú, prinsessa, er kominn tími til að flýja"

"The guards are all asleep"

„Verðirnir eru allir sofandi"

"You must mount on my back"

„Þú verður að setjast á bakið á mér"
"Tie the locks of your hair round my neck"
„Bindðu hárlokkana þína um hálsinn á mér"
"And keep tight hold of me"
„Og haltu fast um mig"
The princess did what she was asked of.
Prinsessan gerði það sem henni var beðið um.
He passed unchallenged through the courtyard.
Hann gekk óáreittur gegnum forgarðinn.
And he had a lovely burden on his back.
Og hann bar yndislega byrði á bakinu.
Eventually he got to the gate of the palace.
Loksins komst hann að hliði hallarinnar.
And he went through without being challenged.
Og hann fór í gegnum þetta án þess að vera mótmæltur.
Then they went to the outskirts of the city.
Síðan fóru þau út í úthverfi borgarinnar.
Eventually he reached the outer suburbs.
Að lokum komst hann að úthverfunum.
They reached the water from which the princess had risen.
Þau komu að vatninu sem prinsessan hafði risið upp úr.
The princess rejoiced at her escape.
Prinsessan fagnaði flóttanum.
But she was still trembling with fear.
En hún skalf enn af ótta.
The prince's friend untied the snake-jewel.
Vinur prinsins leysti snákskrautið.
And together they ascended into the water.
Og saman stigu þau upp í vatnið.
And soon they found back to the subterranean palace.
Og fljótlega fundu þeir aftur neðanjarðarhöllina.
You can imagine how happy the prince was.
Þið getið ímyndað ykkur hversu hamingjusamur prinsinn var.
He had nearly died of grief.
Hann hafði næstum dáið úr sorg.
And you can imagine the princess' happiness too.
Og þú getur líka ímyndað þér hamingju prinsessunnar.

All the three of them were mad with joy.
Þau þrjú voru öll brjáluð af gleði.
For three days they remained in the palace.
Í þrjá daga dvöldu þau í höllinni.
And they retold the prince the whole story.
Og þau sögðu prinsinum alla söguna upp á nýtt.
They told of how the princess was seized.
Þau sögðu frá því hvernig prinsessan var tekin hald.
They told him of her captivity in the palace.
Þau sögðu honum frá fangavist hennar í höllinni.
They described the marriage that was planned.
Þau lýstu hjónabandinu sem fyrirhugað var.
They told him of the old woman.
Þau sögðu honum frá gömlu konunni.
And they told him all about her Phakir-Chand.
Og þau sögðu honum allt frá Phakir-Chand hennar.
They told him how he had impersonated him.
Þeir sögðu honum frá því hvernig hann hefði hermt eftir honum.
And they told him how he freed the princess.
Og þau sögðu honum frá því hvernig hann frelsaði prinsessuna.
I don't need to tell you how grateful they were.
Ég þarf ekki að segja þér hversu þakklát þau voru.
The prince's friend truly was a good friend.
Vinur prinsins var sannarlega góður vinur.
They thanked him in the warmest terms.
Þau þökkuðu honum hlýlega.
And they vowed to always follow his counsel.
Og þeir sóru því eið að fylgja ráðum hans alltaf.

They were all resolved to return home.
Þau voru öll staðráðin í að snúa heim.
They wanted to return to their native country.
Þau vildu snúa aftur til heimalands síns.
The king's son, the minister's son, and the princess.
Sonur konungsins, sonur ráðherrans og prinsessan.

They left the subterranean palace together.
Þau yfirgáfu neðanjarðarhöllina saman.
They lighted the passage with the snake-jewel.
Þau lýstu upp ganginn með snákgistihúsinu.
And they made their way to the upper world.
Og þau lögðu leið sína upp í efri heiminn.
They had neither elephants nor horses waiting for them.
Hvorki biðu þeirra fílar né hestar.
So they had no choice but to travel on foot.
Þau höfðu því ekkert annað val en að ferðast fótgangandi.
The two friends had been bred in the lap of luxury.
Vinirnir tveir höfðu verið alin upp í faðmi munaðs.
Both of them found walking troublesome.
Þau fundu bæði fyrir erfiðleikum með að ganga.
But the princess found it infinitely more troublesome.
En prinsessunni fannst það óendanlega erfiðara.
She was used to even finer treatment.
Hún var vön enn betri meðferð.
The stones of the road were too rough for her.
Steinarnir á veginum voru of hrjúfir fyrir hana.
And the rough stones wounded her tender feet.
Og hrjúfir steinar særðu viðkvæma fætur hennar.
Eventually her feet became very sore.
Að lokum urðu fæturnir hennar mjög aumir.
At times the king's son carried her on his shoulders.
Stundum bar sonur konungs hana á herðum sér.
The load he was carrying was of course lovely.
Byrðin sem hann bar var auðvitað yndisleg.
But although lovely, she was heavy to carry.
En þótt hún væri yndisleg, var hún þung að bera.
And she could not be carried a great distance.
Og hana var ekki hægt að bera langa leið.
And therefore she too had to walk often.
Og þess vegna þurfti hún líka að ganga oft.
One evening they arrived beneath a tree.
Eitt kvöldið komu þau undir tré.
There were no visible signs of human habitations.

Engin sjáanleg merki voru um búsetu manna.

So they decided to make the tree their sleeping place.

Þannig að þau ákváðu að gera tréð að svefnstað sínum.

The prince's friend offered to keep guard.

Vinur prinsins bauðst til að gæta.

"Both of you can go to sleep"

„Þið getið bæði farið að sofa"

"I will keep watch over you both tonight"

„Ég mun vaka yfir ykkur báðum í kvöld"

"In order to prevent any danger"

„Til að koma í veg fyrir alla hættu"

The royal couple soon dozed off.

Konungshjónin blunduðu fljótlega.

And they were locked in the arms of sleep.

Og þau voru læst í örmum svefnsins.

The faithful friend of the prince did not sleep.

Trúr vinur prinsins svaf ekki.

He stayed awake and watched for danger.

Hann var vakandi og var á varðbergi gagnvart hættu.

It so happened they camped under a special tree.

Það vildi svo til að þau tjölduðu undir sérstöku tré.

In the tree swung the nest of two birds.

Í trénu sveiflaði sér hreiður tveggja fugla.

The immortal birds Bihangama and Bihangami.

Ódauðlegu fuglarnir Bihangama og Bihangami.

These birds were endowed with human speech.

Þessir fuglar voru gæddir mannamáli.

And they could also see into the future.

Og þeir gátu líka séð inn í framtíðina.

The minister's son listened the bird's conversation.

Sonur prestsins hlustaði á samtal fuglsins.

He was more than a little astonished at what he heard!

Hann var meira en lítið undrandi yfir því sem hann heyrði!

Bihangama: "The prince's friend risked his own life"

Bihangama: „Vinur prinsins setti eigið líf í hættu"

"He did everything for the safety of his friend"

„Hann gerði allt fyrir öryggi vinar síns"

"But more dangers will befall the king's son"

„En fleiri hættur munu dynja yfir son konungsins"

"And he will find it difficult to save the prince"

„Og hann mun eiga erfitt með að bjarga prinsinum"

Bihangami: "Why is that?"

Bihangami: „Af hverju er það?"

Bihangama: "Many dangers await the king's son"

Bihangama: „Margar hættur bíða sonar konungsins"

"The prince's father will hear of his son's approach"

„Faðir prinsins mun heyra af nálgun sonar síns"

"He will send for him an elephant and some horses"

„Hann mun senda eftir honum fíl og nokkra hesta"

"And he will arrange attendants to meet him"

„Og hann mun útvega þjónum sínum að mæta honum"

"The king's son will ride the elephant"

„Konungssonurinn mun ríða fílinum"

"But he will fall from the back of the elephant"

„En hann mun falla af baki fílsins"

"And he will die from his fall from the elephant"

„Og hann mun deyja af falli sínu frá fílinum"

Bihangami: "But suppose someone prevented this?"

Bihangami: „En gerum ráð fyrir að einhver hafi komið í veg fyrir þetta?"

"Suppose the king's son is not going to ride on the elephant"

„Segjum sem svo að sonur konungsins ætli ekki að ríða á fílinum"

"What might happen if he rides on a horse instead?"

„Hvað gæti gerst ef hann ríður á hestbaki í staðinn?"

"Will he not in that case be saved?"

„Mun hann þá ekki bjargast?"

Bihangama: "Yes, in that case he would escape that fate"

Bihangama: „Já, í því tilfelli myndi hann sleppa við þau örlög"

"But then a fresh danger would await him"

„En þá myndi ný hætta bíða hans"

"When the king's son is in sight of his father's palace"

„Þegar sonur konungs sér höll föður síns"

"When he is in the act of passing through the lion-gate"
„Þegar hann er að fara í gegnum ljónhliðið"
"In that moment the lion-gate will fall upon him"
„Á þeirri stundu mun ljónhliðið falla yfir hann"
"And the stones will crush him to death"
„Og steinarnir munu kremja hann til bana"
Bihangami: "But suppose someone gets there first"
Bihangami: „En gerum ráð fyrir að einhver komist þangað fyrst"
"Suppose someone destroys the lion-gate"
„Segjum sem svo að einhver eyðileggi Ljónhliðið"
"If that happens the king's son couldn't go through the lion-gate"
„Ef það gerist gæti sonur konungsins ekki farið í gegnum ljónhliðið"
"Will not the king's son in that case be saved?"
„Mun þá ekki konungssonurinn bjargast?"
Bihangama: "Yes, in that case he would escape his fate"
Bihangama: „Já, í því tilfelli myndi hann sleppa við örlög sín"
"But then a fresh danger would await him"
„En þá myndi ný hætta bíða hans"
"When the king's son reaches the palace"
„Þegar sonur konungsins kemur í höllina"
"When he sits at a feast prepared for him"
„Þegar hann situr við veislu sem honum er búin"
"The head of a fish will be cooked for him"
„Fiskhaus verður eldaður fyrir hann"
"He will put into his mouth the head of the fish"
„Hann mun leggja fiskhöfuðið í munn sér"
"But the head of the fish will stick in his throat"
„En höfuð fisksins mun festast í hálsi hans"
"And he will choke to death on the head of the fish"
„Og hann mun kafna í höfði fisksins"
Bihangami: "But suppose someone snatches the fish"
Bihangami: „En gerum ráð fyrir að einhver ræni fiskinum"
"Suppose someone takes the head of the fish from his plate"

„Segjum sem svo að einhver taki höfuðið á fiskinum af diskinum sínum"

"Suppose he can't put the fish's head in his mouth"

„Segjum sem svo að hann geti ekki sett fiskhausinn upp í sig"

"Will not the king's son in that case be saved?"

„Mun þá ekki konungssonurinn bjargast?"

Bihangama: "Yes, in that case he will escape his fate"

Bihangama: „Já, ef svo er mun hann sleppa við örlög sín"

"But a fresh danger would await him"

„En ný hætta myndi bíða hans"

"When the prince and princess retire after dinner"

„Þegar prinsinn og prinsessan fara að sofa eftir kvöldmat"

"When they go into their sleeping apartment"

„Þegar þau fara inn í svefníbúðina sína"

"They will lie together in bed"

„Þau munu liggja saman í rúminu "

"A terrible cobra will come into the room"

„Hræðileg kóbra mun koma inn í herbergið"

"And the cobra will bite the king's son to death"

„Og kobran mun bíta son konungsins til bana"

Bihangami: "But suppose someone was in the room"

Bihangami: „En gerum ráð fyrir að einhver væri í herberginu"

"Suppose this person was waiting for the snake"

„Segjum sem svo að þessi manneskja væri að bíða eftir snáknum"

"And suppose that this person cuts the snake into pieces"

„Og gerum ráð fyrir að þessi maður höggi snákinn í sundur"

"Will not the king's son in that case be saved?"

„Mun þá ekki konungssonurinn bjargast?"

Bihangama: "Yes, in that case he will escape his fate"

Bihangama: „Já, ef svo er mun hann sleppa við örlög sín"

"In that case the life of the king's son will be saved"

„Í því tilfelli verður lífi konungssonar bjargað"

"But he who saves him can't repeat these words"

„En sá sem bjargar honum getur ekki endurtekið þessi orð"

"If he tells his secret he will be turned into marble"

„Ef hann segir leyndarmál sitt verður hann að marmara"

Bihangami: "Can the statue be returned to life?"
Bihangami: „Er hægt að endurlífga styttuna?"
Bihangama: "Yes, the marble statue can be restored to life"
Bihangama: „Já, marmarastytta er hægt að endurvekja til lífsins"
"The princess will give birth to a child"
„Prinsessan mun fæða barn"
"They must wash the statue with the blood of the infant"
„Þeir verða að þvo styttuna með blóði ungbarnsins"
The prophetical birds had spoken until that point.
Spámannlegu fuglarnir höfðu talað fram að þeim tímapunkti.
But then they were interrupted by the craw of crows.
En þá voru þau trufluð af krákuhljóði.
The eastern sky tinted in a reddish hue.
Austurhimininn litaðist rauðleitum blæ.
And the travelers beneath the tree bestirred themselves.
Og ferðalangarnir undir trénu hrukku við.
The prophetic conversation came to an end.
Spámannlegu samtalinu lauk.
But the prince's friend had heard everything.
En vinur prinsins hafði heyrt allt.

The next morning they continued their journey.
Næsta morgun héldu þau áfram ferð sinni.
The prince, the princess, and the prince's friend.
Prinsinn, prinsessan og vinur prinsins.
Soon they met the king's procession.
Fljótlega mættu þeir skrúðgöngu konungsins.
There was an elephant, a horse, and a palki.
Þar var fíll, hestur og palki.
And there was a large number of attendants.
Og þar var mikill fjöldi þjóna.
These animals and men had been sent by the king.
Þessi dýr og menn höfðu verið sendir af konunginum.
The king heard his son was with his friend.
Konungurinn heyrði að sonur hans væri með vini sínum.
And he had heard that his son had married.

Og hann hafði heyrt að sonur hans hefði gifst.
And he heard they were not far from the capital.
Og hann heyrði að þau væru ekki langt frá höfuðborginni.
The elephant had been richly caparisoned.
Fíllinn hafði verið ríkulega útbúinn.
The elephant was intended for the prince.
Fíllinn var ætlaður prinsinum.
The framework of the palki was of silver.
Grindin á palkíinu var úr silfri.
The palki was meant for the princess.
Palkin var ætluð prinsessunni.
And the horse was for the prince's friend.
Og hesturinn var handa vini prinsins .
The prince was about to mount on the elephant.
Prinsinn var í þann mund að stíga á fílinn.
But then his friend spoke to him.
En þá talaði vinur hans við hann.
"Allow me to ride on the elephant, please"
„Leyfðu mér að ríða á fílinum, vinsamlegast"
"And you can ride back on horseback"
„Og þú getur riðið til baka á hestbaki"
The prince was not a little surprised.
Prinsinn varð ekki lítið hissa.
The proposal had been made in a very cold manner.
Tillagan hafði verið sett fram á mjög kuldalegan hátt.
Maybe his friend felt a little too entitled.
Kannski fannst vini hans hann eiga aðeins of mikið rétt á
þessu.
And the king's son was slightly annoyed.
Og konungssonurinn varð dálítið pirraður.
But he remembered what his friend had done for him.
En hann mundi eftir því sem vinur hans hafði gert fyrir hann.
And he remembered how he saved the princess.
Og hann mundi hvernig hann hafði bjargað prinsessunni.
So he mounted the horse without objecting.
Svo steig hann á bak hestsins án þess að mótmæla.
But his mind became somewhat alienated from him.

En hugur hans varð nokkuð fjarlægur honum.
The procession towards the capital started again.
Skrúðgangan í átt að höfuðborginni hófst á ný.
After some time they came in sight of the palace.
Eftir smá stund komu þeir í sjónmáli við höllina.
The lion-gate had been gaily adorned.
Ljónhliðið hafði verið fagurlega skreytt.
There was a grand reception for the prince.
Þar var haldin mikil móttaka fyrir prinsinn.
And the princess was equally anticipated.
Og prinsessunnar var jafn væntanleg.
But the prince's friend seemed to have an objection.
En vinur prinsins virtist hafa eitthvað á móti því.
"I want the lion-gate to be broken down"
„Ég vil að ljónhliðið verði brotið niður"
The prince was astounded at the proposal.
Prinsinn varð undrandi yfir tillögunni.
The request was very out of the ordinary.
Beiðnin var mjög óvenjuleg.
And he had given no reason for his demand.
Og hann hafði ekki gefið neina ástæðu fyrir kröfu sinni.
But he remembered all his friend had done for him.
En hann mundi eftir öllu því sem vinur hans hafði gert fyrir hann.
And he remembered how he saved the princess.
Og hann mundi hvernig hann hafði bjargað prinsessunni.
So he complied with the wish of his friend.
Þannig að hann varð við ósk vinar síns.
And the beautiful lion-gate was torn down.
Og hið fagra ljónhlið var rifið niður.
But his mind became even more estranged from him.
En hugur hans varð enn fjarlægari honum.
The procession now went into the palace.
Skrúðgangan gekk nú inn í höllina.
The king gave a warm reception to his son.
Konungurinn tók á móti syni sínum með hlýjum kveðjum.
He welcomed his daughter-in-law equally warmly.

Hann tók tengdadóttur sinni jafn hlýlega á móti.

And he was very pleased to see the prince's friend.

Og hann var mjög ánægður að sjá vin prinsins.

The story of their adventures was related.

Sagan af ævintýrum þeirra var sögð.

The king expressed great astonishment at the tale.

Konungurinn lýsti yfir mikilli undrun yfir sögunni.

And his courtiers were equally impressed.

Og hirðmenn hans voru jafn hrifnir.

All praised the minister's son's devotion.

Allir lofuðu hollustu sonar prestsins.

And the ladies of the palace praised the princess.

Og hallardömurnar lofuðu prinsessuna.

The connoisseurs of beauty praised the princess.

Fegurðarunnendur lofuðu prinsessuna.

Her complexion was a mixture of milk and vermilion.

Hörundslit hennar var blanda af mjólkurrauðri og vermilionrauðri.

Her neck was like that of a swan.

Háls hennar var eins og á svani.

Her eyes were like those of a gazelle.

Augun hennar voru eins og augu gasellunnar.

Her lips were as red as the berry bimba.

Varir hennar voru rauðar eins og berjabimba.

Her cheeks were as lovely as they could be.

Kinnar hennar voru eins fallegar og þær geta verið.

And her nose was straight and high.

Og nefið á henni var beint og hátt.

Her hair reached down to her ankles.

Hár hennar náði niður á ökkla.

Her walk was as graceful as that of a young elephant.

Göngulag hennar var eins fallegt og hjá ungum fíl.

The princess whom destiny had brought to them.

Prinsessuna sem örlögin höfðu fært þeim.

They sat around her wanting to know everything.

Þau sátu í kringum hana og vildu vita allt.

And they put to her a thousand questions.

Og þeir lögðu fyrir hana þúsund spurningar.
They asked her about her parents.
Þau spurðu hana um foreldra hennar.
They asked her about the subterranean palace.
Þau spurðu hana um neðanjarðarhöllina.
And they asked her all about the serpent.
Og þeir spurðu hana allt um höggorminn.
The serpent which had killed all her relatives.
Höggormurinn sem hafði drepið alla ættingja hennar.
Soon it was time for the new arrivals to dine.
Fljótlega var kominn tími til að nýkomumennirnir borðuðu.
The dinner was served up in dishes of gold.
Kvöldverðurinn var borinn fram í gullnum skálum.
All sorts of delicacies were on the table.
Alls konar kræsingar voru á borðum.
The most conspicuous dish was the head of a rohita fish.
Áberandi rétturinn var höfuð rohita-fisks.
The large fish's head was placed in a golden cup.
Höfuð stóra fisksins var sett í gullbikar.
And the cup was placed near the prince's plate.
Og bikarinn var settur nálægt diski prinsins.
All were eating and retelling the adventure.
Allir voru að borða og rifja upp ævintýrið.
And suddenly the prince's friend snatched the head.
Og skyndilega hrifsaði vinur prinsins höfuðið.
He took the fish's head from the prince's plate.
Hann tók fiskhöfuðið af diski prinsins.
"Let me, prince, eat this rohita's head"
„Leyfðu mér, prins, að éta höfuð þessarar rohitu"
The king's son was quite indignant.
Konungssonurinn var frekar reiður.
But he remembered all his friend had done for him.
En hann mundi eftir öllu því sem vinur hans hafði gert fyrir
hann.
And he remembered how he saved the princess.
Og hann mundi hvernig hann hafði bjargað prinsessunni.
And so he made no objection to the request.

Og því mótmælti hann ekki beiðninni.
But he could not hide his terrible rage.
En hann gat ekki leynt hræðilegri reiði sinni.
Of course the prince's friend noticed this.
Auðvitað tók vinur prinsins eftir þessu.
But there was nothing else he could have done.
En það var ekkert annað sem hann hefði getað gert.
His conduct, however strange, was necessary.
Hegðun hans, hversu undarleg sem hún var, var nauðsynleg.
It was for the safety of his friend's life.
Það var til að tryggja líf vinar síns.
Nor could he tell his friend the reason.
Hann gat heldur ekki sagt vini sínum ástæðuna.
Else he would be transformed into a marble statue.
Annars yrði hann umbreytt í marmarastyttu.
Soon the dinner was going to be over.
Brátt var kvöldverðinum lokið.
The prince's friend had one more request.
Vinur prinsins hafði eina beiðni í viðbót.
The two friends had spent every night together.
Vinirnir tveir höfðu eytt hverri nóttu saman.
But tonight he wanted to go to his own house.
En í kvöld vildi hann fara heim til sín.
The prince was also shocked at his strange conduct.
Prinsinn var einnig hneykslaður á undarlegri hegðun hans.
But he remembered all his friend had done for him.
En hann mundi eftir öllu því sem vinur hans hafði gert fyrir hann.
And he remembered how he saved the princess.
Og hann mundi hvernig hann hafði bjargað prinsessunni.
And he also agreed to this request of his friend.
Og hann samþykkti einnig þessa beiðni vinar síns.
The prince's friend, however, had other plans.
Vinur prinsins hafði hins vegar aðrar áætlanir.
He had no intentions of going to his own house.
Hann hafði engar áætlanir um að fara heim til sín.
He was resolved to avert the last peril.

Hann var staðráðinn í að afstýra síðustu hættunni.
The last thing to threaten the life of his friend.
Það síðasta sem ógnaði lífi vinar síns.
Accordingly, he took a sword into his hand.
Þess vegna tók hann sverð í hönd sér.
And he stealthily entered the royal room.
Og hann gekk laumulega inn í konungsherbergið.
The room of the prince and the princess.
Herbergi prinsins og prinsessunnar.
He ensconced himself under the bedstead.
Hann skreið niður undir rúmstokknum.
The bed was furnished with mattresses of down.
Rúmið var með dúndýnum.
The mosquito curtains were of the richest silk.
Mýflugnatjöldin voru úr ríkasta silki.
And all the bedding was laced with gold.
Og öll rúmfötin voru skreytt gulli.
Soon the prince and princess came into the bedroom.
Fljótlega komu prinsinn og prinsessan inn í svefnherbergið.
They undressed themselves and went to bed.
Þau afklæddu sig og fóru að sofa.
And soon the royal couple were asleep.
Og brátt sofnuðu konungshjónin.
At midnight he heard the slithering of a snake.
Um miðnætti heyrði hann snák skríða.
The sound was coming from a water passage.
Hljóðið kom úr vatnsgöng.
A snake of gigantic size entered the room.
Risastór snákur kom inn í herbergið.
The serpent climbed up the frame of the bed.
Höggormurinn klifraði upp rúmstokkinn.
The minister's son rushed out with the sword.
Sonur prestsins hljóp út með sverðið.
And he killed the serpent with one blow.
Og hann drap höggorminn með einu höggi.
And then he cut the snake into smaller pieces.
Og svo skar hann snákinn í smærri bita.

He put the pieces in the dish for holding betel-leaves.
Hann setti bitana í skálina til að geyma betellaufin í.
But as he did this, he spilled a drop of blood.
En um leið og hann gerði þetta, hellti hann blóðdropa.
The drop of blood fell on the breast of the princess.
Blóðdropinn féll á brjóst prinsessunnar.
Because the mosquito curtains had not been let down.
Vegna þess að moskítóflugutjöldin höfðu ekki verið látin niður.
He worried for the health of the princess.
Hann hafði áhyggjur af heilsu prinsessunnar.
The blood might be of some sort of poison.
Blóðið gæti verið af einhvers konar eitri.
So he resolved to lick up the blood.
Svo ákvað hann að sleikja blóðið.
But he could not look at the naked princess.
En hann gat ekki horft á nakta prinsessuna.
It would have been a great sin.
Það hefði verið mikil synd.
So he blindfolded himself with seven-fold cloth.
Þá huldi hann augun fyrir sér með sjöföldum dúk.
And he licked off the drop of blood.
Og hann sleikti blóðdropann.
But just at this time the princess awoke.
En einmitt á þessum tíma vaknaði prinsessan.
Her scream roused her husband from his sleep.
Óp hennar vakti eiginmann hennar úr svefni.
And he could not believe what he was seeing.
Og hann gat ekki trúað því sem hann sá.
The prince fell into a great rage.
Prinsinn féll í mikla reiði.
And he was prepared to kill his friend.
Og hann var tilbúinn að drepa vin sinn.
But he gave his friend a chance to speak.
En hann gaf vini sínum tækifæri til að tala.
"Please, my friend, restrain your anger"
„Vinsamlegast, vinur minn, stilltu reiði þína"

"I have done this only to save your life"
„Ég hef aðeins gert þetta til að bjarga lífi þínu"
The prince was more confused than before.
Prinsinn var ruglaðri en áður.
"I do not understand what you mean"
„Ég skil ekki hvað þú átt við"
"From the time we came out of the subterranean palace"
„Frá þeim tíma sem við komum út úr neðanjarðarhöllinni"
"You have been behaving in a most extraordinary way"
„Þú hefur hagað þér á afar óvenjulegan hátt"
"First, you insisted on riding my elephant"
„Fyrst krafðist þú þess að fá að ríða fílnum mínum"
"The elephant my father had sent for me"
„Fíllinn sem pabbi minn sendi eftir mér"
"I thought it was vain of you to ask"
„Ég hélt að það væri hégómi af þér að spyrja"
"But I remembered what you had done for me"
„En ég mundi hvað þú hafðir gert fyrir mig"
"And I decided to let the matter pass"
„Og ég ákvað að láta málið liggja á milli hluta"
"And instead I rode back on horseback"
„Og í staðinn reið ég til baka á hestbaki"
"Secondly, you insisted on destroying the lion-gate"
„Í öðru lagi krafðist þú þess að eyðileggja Ljónhliðið"
"The lion-gate my father had adorned for me"
„Ljónhliðið sem faðir minn hafði skreytt fyrir mig"
"I thought it was strange of you to ask"
„Mér fannst það skrýtið af þér að spyrja"
"But I remembered what you had done for me"
„En ég mundi hvað þú hafðir gert fyrir mig"
"And I decided to let the matter pass"
„Og ég ákvað að láta málið liggja á milli hluta"
"And I had the lion-gate destroyed"
„Og ég lét eyðileggja Ljónhliðið"
"Thirdly, at dinner you behaved most shamefully"
„Í þriðja lagi, við kvöldmatinn hegðaðir þú þér afar
skammarlega"

"You snatched the rohita's head from my plate"
„Þú hrifsaðir höfuð rohitunnar af diskinum mínum"
"And you insisted on eating the fish head"
„Og þú krafðist þess að borða fiskhausinn"
"I thought you felt too entitled"
„Mér fannst þú hafa of mikla réttindi"
"But I remembered what you had done for me"
„En ég mundi hvað þú hafðir gert fyrir mig"
"So I decided to let the matter pass"
„Þannig að ég ákvað að láta málið liggja á milli hluta"
"You then pretended that you were going home"
„Þá þóttist þú vera að fara heim"
"And I was very glad you were going home"
„Og ég var mjög ánægð að þú værir að fara heim"
"Because you had made yourself very disagreeable"
„Því þú hafðir gert þig mjög óþægilegan"
"And now you are actually in my bedroom"
„Og nú ertu í raun og veru í svefnherberginu mínu"
"You are bending over the naked bosom of my wife"
„Þú beygir þig yfir berbrjóst konu minnar"
"You must have had some evil plan"
„Þú hlýtur að hafa haft einhverja illar áætlanir"
"And now you pretend you are saving my life"
„Og nú þykist þú vera að bjarga lífi mínu"
"But I don't believe you want to save my life"
„En ég trúi ekki að þú viljir bjarga lífi mínu"
"I believe you want to destroy my wife's chastity"
„Ég held að þú viljir eyðileggja hreinskilni konu minnar"
The prince's friend knew how things looked.
Vinur prinsins vissi hvernig á þessu stóð.
"Oh, do not harbor such thoughts in your mind"
„Ó, hafðu ekki slíkar hugsanir í huga þínum"
"Please do not think badly against me"
„Vinsamlegast ekki hugsa illa um mig"
"The gods know what I have done"
„Guðirnir vita hvað ég hef gert"
"They know I did it to save your life"

„Þau vita að ég gerði þetta til að bjarga lífi þínu"
"You would see the reasonableness of my conduct"
„Þú myndir sjá hversu sanngjarnt hegðun mín er"
"But I don't have liberty to state my reasons"
„En ég hef ekki frelsi til að tilgreina ástæður mínar"
The prince asked him to explain himself.
Prinsinn bað hann um að útskýra sig.
"And why are you not at liberty?"
„Og hvers vegna eruð þið ekki frjáls?"
"Who has put a seal upon your mouth?"
„Hver hefur sett innsigli á munn þinn?"
And the prince's friend answered.
Og vinur prinsins svaraði.
"Destiny has put a seal upon my mouth"
„Örlögin hafa sett innsigli á munn minn"
"If I told you, I would be transformed into marble"
„Ef ég segði þér það, myndi ég breytast í marmara"
The prince grew angrier with his friend.
Prinsinn varð reiðari við vin sinn.
"You should be transformed into a marble statue!"
„Þú ættir að breytast í marmarastyttu!"
"You must take me to be a simpleton"
„Þú hlýtur að halda að ég sé einfeldningur"
"You can't expect me to believe this nonsense"
„Þú getur ekki ætlast til þess að ég trúi þessu rugli "
The minister's son made one last request.
Sonur ráðherrans bar fram eina síðustu beiðni.
"Do you wish me then, friend, for me to tell you?
„Viltu þá, vinur, að ég segi þér það?"
"You would make your friend turn into stone?"
„Þú myndir láta vin þinn breytast í stein?"
The prince wanted to hear the reason.
Prinsinn vildi heyra ástæðuna.
He did not care about the consequences.
Honum var alveg sama um afleiðingarnar.
"Tell me, or else you are a dead man"
„Segðu mér það, annars ertu dauður maður"

The prince's friend wanted to clear his name.

Vinur prinsins vildi hreinsa mannorð sitt.

He wanted no foul accusations brought against him.

Hann vildi ekki að neinar óheiðarlegar ásakanir yrðu bornar á sig.

And he deemed it his duty to reveal the secret.

Og hann taldi það skyldu sína að afhjúpa leyndarmálið.

Even if this would put his life at risk.

Jafnvel þótt þetta myndi stofna lífi hans í hættu.

He again warned the prince not to ask him.

Hann varaði prinsinn aftur við að spyrja hann.

But the prince remained inexorable.

En prinsinn var óbilandi.

The prince's friend then told him his secret.

Vinur prinsins sagði honum þá leyndarmál sitt.

"While sleeping under a lofty tree one night"

„Þegar ég svaf undir háu tré eina nóttina"

"I overheard a conversation between two birds.

„Ég heyrði samtal milli tveggja fugla."

"The prophesizing birds Bihangama and Bihangami"

„Spáfuglarnir Bihangama og Bihangami"

"Bihangama predicted all the dangers in your life"

„Bihangama spáði fyrir um allar hættur í lífi þínu"

"First the bird predicted your father would send an elephant"

„Fyrst spáði fuglinn að faðir þinn myndi senda fíl"

"The bird said you would fall from the elephant"

„Fuglinn sagði að þú myndir detta af fílinum"

"And the bird said you would die from the fall"

„Og fuglinn sagði að þú myndir deyja úr fallinu"

At this point the minister's son's legs turned to stone.

Á þessum tímapunkti urðu fætur sonar prestsins að steini.

"See? my legs have already turned to stone"

„Sjáðu? Fæturnir á mér eru þegar orðnir að steini."

"Go on with your story," said the prince.

„Haltu áfram með sögu þína," sagði prinsinn.

And the prince's friend continued the story.

Og vinur prinsins hélt áfram sögunni.

"The bird said the lion-gate would be gaily decorated"

„Fuglinn sagði að ljónhliðið yrði fagurlega skreytt"

"And the bird said the lion-gate would collapse on you"

„Og fuglinn sagði að ljónhliðið myndi hrynja yfir þig"

"If the lion-gate had fallen on you, you would have died"

„Ef ljónhliðið hefði fallið yfir þig, hefðir þú dáið"

At this point the minister's son's torso turned to stone.

Á þessum tímapunkti breyttist búkur sonar prestsins í stein.

But the prince insisted the minister's son continues.

En prinsinn krafðist þess að sonur ráðherrans héldi áfram.

"Go on with your story," said the prince.

„Haltu áfram með sögu þína," sagði prinsinn.

"The bird said there would be the head of a fish"

„Fuglinn sagði að þar væri fiskhaus."

"And the bird predicted you would choke on the fish"

„Og fuglinn spáði því að þú myndir kafna í fiskinum"

Now his head was the only thing not of stone.

Nú var höfuð hans það eina sem ekki var úr steini.

"See? my whole body has turned to stone"

„Sjáðu? Allur líkami minn er orðinn að steini."

"If I continue, I will become a man of stone"

„Ef ég held áfram verð ég maður úr steini"

"Do you wish me to tell the rest"

„Viltu að ég segi restina frá þér"

"Go on with your story," said the prince.

„Haltu áfram með sögu þína," sagði prinsinn.

"Very well, I will go on to the end"

„Mjög gott, ég held áfram alveg til enda"

"But you may repent after I tell you"

„En þú getur iðrast eftir að ég segi þér það."

"And you may wish to restore me to life"

„Og þú gætir viljað vekja mig til lífs"

"I will tell you how to reverse the spell"

„Ég skal segja þér hvernig á að snúa við galdurinn"

"In a few months the princess will bear a child"

„Eftir nokkra mánuði mun prinsessan eignast barn"

"Wait for the birth of the child"
„Bíddu eftir fæðingu barnsins“
"Besmear my statue with the infant's blood"
„Smyrjið styttu mína með blóði ungbarnsins“
"Only then will I be restored back to life"
„Þá fyrst verð ég aftur kominn til lífsins“
The last word left his lips, and he turned to stone.
Síðasta orðið sleppti vörum hans og hann breyttist í stein.
The princess jumped out of bed.
Prinsessan stökk fram úr rúminu.
She opened the vessel for betel-leaves and spices.
Hún opnaði ílátið fyrir betellauf og krydd.
And she saw the pieces of a serpent.
Og hún sá brot af höggormi.
The prince and the princess were now convinced.
Prinsinn og prinsessan voru nú sannfærð.
They saw the good faith of their departed friend.
Þau sáu góðvild hins látna vinar síns.
They saw the benevolence of his actions.
Þau sáu góðvildina í gjörðum hans.
They went to the marble statue.
Þau fóru að marmarastyttunni.
But the statue of their friend was lifeless.
En styttan af vini þeirra var líflaus.
They let out a loud cry lamentation.
Þau létu upp hátt harmakvein.
But their cries were to no purpose.
En grátur þeirra var tilgangslaus.
Because the statue was not moved by tears.
Því að styttan var ekki snert af tárum.
The prince and princess knew what they had to do.
Prinsinn og prinsessan vissu hvað þau þurftu að gera.
They concealed the marble figure in a safe place.
Þau földu marmaramyndina á öruggum stað.
And they waited for the birth of their child.
Og þau biðu eftir fæðingu barnsins.
In process of time the hour came.

Með tímanum rann upp stundin.
The princess's travail had arrived.
Fílagangur prinsessunnar var kominn.
The princess bore a beautiful boy.
Prinsessan fæddi fallegan dreng.
The child was the perfect image of his mother.
Barnið var hin fullkomna ímynd móður sinnar.
The beauty of their child was striking.
Fegurð barns þeirra var áberandi.
And they were in awe of him.
Og þau voru agndofa yfir honum.
They would have spared his life.
Þeir hefðu þyrmt lífi hans.
But they remembered their best friend.
En þau mundu eftir besta vini sínum.
They remembered all he had done for them.
Þau mundu eftir öllu sem hann hafði gert fyrir þau.
But now he was a lifeless stone.
En nú var hann líflaus steinn.
And they remembered the vows they had made.
Og þau minntust heitanna sem þau höfðu gefið.
And they cut the child into two.
Og þeir skáru barnið í tvennt.
They besmeared the statue with the child's blood.
Þeir smurðu styttuna með blóði barnsins.
And their friend became animated back to life.
Og vinur þeirra lifnaði við á ný.
They were glad to see him alive again.
Þau voru glöð að sjá hann á lífi aftur.
But the prince's friend was overwhelmed with grief.
En vinur prinsins var gagntekinn af sorg.
Because he saw the new-born in a pool of blood.
Því hann sá nýfædda barnið í blóðpolli.
So he picked up the dead infant.
Svo tók hann upp látna ungbarnið.
He carefully wrapped the child in a towel.
Hann vafði barninu vandlega inn í handklæði.

And he resolved to get the child restored to life.
Og hann ákvað að endurlífga barnið.
He consulted all the physicians of the country.
Hann ráðfærði sig við alla lækna landsins.
They all told him the same thing.
Þau sögðu honum öll það sama.
A cure can be found for any illness.
Hægt er að finna lækning við hvaða sjúkdómi sem er.
But life requires the spark of life.
En lífið þarfnast lífsneistans.
When the spark is gone, it is beyond their jurisdiction.
Þegar neistinn er horfinn er það utan þeirra valdsviðs.
And so they had to go on with their lives.
Og því urðu þau að halda áfram með líf sitt.

Eventually the prince's friend returned to his wife.
Að lokum sneri vinur prinsins aftur til konu sinnar.
She was a devoted worshipper of the goddess kali.
Hún var dyggur dýrkandi gyðjunnar Kali.
She was the only one who could return life.
Hún var sú eina sem gat endurlífgað.
His wife was living in a distant town.
Kona hans bjó í fjarlægum bæ.
So he set out on a journey to the town.
Svo lagði hann af stað í ferð til bæjarins.
His wife still lived in her father's house.
Kona hans bjó enn í húsi föður síns.
Adjoining the house there was a garden.
Við hliðina á húsinu var garður.
And in the garden there was a tree.
Og í garðinum var tré.
The child had been stored in that tree.
Barnið hafði verið geymt í því tré.
His wife was overjoyed to see her husband.
Kona hans var himinlifandi að sjá eiginmann sinn.
She had not seen him for a long time.
Hún hafði ekki séð hann í langan tíma.

But she was surprised when she saw him.
En hún varð undrandi þegar hún sá hann.
Her husband was very melancholy that day.
Eiginmaður hennar var mjög dapur þann dag.
He spoke very little to his wife.
Hann talaði mjög lítið við konu sína.
And his wife knew that he was not himself.
Og konan hans vissi að hann var ekki hann sjálfur.
He was brooding over something in his mind.
Hann var að velta einhverju fyrir sér í huganum.
She asked the reason for his melancholy.
Hún spurði hver orsök dapurleika hans væri.
But he kept quiet, and wouldn't tell her.
En hann þagði og sagði henni það ekki.
One night they were lying together in bed.
Eina nóttina lágu þau saman í rúminu.
The wife got up and left the marital bed.
Konan stóð upp og fór úr hjónarúminu.
She opened the door and went into the garden.
Hún opnaði dyrnar og gekk út í garðinn.
Her husband had not been able to sleep well.
Eiginmaður hennar hafði ekki getað sofið vel.
Therefore he awoke from the movement of his wife.
Þess vegna vaknaði hann við hreyfingar konu sinnar.
He heard her leave in the dead of the night.
Hann heyrði hana fara út mitt í nótt.
And he was determined to follow her.
Og hann var staðráðinn í að fylgja henni.
But he was also determined not to be noticed.
En hann var líka staðráðinn í að láta ekki eftir sér sjá.
She went to a temple of the goddess kali.
Hún fór í musteri gyðjunnar Kali.
The temple was at no great distance from her house.
Musterið var ekki í mikilli fjarlægð frá húsi hennar.
She worshipped the goddess with flowers.
Hún tilbað gyðjuna með blómum.
And she worshiped the goddess with sandal-wood perfume.

Og hún tilbað gyðjuna með ilmi úr sandelviði.
"Oh mother kali! have mercy upon me"
„Ó, móðir Kali! miskunna þú mér"
"Deliver me out of all my troubles"
„Bjargaðu mér úr öllum mínum vandræðum"
The goddess replied to the woman.
Gyðjan svaraði konunni.
"Why, what further grievance have you?
„Hvað hefur þú þá frekar að kvarta yfir?"
"You long prayed for the return of your husband"
„Þú hefur lengi beðið um að eiginmaður þinn kæmi aftur"
"And your prayers have been answered"
„Og bænir þínar hafa verið svarað"
"Your husband has returned to you"
„Maðurinn þinn er kominn aftur til þín"
"So then, what ails thee now?"
„Hvað er þá að þér núna?"
The woman answered the goddess.
Konan svaraði gyðjunni.
"True, oh mother, my husband has come to me"
„Satt, móðir mín, maðurinn minn er kominn til mín"
"But he has come to me in a melancholy mood"
„En hann hefur komið til mín í dapurlegu skapi"
"He hardly speaks to me when I speak to him"
„Hann talar varla við mig þegar ég tala við hann"
"He takes no delight in me when he is with me"
„Hann hefur enga ánægju af mér þegar hann er með mér"
"All he does is sit melancholy in a corner"
„Hann situr bara dapur í horni"
The goddess replied to her devotee.
Gyðjan svaraði dýrkanda sínum.
"Ask your husband why he feels melancholy"
„Spyrðu eiginmann þinn hvers vegna hann er dapur"
"When he tells you, let me know the reason"
„Þegar hann segir þér það, láttu mig vita ástæðuna"
The minister's son overheard the conversation.
Sonur ráðherrans heyrði samtalið.

But he stayed unnoticed by the goddess.
En gyðjan lét hann óáreitta.
And his wife did not notice him either.
Og konan hans tók ekki eftir honum heldur.
He quietly slunk away before his wife.
Hann laumaðist hljóðlega burt fyrir framan konu sína.
And he returned back to bed before her.
Og hann fór aftur upp í rúmið á undan henni.
The following day the wife asked her husband.
Daginn eftir spurði konan eiginmann sinn.
"My dear husband, why are you in a melancholy mood?"
„Kæri eiginmaður minn, hví ertu í dapurlegu skapi?"
Her husband retold the whole story.
Eiginmaður hennar endursagði alla söguna.
He told her about the jewel serpent.
Hann sagði henni frá gimsteinsorminum.
He told her about the subterranean palace.
Hann sagði henni frá neðanjarðarhöllinni.
He told her about the princess being captured.
Hann sagði henni frá því að prinsessan hefði verið tekin til
fanga.
He told her how he freed the princess.
Hann sagði henni hvernig hann hefði frelsað prinsessuna.
And he told her about Bihangama and Bihangami.
Og hann sagði henni frá Bihangama og Bihangami.
He told her how he had turned to stone.
Hann sagði henni frá því hvernig hann hafði breyst í stein.
And he told her how he was returned back to life.
Og hann sagði henni frá því hvernig hann var látinn lifna við.
So he told her also about the killing of the child.
Svo sagði hann henni líka frá morðinu á barninu.
That night his wife left the bed again.
Um kvöldið fór konan hans aftur úr rúminu.
And she returned to the goddess kali's temple.
Og hún sneri aftur til musteri gyðjunnar Kali.
And she told the goddess of her husband's melancholy.
Og hún sagði gyðjunni frá depurð eiginmanns síns.

The goddess listened intently to what was said.
Gyðjan hlustaði með athygli á það sem sagt var.
"Bring the child here and I will restore it to life"
„Færið barnið hingað og ég mun vekja það til lífs"
The next night she left the marital bed again.
Næstu nótt fór hún úr hjónarúminu aftur.
She went to the tree in the garden.
Hún fór að trénu í garðinum.
And she took the child from the tree.
Og hún tók barnið úr trénu.
And she took the child to the goddess kali.
Og hún fór með barnið til gyðjunnar Kali.
And the goddess kali returned the child back to life.
Og gyðjan Kali vakti barnið aftur til lífsins.
The prince's friend was entranced with joy.
Vinur prinsins var heillaður af gleði.
He picked up the reanimated child.
Hann tók upp endurlífgað barnið.
And he ran as fast as he could to his friend.
Og hann hljóp eins hratt og hann gat til vinar síns.
And he gave him his child, alive and well.
Og hann gaf honum barn sitt, lifandi og hraust.
They all rejoiced with exceedingly great joy.
Þau fögnuðu öll með mikilli gleði.
And they lived together happily till the day of their death.
Og þau lifðu saman hamingjusöm til dauðadags.

The Indignant Brahman
Hinn reiður Brahman

There was once a poor Brahman.
Það var einu sinni fátækur brahman.
This poor Brahman had a wife.
Þessi fátæki brahman átti konu.
And he also had four children.
Og hann átti líka fjögur börn.
He was a very poor man.
Hann var mjög fátækur maður.
And he had no resources in the world.
Og hann hafði engar auðlindir í heiminum.
He lived from the charity of others.
Hann lifði á góðgerðarstarfi annarra.
During marriages he earned well.
Á hjónaböndum þénaði hann vel.
And he earned well during funerals.
Og hann þénaði vel á jarðarförum.
But his parishioners did not marry daily.
En sóknarbörn hans giftust ekki daglega.
And they did not die every day either.
Og þau dóu ekki heldur á hverjum degi.
It was difficult to make the two ends meet.
Það var erfitt að ná endum saman.
His wife often rebuked him.
Konan hans ávítaði hann oft.
"Why can you not support me?"
„Hvers vegna geturðu ekki stutt mig?"
"Our children run around naked"
„Börnin okkar hlaupa um nakin"
"And they suffer from hunger"
„Og þau þjást af hungri"
Though poor, he was a good man.
Þótt hann væri fátækur var hann góður maður.
And he was diligent in his devotions.
Og hann var kostgæfinn í guðsþjónustu sinni.

Every day he said his prayers.
Á hverjum degi bað hann bænir sínar.
He prayed at the same time each day.
Hann baðst fyrir á sama tíma á hverjum degi.
His tutelary deity was the Goddess Durga.
Verndargoð hans var gyðjan Durga.
She is the consort of Shiva.
Hún er eiginkona Shiva.
She is the creative energy of the universe.
Hún er sköpunarorka alheimsins.
Every day he wrote the name of Durga.
Á hverjum degi skrifaði hann nafnið Durga.
He wrote the name in red ink.
Hann skrifaði nafnið með rauðu bleki.
At least one hundred and eight times.
Að minnsta kosti hundrað og átta sinnum.
He did not drink or eat till he did this.
Hann hvorki drakk né borðaði fyrr en hann hafði gert þetta.
throughout the day he uttered prayers.
allan daginn flutti hann bænir.
"O Durga! have mercy upon me"
„Ó, Durga! miskunna þú mér"
He prayed whenever he felt anxious.
Hann baðst fyrir alltaf þegar hann var kvíðinn.
And he often felt anxious.
Og hann fann oft fyrir kvíða.
Because he lived in poverty.
Því hann lifði í fátækt.
He prayed when his worries were too much.
Hann baðst fyrir þegar áhyggjur hans voru of miklar.
And there were many things he worried about.
Og það var margt sem hann hafði áhyggjur af.
He worried about his wife and children.
Hann hafði áhyggjur af konu sinni og börnum.
And he worried about supporting them.
Og hann hafði áhyggjur af því að styðja þá.

One day he was very sad.

Dag einn var hann mjög dapur.

On this day he went to a forest.

Þennan dag fór hann í skóg.

The forest was far outside the village.

Skógurinn var langt fyrir utan þorpið.

He let out all his grief.

Hann lét alla sína sorg út úr sér.

And he wept bitter tears.

Og hann grét beiskum tárum.

"O Durga! O Mother Bhagavati!"

"Ó Durga! Ó móðir Bhagavati!"

"Please put an end to my misery?"

„Vinsamlegast bindið enda á þjáningar mínar?"

"I wish I were alone in the world"

„Ég vildi óska að ég væri einn í heiminum"

"Then my poverty wouldn't worry me"

„Þá myndi fátækt mín ekki angra mig"

"But thou hast given me a wife"

„En þú hefur gefið mér konu"

"And my wife has given me children"

„Og konan mín hefur gefið mér börn"

"O Mother, I beg of you"

„Ó, móðir, ég bið þig"

"Give me the means to support them"

„Gefðu mér fjármagn til að styðja þau"

Shiva and his wife Durga happened to be there.

Shiva og kona hans, Durga, voru þar tilviljunarkennt.

They were taking their morning walk.

Þau voru að fara í morgungönguna sína.

The Goddess Durga saw the Brahman at a distance.

Gyðjan Durga sá Brahman í fjarlægð.

"O Lord of Kailas, do you see that Brahman?"

„Ó, Drottinn Kailas, sérðu þennan Brahman?"

"He is always taking my name on his lips"

„Hann tekur nafnið mitt alltaf á vörum sér"

"He prays I deliver him from his troubles"

„Hann biður mig að frelsa sig úr vandræðum hans"
"Can we not do something for the poor Brahman?"
„Getum við ekki gert eitthvað fyrir fátæka Brahmaninn?"
"He is oppressed with many cares"
„Hann er kúgaður af mörgum áhyggjum"
"And he deeply cares for his growing family"
„Og hann ber mikla umhyggju fyrir stækkandi fjölskyldu sinni"
"We should make his life more comfortable"
„Við ættum að gera líf hans þægilegra"
"Because the poor man never has enough to eat"
„Því fátæki maðurinn hefur aldrei nóg að borða"
"And his family doesn't have enough to eat either"
„Og fjölskylda hans hefur ekki heldur nóg að borða"
"Let us give him a pot"
„Gefum honum pott"
"A pot with an infinite supply of murukku"
„Pottur með óendanlega miklu framboði af murukku"
The divine consort was right.
Guðdómlegi eiginmaðurinn hafði rétt fyrir sér.
The Lord of Kailas agreed to the proposal.
Herra Kailas samþykkti tillöguna.
On the spot he created a magical pot.
Á staðnum bjó hann til töfrapott.
Durga went to the poor Brahman.
Durga fór til hins fátæka brahman.
"O Brahman! My loyal devotee"
„Ó, Brahman! Trúfasti dýrkandi minn"
"I have often thought of your pitiable case"
„Ég hef oft hugsað um aumkunarvert mál þitt"
"Your repeated prayers have moved my compassion"
„Ítrekaðar bænir þínar hafa vakið samúð mína"
"Here is a pot for you"
„Hérna er pottur handa þér"
"You must turn the pot upside down"
„Þú verður að snúa pottinum á hvolf"
"And then you must shake the pot"

„Og svo verður þú að hrista pottinn"
"The finest murukku will pour out"
„Fínasta murukku mun hellast út"
"The murukku will keep pouring out forever"
„Murukku mun halda áfram að hellast út að eilífu"
"Until you put the pot upright again"
„Þangað til þú setur pottinn uppréttan aftur"
"You can eat as much murukku as you like"
„Þú mátt borða eins mikið af murukku og þú vilt"
"Your wife and children will hunger no more"
„Kona þín og börn munu ekki lengur hungra"
"And you can sell the murukku if you like"
„Og þú getur selt murukku ef þú vilt"
The Brahman was delighted beyond measure.
Brahmaninn var himinlifandi.
He had received a truly valuable treasure.
Hann hafði eignast sannarlega verðmætan fjársjóð.
He made his deepest obeisance to the goddess.
Hann færði gyðjunni sína dýpstu lotningu.
And he expressed his eternal gratefulness.
Og hann lýsti yfir eilífri þakklæti sínu.

The Brahman had started walking home.
Brahmaninn hafði byrjað að ganga heim.
But first he had to test his magical pot.
En fyrst þurfti hann að prófa töfrapottinn sinn.
He wanted to see if the pot really worked.
Hann vildi sjá hvort potturinn virkaði í raun og veru.
He turned the pot upside down.
Hann sneri pottinum á hvolf.
And he shook the pot, as instructed.
Og hann hristi pottinn, eins og honum var sagt.
Lo and behold! The pot really did work.
Og viti menn! Potturinn virkaði svo sannarlega.
The finest murukku fell to the ground.
Fínasta murukku féll til jarðar.
He tied the sweetmeat in his sheet.

Hann batt sælgætið í lakið sitt.
And he walked on, towards his village.
Og hann gekk áfram, í átt að þorpinu sínu.
By noon the Brahman had gotten hungry.
Um hádegi var brahmaninn orðinn svangur.
But he could not eat without his ablutions.
En hann gat ekki borðað án þess að vera þvottaður.
First, he had to say his prayers.
Fyrst þurfti hann að biðja bænir sínar.
There was an inn on his way.
Þar var gistihús á leið hans.
Close to the inn there was a water tank.
Nálægt gistihúsinu var vatnstankur.
So, he intended to halt there.
Svo ætlaði hann að stoppa þar.
In order to bathe and say his prayers.
Til þess að geta baðað sig og beðið bænir sínar.
After this he could eat all the murukku.
Eftir þetta gat hann borðað allt murukku-matargerðina.
The Brahman sat at the innkeeper's shop.
Brahmaninn sat í búð gistihúsaeigandans.
The shopkeeper was smoking tobacco.
Búðareigandinn var að reykja tóbak.
He put the pot near the shopkeeper.
Hann setti pottinn nálægt búðareigandanum.
And he asked him to look after the pot.
Og hann bað hann um að gæta pottsins.
"Please take special care of this pot"
„Vinsamlegast gætið sérstaklega að þessum potti"
"I must bathe and say my prayers"
„Ég verð að baða mig og biðja bænir mínar"
"Please look after this pot for me"
„Vinsamlegast gætið þessa potts fyrir mig"
"Make sure nothing happens to this pot"
„Gætið þess að ekkert komi fyrir þennan pott"
He thought it was a strange request.
Honum fannst þetta undarleg beiðni.

But he agreed to look after the pot.
En hann samþykkti að gæta pottsins.
And the Brahman gave him the pot.
Og brahmaninn gaf honum pottinn.
He besmeared his body with mustard oil.
Hann smurði líkama sinn með sinnepsolíu.
And he went to do his ablutions.
Og hann fór að þvotta sér.
The innkeeper grew curious about the pot.
Gistihúseigandinn varð forvitinn um pottinn.
"This pot must have something valuable in it"
„Þessi pottur hlýtur að innihalda eitthvað verðmætt"
"Why else would he be so careful?"
„Hvers vegna ætti hann annars að vera svona varkár?"
His curiosity had been excited.
Forvitni hans hafði verið vakin.
So, he opened the pot.
Svo opnaði hann pottinn.
To his surprise the pot was empty.
Honum til undrunar var potturinn tómur.
"What can be the meaning of this?"
„Hvað getur þetta þýtt?"
"Why does he care so much for an empty pot?"
„Hvers vegna hefur hann svona mikla ánægju af tómum potti?"
He began to examine the pot more carefully.
Hann fór að skoða pottinn vandlega.
During his inspection he turned the pot upside down.
Við skoðun sína sneri hann pottinum á hvolf.
And then the finest murukku fell out from the pot.
Og þá datt fínasta murukku úr pottinum.
And the murukku didn't stop falling out.
Og murukku hætti ekki að detta út.
The innkeeper called his wife and children.
Gistihúsið kallaði á konu sína og börn.
He wanted them to witness what had happened.
Hann vildi að þau yrðu vitni að því sem hafði gerst.

An unexpected stroke of good fortune!
Óvænt heppni!
The pot gave copious showers of sugared paddy.
Potturinn gaf ríkulegar rigningar af sykruðum hrísgrjónum.
He filled all his pots and jars.
Hann fyllti öll pottana sína og krukkur.
He knew he had to have this pot.
Hann vissi að hann yrði að eiga þennan pott.
So, he replaced the pot with another one.
Svo skipti hann pottinum út fyrir annan.
He had a pot of the same size and color.
Hann átti pott af sömu stærð og lit.

The Brahman had finished his ablutions.
Brahmaninn hafði lokið þvotti sínum.
He had performed all of his devotions.
Hann hafði framkvæmt allar sínar guðsþjónustur.
He came back to the shop in wet clothes.
Hann kom aftur í búðina í blautum fötum.
He was still reciting holy texts of the Vedas.
Hann var enn að lesa upp helga texta úr Vedunum.
He put back on his dry clothes.
Hann fór aftur í þurr fötin sín.
In red ink he wrote the name of Durga.
Með rauðu bleki skrifaði hann nafnið Durga.
He wrote her name one hundred and eight times.
Hann skrifaði nafn hennar hundrað og átta sinnum.
After doing this he broke his fast.
Eftir að hafa gert þetta braut hann föstuna.
And he ate the murukku he had in his sheet.
Og hann át murukku-ið sem hann hafði í lakinu sínu.
He was refreshed from the meal.
Hann var endurnærður eftir máltíðina.
Now he could resume his journey home.
Nú gat hann haldið áfram heimferð sinni.
So he called to the innkeeper.
Svo kallaði hann á gistihúsaeigandann.

"Please could I get my pot back"
„Gæti ég vinsamlegast fengið pottinn minn til baka?"
The innkeeper gave him back his pot.
Gistihúseigandinn skilaði honum pottinum sínum.
"There, sir, here is your pot"
„Hérna, herra minn, hérna er potturinn þinn"
"The pot is exactly where you had put it"
„Potturinn er nákvæmlega þar sem þú settir hann"
"Your pot is just as you left it"
„Potturinn þinn er alveg eins og þú skildir hann eftir"
"I made sure no one has touched your pot"
„Ég passaði mig á að enginn hafi snert pottinn þinn"
The Brahman didn't suspect a thing.
Brahmaninn grunaði ekkert.
He picked up the pot.
Hann tók upp pottinn.
And he proceeded on his journey home.
Og hann hélt áfram heimferð sinni.

On his journey he had to think.
Á ferðalagi sínu þurfti hann að hugsa.
He congratulated his good fortune.
Hann óskaði honum til hamingju með gæfuna.
"My wife will be most pleasantly surprised!"
„Konan mín verður mjög jákvætt hissa!"
"The children will devour the murukku!"
„Börnin munu gleypa murukku!"
"I shall soon become rich"
„Ég verð brátt ríkur"
"I will be able to lift my head up high"
„Ég mun geta lyft höfðinu hátt upp"
The pains of travelling had been reduced.
Sársaukinn við ferðalögin hafði minnkað.
Now his problems were much more pleasant.
Nú voru vandamál hans miklu ánægjulegri.
Only anticipation made the journey difficult.
Aðeins eftirvæntingin gerði ferðalagið erfitt.

He finally reached his home again.
Hann komst loksins heim aftur.
He called to his wife and children.
Hann kallaði á konu sína og börn.
"Look at what I have brought"
„Sjáðu hvað ég hef komið með"
"This pot is an unfailing source of wealth".
„Þessi pottur er óþrjótandi uppspretta auðs."
"We will never have to struggle again"
„Við munum aldrei þurfa að berjast aftur"
"I will turn the pot upside down"
„Ég mun snúa pottinum á hvolf"
"And then you will see something.
„Og þá munt þú sjá eitthvað."
"Something you've never seen before"
„Eitthvað sem þú hefur aldrei séð áður"
"A stream of the finest murukku will flow"
„Lækur af fínasta murukku mun renna"
You can imagine what his wife was thinking.
Þú getur ímyndað þér hvað konan hans var að hugsa.
"My husband has gone mad," she thought.
„Maðurinn minn er orðinn brjálaður," hugsaði hún.
She was soon confirmed in her opinion.
Hún fékk fljótlega staðfestingu á skoðun sinni.
Nothing fell from the pot, as promised.
Ekkert datt úr pottinum, eins og lofað var.
He turned the pot upside down again and again.
Hann sneri pottinum á hvolf aftur og aftur.
The Brahman was overwhelmed with grief.
Brahmaninn var gagntekinn af sorg.
He realized that he had been tricked.
Hann áttaði sig á því að hann hafði verið blekktur.
The innkeeper must have swapped the pot.
Gistihúseigandinn hlýtur að hafa skipt um pott.
He must have stolen Durga's pot.
Hann hlýtur að hafa stolið pottinum hans Durgu.
And he must have replaced the pot with a normal one.

Og hann hlýtur að hafa skipt pottinum út fyrir venjulegan.
He went back to the innkeeper the next day.
Hann fór aftur til gistihúseigandans daginn eftir.
And he accused him of having changed his pot.
Og hann sakaði hann um að hafa skipt um pott.
At first the innkeeper acted surprised.
Í fyrstu virtist gistihúseigandinn undrandi.
Then he pretended to be angry at the accusation.
Þá þóttist hann reiður yfir ásökuninni.
Finally, he chased him out of his shop.
Að lokum rak hann hann út úr búðinni sinni.

He had no way of getting the pot back.
Hann hafði enga leið til að fá pottinn til baka.
The Brahman knew what he had to do.
Brahmaninn vissi hvað hann þurfti að gera.
He went to see the goddess Durga again.
Hann fór aftur til að hitta gyðjuna Durgu.
Siva and Durga honored him with their presence.
Siva og Durga heiðruðu hann með nærveru sinni.
Durga spoke to the poor Brahman.
Durga talaði við fátæka brahmaninn.
"So, you have lost the pot I gave you"
„Þannig að þú hefur misst pottinn sem ég gaf þér"
"I take pity on your situation"
„Ég vorkenni aðstæðum þínum"
"Here is another magical pot"
„Hér er annar töfrapottur"
"Take this pot, and make good use of it"
„Taktu þennan pott og nýttu hann vel"
The Brahman was elated with joy.
Brahmaninn var himinlifandi af gleði.
He made obeisance to the divine couple.
Hann færði hinu guðdómlega pari lotningu.
And he took the pot with him.
Og hann tók pottinn með sér.
Again he had to see if the pot worked.

Aftur þurfti hann að athuga hvort potturinn virkaði.

He turned the pot upside down.

Hann sneri pottinum á hvolf.

And he shook the pot as before.

Og hann hristi pottinn eins og áður.

And he waited for the murukku to fall out.

Og hann beið eftir að murukku myndi detta út.

But no, horror of horrors!

En nei, hryllingur hryllingsins!

Murukku did not fall from the pot.

Murukku datt ekki úr pottinum.

Instead of murukku, demons jumped out.

Í stað murukku stukku út djöflar.

They began to beat the astonished Brahman.

Þeir fóru að berja undrandi Brahmaninn.

The Brahman received punches and kicks.

Brahmaninn fékk hnefahögg og spörk.

But he kept his presence of mind.

En hann hélt hugarfarinu gangandi.

He turned the pot the right way up.

Hann sneri pottinum rétt upp.

And he covered the pot up again.

Og hann huldi pottinn aftur.

Fortunately his quick thinking worked.

Sem betur fer virkaði skjót hugsun hans.

The demons disappeared as soon as he did this.

Djöflarnir hurfu um leið og hann gerði þetta.

The Brahman tried to understand what this meant.

Brahmaninn reyndi að skilja hvað þetta þýddi.

It must be to punish the innkeeper!

Það hlýtur að vera til að refsa gistihúseigandanum!

So he went to the innkeeper again.

Svo fór hann aftur til gistihúseigandans.

He gave him the new pot.

Hann gaf honum nýja pottinn.

He begged of him to look after the pot.

Hann bað hann um að gæta pottsins.

Just like he had done before.
Alveg eins og hann hafði gert áður.
He went for his ablutions and prayers.
Hann fór til að þvo sér og biðja.
The innkeeper was delighted.
Gistihúseigandinn var himinlifandi.
He had been given a second godsend.
Honum hafði verið gefin önnur guðsgjöf.
He agreed to take the greatest care of the pot.
Hann samþykkti að gæta pottsins sem best.
He waited for the Brahman to go.
Hann beið eftir að Brahmaninn færi.
And he called his wife and children.
Og hann kallaði á konu sína og börn.
"This is another pot from the Brahman"
„Þetta er annar pottur frá Brahman“
"This time I hope it is not murukku"
„Að þessu sinni vona ég að það sé ekki murukku“
"I hope this pot is full of sandesa"
„Ég vona að þessi pottur sé fullur af sandesa“
"Come, be ready with the baskets"
„Komið, verið tilbúin með körfurnar“
"I will turn the pot upside down"
„Ég mun snúa pottinum á hvolf“
"And then I will shake the pot"
„Og svo mun ég hrista pottinn“
And he did what he said he would do.
Og hann gerði það sem hann sagðist ætla að gera.
But the room did not fill with food.
En herbergið fylltist ekki af mat.
This time the room filled with demons.
Að þessu sinni fylltist herbergið af djöflum.
The demons caught hold of the innkeeper.
Djöflarnir náðu tökum á gistihúsaeigandanum.
And the demons also caught his family.
Og djöflarnir náðu einnig fjölskyldu hans.
And the demons beat them mercilessly.

Og djöflarnir börðu þá miskunnarlaust.
They would have completely destroyed the shop.
Þeir hefðu gjörsamlega eyðilagt búðina.
But the victims ran to the Brahman.
En fórnarlömbin hlupu til Brahmansins.
The Brahman had returned from his ablutions.
Brahmaninn var kominn aftur úr þvotti sínum.
The Brahman showed mercy to them.
Brahmaninn sýndi þeim miskunn.
And he accepted their request.
Og hann samþykkti beiðni þeirra.
But there was one condition to his help.
En eitt skilyrði var fyrir hjálp hans.
"I will only help if I get my pot back"
„Ég mun aðeins hjálpa ef ég fæ pottinn minn til baka"
The innkeeper didn't have much choice.
Gistihúsið hafði ekki mikið val.
He had to accept the Brahman's conditions.
Hann varð að sætta sig við skilyrði Brahmansins.
The Brahman put the pot upright again.
Brahmaninn reisti pottinn aftur upp.
And he put the lid on the pot.
Og hann setti lokið á pottinn.
He took his pot back from the innkeeper.
Hann tók pottinn sinn til baka frá gistihúsaeigandanum.
And he returned back to his village.
Og hann sneri aftur til þorpsins síns.
Now the Brahman had two magical pots.
Nú átti Brahmaninn tvo töfrapotta.
The Brahman shut the door of his house.
Brahmaninn lokaði dyrum húss síns.
And he called his family again.
Og hann hringdi aftur í fjölskylduna sína.
He turned the murukku-pot upside down.
Hann sneri murukku-pottinum á hvolf.
And he shook the murukku-pot as before.
Og hann hristi murukku-pottinn eins og áður.

This time the magic pot worked.
Að þessu sinni virkaði töfrapotturinn.
An endless stream of the finest murukku.
Endalaus straumur af fínasta murukku.
The family devoured the sweetmeat.
Fjölskyldan gleypti sælgætið í sig.
They ate to their hearts' content.
Þau borðuðu af hjartans lyst.
All the pots and pans were filled.
Allir pottarnir og pönnurnar voru fullar.

The next day the Brahman became confectioner.
Daginn eftir varð brahmaninn sælgætisgerðarmaður.
He opened a shop in his house.
Hann opnaði búð í húsi sínu.
And he sold the best murukku.
Og hann seldi besta murukku.
The whole village came to the Brahman's house.
Allt þorpið kom að húsi brahmansins.
They all wanted to buy the wonderful murukku.
Þau vildu öll kaupa hina frábæru murukku.
They had never seen such murukku in their life.
Þau höfðu aldrei séð slíka murukku á ævi sinni.
It was the most delicious murukku they ever had.
Þetta var ljúffengasta murukku sem þeir höfðu nokkurn
tímann fengið.
No one had ever made anything like this dessert.
Enginn hafði nokkurn tímann búið til neitt eins og þennan
eftirrétt.
The reputation of the Brahman's murukku spread.
Orðspor murukku brahmansins breiddist út.
Soon people from outside the city came.
Fljótlega kom fólk utan úr borginni.
Cartloads of the sweetmeat were sold every day.
Vagnar af sælgæti voru seldir á hverjum degi.
The Brahman quickly became very rich.
Brahmaninn varð fljótt mjög ríkur.

He built a large brick house.
Hann byggði stórt múrsteinshús.
And he lived like a nobleman of the land.
Og hann lifði eins og aðalsmaður landsins.
Once, however, his luck almost changed.
Einu sinni breyttist þó næstum því heppnin hans.
His children had taken the wrong pot.
Börnin hans höfðu tekið rangan pott.
A large number of demons came out.
Mikill fjöldi illra anda fór út.
And they caught hold of the Brahman's wife.
Og þeir náðu tökum á konu brahmansins.
And they also caught his children.
Og þeir handtóku líka börnin hans.
They were striking them mercilessly.
Þeir voru að berja þá miskunnarlaust.
Fortunately the Brahman came back into the house.
Sem betur fer kom Brahmaninn aftur inn í húsið.
He turned the pot back to its proper position.
Hann sneri pottinum aftur í rétta stöðu.
He wanted to prevent a similar catastrophe.
Hann vildi koma í veg fyrir svipaða hörmung.
So the Brahman had a private room built.
Þannig að brahmaninn lét byggja sér herbergi.
And he put the pot in a secret place.
Og hann setti pottinn á leynilegan stað.
Mortals, however, do not have the luck of Gods.
Dauðlegir menn hafa þó ekki heppni guðanna.
Uninterrupted prosperity is not their fortune.
Ótrufluð velmegun er ekki þeirra gæfa.
The demon-pot had been put out of the way.
Djöflapotturinn hafði verið settur úr vegi.
But why might accident not befall the murukku pot?
En hvers vegna gæti slys ekki hent murukku-pottinn?
One day the Brahman and his wife were absent.
Dag einn voru brahmaninn og kona hans fjarverandi.
The children decided to shake the pot.

Börnin ákváðu að hrista pottinn.
Each of them wanted to do the honors.
Hvort og eitt þeirra vildi gera heiðurinn.
So there was a fight to get the pot.
Það varð því barátta um að fá pottinn.
In the struggle the pot fell to the ground.
Í átökunum féll potturinn til jarðar.
Like any other earthen pot, it broke.
Eins og hver annar leirpottur, þá brotnaði hann.
Eventually the Braham came back home again.
Að lokum kom Braham heim aftur.
You can imagine how the news grieved him.
Þið getið ímyndað ykkur hversu hryggur hann var við
fréttirnar.
Of course the children were well cudgeled.
Auðvitað voru börnin vel kát.
But anger could not replace the pot.
En reiði gat ekki komið í staðinn fyrir pottinn.
After some days he went to the forest again.
Eftir nokkra daga fór hann aftur inn í skóginn.
He offered many a prayer for Durga's favor.
Hann bað Durgu margar bænir um hylli.
At last Siva and Durga appeared to him.
Loksins birtust honum Siva og Durga.
They listened to how the pot had been broken.
Þau hlustuðu á hvernig potturinn hafði verið brotinn.
Durga decided to give him another pot.
Durga ákvað að gefa honum annan pott.
But this pot was accompanied with a caution.
En þessum potti fylgdi varúð.
"Brahman, take care of this pot"
„Brahman, gættu þín á þessum potti"
"Do not break or lose this pot again"
„Ekki brjóta eða týna þessum potti aftur"
"Next time I will not give you another pot"
„Næst gef ég þér ekki annan pott"
The Brahman made obeisance to the Gods.

Brahmaninn féll fyrir guðunum.
And he went straight back to his house.
Og hann fór beint aftur heim til sín.
This time he did not halt at the innkeepers'.
Að þessu sinni stoppaði hann ekki hjá gistihúseigendunum.
He shut the door of his house.
Hann lokaði dyrunum að húsi sínu.
He called his family to him.
Hann kallaði fjölskyldu sína til sín.
And he turned the pot upside down.
Og hann sneri pottinum á hvolf.
And then he began to shake the pot.
Og þá fór hann að hrista pottinn.
They were only expecting murukku.
Þau voru bara að búast við murukku.
But this time it was not murukku.
En í þetta skiptið var það ekki murukku.
A stream of beautiful sandesa poured out.
Straumur af fallegum sanddesa rann fram.
It was the finest sandesa you can imagine.
Þetta var besta sandesan sem þú getur ímyndað þér.
It truly was the food of Gods.
Þetta var sannarlega fæða guðanna.
The Brahman set up another shop.
Brahmaninn setti upp aðra búð.
Now he was selling sandesa.
Nú var hann að selja Sandesa.
The fame of his shop soon drew large crowds.
Frægð verslunar hans dró fljótt að sér mikinn mannfjölda.
People came from all over the country.
Fólk kom alls staðar að af landinu.
At all festivals and marriage feasts.
Á öllum hátíðum og brúðkaupsveislum.
And at all funeral celebrations in the area.
Og við allar útfararveislur á svæðinu.
No one bought any other sandesa.
Enginn keypti neina aðra Sandesa.

All day long the pot produced sandesa.
Allan daginn framleiddi potturinn sandesa.
Gigantic jars were filled with sweet.
Risastórar krukkur voru fylltar af sælgæti.
And the jars were sent all over the country.
Og krukkurnar voru sendar um allt land.

The Brahman's wealth made the Zemindar jealous.
Auður brahmansins gerði Zemindar öfundsjúkan.
In these days all villages had a Zemindar.
Á þessum dögum áttu öll þorp Zemindar.
He had heard strange things about the sandesa.
Hann hafði heyrt undarlega hluti um Sandesa.
He heard the dessert came from a magic pot.
Hann heyrði að eftirrétturinn kæmi úr töfrapotti.
So he devised a plan to get this pot.
Svo hann lagði upp áætlun um að fá þennan pott.
His son was going to get married.
Sonur hans ætlaði að gifta sig.
To celebrate there was a great feast.
Til að fagna því var mikil veisla.
Many hundreds of people were invited.
Mörg hundruð manna voru boðin.
Mountain-loads of sandesa were required.
Það þurfti fjallhlað af sandesu.
The Zemindar made a proposal to the Brahman.
Zemindarinn lagði fram tillögu til Brahmansins.
"Bring the magical pot to my house"
„Komdu með töfrapottinn heim til mín"
At first the Brahman refused to bring the pot.
Í fyrstu neitaði brahmaninn að koma með pottinn.
But the Zemindar insisted.
En Zemindarinn krafðist þess.
"I will have hundreds of guests"
„Ég mun fá hundruð gesta"
"I will need mountains of sandesa"
„Ég þarf fjöll af sandi"

"More sandesa than you can carry"
„Meira sandesa en þú getur borið"
"Bring the vessel to my house"
„Komdu með ílátið heim til mín"
"It will be easier for you and me"
„Það verður auðveldara fyrir þig og mig"
Eventually the Brahman agreed.
Að lokum samþykkti Brahmaninn.
Himalayas of sandesa were shaken out.
Himalajafjöllin í Sandesa voru hrist út.
But the Zemindar got hold of the pot.
En Zemindarinn náði tökum á pottinum.
The Zemindar insulted the Brahman.
Zemindarinn móðgaði brahmanninn.
And he chased him out of his house.
Og hann rak hann út úr húsi sínu.
The Brahman didn't give vent to anger.
Brahmaninn gaf ekki útrás fyrir reiði sinni.
Instead, he quietly went back to his house.
Í staðinn fór hann hljóðlega aftur heim til sín.
He went to the private room.
Hann fór inn í einkaherbergið.
And he took out the demon-pot.
Og hann tók út djöflapottinn.
He came back to the Zemindar's house.
Hann kom aftur heim til Zemindar-fjölskyldunnar.
And he went to the door of the Zemindar.
Og hann gekk að dyrum Zemindarsins.
He turned the pot upside down.
Hann sneri pottinum á hvolf.
And then shook the magical pot.
Og hristi svo töfrapottinn.
A hundred demons fell out of the pot.
Hundrað djöflar féllu úr pottinum.
The chaos was impossible to describe.
Það var ómögulegt að lýsa ringulreiðinni.
The unearthly visitors flooded the party.

Ójarðnesku gestir streymdu inn í veisluna.
They caught hundreds of the guests.
Þeir náðu hundruðum gesta.
And the demons beat them mercilessly.
Og djöflarnir börðu þá miskunnarlaust.
The women were dragged by their hair.
Konurnar voru dregnar á hárinu.
The Zemindar was chased from room to room.
Zemindarinn var eltur úr herbergi í herbergi.
The demons' mischief was getting out of hand.
Illska djöflanna var að fara úr böndunum.
Someone had to put an end to their mischief.
Einhver varð að binda enda á óreiða þeirra.
Else all the men would have been killed.
Annars hefðu allir mennirnir verið drepnir.
And the house would have been torn to the ground.
Og húsið hefði verið rifið til grunna.
The Zemindar fell at the feet of the Brahman.
Zemindarinn féll fyrir fætur brahmansins.
And he begged to be shown mercy.
Og hann bað um að honum yrði sýnd miskunn.
The Brahman showed him great mercy.
Brahmaninn sýndi honum mikla miskunn.
And he put the demons back in the pot.
Og hann setti illu andana aftur í pottinn.
The Zemindar never disturbed the Brahman again.
Zemindarinn truflaði Brahmaninn aldrei framar.
Nor was he disturbed by anyone else.
Hann var heldur ekki truflaður af neinum öðrum.
And he lived for many happy years.
Og hann lifði í mörg hamingjusöm ár.

The Story of the Rakshasas
Sagan af Rakshasunum

There was once a poor dimwitted Brahman.
Það var einu sinni fátækur, vitlaus brahman.
This dimwitted man had a wife, but no children.
Þessi fáviti maður átti konu en engin börn.
But him not having children was probably for the best.
En það var líklega það besta fyrir hann að eignast ekki börn.
Because he was barely able to meet his own needs.
Því hann gat varla séð um eigin þarfir.
And he could hardly supply enough for his wife.
Og hann gat varla séð fyrir nóg handa konu sinni.
But his dimwittedness was not even his biggest problem.
En fáfræði hans var ekki einu sinni hans stærsta vandamál.
This dimwitted man was also a rather lazy man!
Þessi fáviti maður var líka frekar latur maður!
He was averse to making any long journeys.
Hann var tregur til að fara í langferðir.
Had he travelled further he might have had enough.
Hefði hann ferðast lengra hefði hann kannski fengið nóg.
He could have got presents from rich men.
Hann hefði getað fengið gjafir frá ríkum mönnum.
This would have enabled them to live comfortably.
Þetta hefði gert þeim kleift að lifa þægilega.
There was a great king in a neighbouring country.
Það var mikill konungur í nágrannalandi.
The mother of the great king had just died.
Móðir hins mikla konungs var nýlega látin.
So this king was celebrating the funeral obsequies.
Svo var þessi konungur að halda útfararathöfnina.
And the funeral was celebrated with great pomp.
Og útförin var haldin með miklum viðhafnargleði.
Brahmans and beggars were coming from faraway lands.
Brahminer og betlarar komu frá fjarlægum löndum.
They all came expecting to receive rich presents.
Þau komu öll og bjuggust við að fá ríkulegar gjafir.

The Brahman's wife requested him to also go.
Kona brahmansins bað hann einnig að fara.
"Seize this opportunity and get us a little money"
„Gríptu þetta tækifæri og fáðu okkur smá peninga"
But his constitutional indolence stood in the way.
En stjórnarskrárbundin leti hans stóð í vegi fyrir því.
The woman, however, gave her husband no rest.
Konan gaf eiginmanni sínum þó enga hvíld.
Finally she extorted from him the promise.
Að lokum kúgaði hún upp úr honum loforðið.
He promised his wife that he would go.
Hann lofaði konu sinni að hann myndi fara.
The good woman, accordingly, cut down a plantain tree.
Góða konan klippti því niður plantain-tré.
And she burnt the plantain tree to ashes.
Og hún brenndi plantain-tréð til ösku.
With the ashes she cleaned the clothes of her husband.
Með öskunni þvoði hún föt eiginmanns síns.
And she made his clothes as white as any cleaner could.
Og hún gerði fötin hans eins hvít og nokkur ræstingarkona
gat.
Her husband was going to the palace of a great king.
Eiginmaður hennar var á leið í höll mikils konungs.
The king could not be approached by men in rags.
Konungnum var óheimilt að nálgast menn í tötrum.
Besides, Brahman are bound to appear neat and clean.
Auk þess eru Brahman bundnir af því að virðast snyrtilegir og
hreinir.
At last, one morning the Brahman left his house.
Loksins, einn morguninn, fór brahmaninn að húsi sínu.
And he made his way to the palace of the great king.
Og hann hélt leið sína að höll hins mikla konungs.
I have already mentioned he was a dimwitted man.
Ég hef þegar minnst á að hann var fáviti.
He did not inquire which road he should take.
Hann spurði ekki hvaða leið hann ætti að fara.
Instead, he walked on and on without directions.

Í staðinn gekk hann áfram og áfram án fyrirmæla.
And he followed wherever his nose pointed him.
Og hann fylgdi hvert sem nefið hans benti.
I don't need to say he was not on the right road.
Ég þarf ekki að segja að hann hafi ekki verið á réttri leið.
The regions he wandered became less and less inhabited.
Svæðin sem hann flakkaði um urðu sífellt minna byggð.
Soon he met no human being for many miles.
Fljótlega hitti hann engan mann í margar mílur.
But there were many other things he saw there.
En það var margt annað sem hann sá þar.
Things he had never seen in all his life.
Hlutir sem hann hafði aldrei séð á ævinni.
He saw hillocks of cowries on the roadside.
Hann sá hæðir af kauríum við vegkantinn.
Cowries were shells used as money in those times.
Kauríur voru skeljar sem notaðar voru sem peningar á þeim tíma.
He kept going and saw hillocks of jewels.
Hann hélt áfram og sá hæðir fullar af gimsteinum.
Next, he saw hillocks of four-anna pieces.
Næst sá hann hæðir úr fjórum annarri stærð.
Further along were hillocks of eight-anna pieces.
Lengra áfram voru hæðir úr átta annara stykkjum.
And further yet were hillocks of rupees.
Og enn lengra voru hæðir fullar af rúpíum.
But the Brahman's surprise did not end there.
En undrun Brahmansins endaði ekki þar.
Next there was a hill of burnished gold-mohurs.
Næst var hæð af gljáðum gull-mohúrum.
The burnished gold-mohurs were shining brightly.
Gullgljáðu mohúrarnir skinu skært.
Because the gold-mohurs had been freshly minted.
Vegna þess að gull-mohurarnir höfðu verið nýslegnir.
Close to the hill of gold-mohurs was a large house.
Nálægt gull-mohúrunum var stórt hús.
The house looked like the palace of a powerful king.

Húsið leit út eins og höll voldugs konungs.
At the door stood a lady of exquisite beauty.
Í dyrunum stóð einstaklega falleg kona.
The lady, seeing the Brahman, said;
Konan, sem sá brahmaninn, sagði:
"Come to me, my beloved husband"
„Komdu til mín, ástkæri eiginmaður minn"
"You married me when I was young"
„Þú giftist mér þegar ég var ung"
"But you never came back after our marriage"
„En þú komst aldrei aftur eftir hjónaband okkar"
"Though I have been daily expecting you"
„Þótt ég hafi beðið eftir þér daglega"
"Blessed be this day," said the lady.
„Blessaður sé þessi dagur," sagði konan.
"On this day I see the face of my husband"
„Á þessum degi sé ég andlit eiginmanns míns"
"Come, my sweet, come in," she asked of him.
„Komdu, elskan mín, komdu inn," bað hún hann.
"You must be fatigued from your long journey"
„Þú hlýtur að vera þreyttur eftir langa ferðina"
"Wash your feet and rest, and eat and drink"
„Þvoið fætur ykkar og hvílið ykkur, etið og drekkið"
"And after that we shall make ourselves merry"
„Og eftir það munum við skemmta okkur"
The Brahman was astonished beyond measure.
Brahmaninn var ótrúlega undrandi.
He had no recollection marrying twice.
Hann minntist ekki á að hafa gifst tvisvar.
He remembered marrying the wife he left at home.
Hann mundi eftir að hafa giftst konunni sem hann skildi eftir heima.
But he did not remember marrying this lady.
En hann mundi ekki eftir að hafa giftst þessari konu.
But he remembered that he was a Kulin Brahman.
En hann mundi að hann var Kulin Brahman.
Perhaps his father got him married as a child.

Kannski gifti faðir hans hann sem barn.
But what he thought did not matter much.
En hvað honum fannst skipti ekki miklu máli.
The woman was certain he was her husband.
Konan var viss um að hann væri eiginmaður hennar.
And he had no reason to say he was not her husband.
Og hann hafði enga ástæðu til að segja að hann væri ekki eiginmaður hennar.
Because her beauty was more than he could fathom.
Því fegurð hennar var meiri en hann gat ímyndað sér.
As beautiful as the Goddesses of Indra's heaven.
Jafn falleg og gyðjurnar á himni Indra.
And he was sure that she was wealthy too.
Og hann var viss um að hún væri líka rík.
These thoughts went through the Brahman's mind.
Þessar hugsanir fóru í gegnum huga Brahmansins.
But the lady interrupted his flow of thought.
En konan truflaði hugsanaflæði hans.
"Are you doubting whether I am your wife?"
„Ertu að efast um að ég sé konan þín?"
"Have you lost all memories of that happy event?
„Hefurðu glatað öllum minningum um þennan hamingjulega atburð?"
"All the pomp and circumstance of our nuptials"
„Allur viðburðurinn og praktíkin í brúðkaupi okkar"
"Come in, beloved; this is your house"
„Komdu inn, elskaði, þetta er þitt hús"
"Because whatever is mine is thine also"
„Því að það sem mitt er, það er líka þitt"
The fair lady easily persuaded the Brahman.
Hin fagra kona sannfærði brahmaninn auðveldlega.
And he succumbed to her loving entreaties.
Og hann lét undan ástúðlegum bænum hennar.
And he went into the house of the lady.
Og hann gekk inn í hús konunnar.
The house was not an ordinary one.
Húsið var ekki venjulegt hús.

The house was in fact a magnificent palace.
Húsið var í raun stórkostlegt höll.
All the apartments were large and lofty.
Allar íbúðirnar voru stórar og háar.
Every room in the palace was richly furnished.
Hvert herbergi í höllinni var ríkulega innréttað.
But one thing surprised the Brahman very much.
En eitt kom Brahmaninum mjög á óvart.
There was no other person in all the house.
Það var enginn annar í öllu húsinu.
The only one there was the lady herself.
Eina sem var þar var konan sjálf.
He could not account for the strange phenomenon.
Hann gat ekki útskýrt þetta undarlega fyrirbæri.
They meet anyone on their walks either.
Þau hitta heldur hvern sem er í gönguferðum sínum.
The fact was that the lady was not a human being.
Staðreyndin var sú að konan var ekki manneskja.
What the lady really was was a Rakshasi.
Það sem konan í raun var var Rakshasi.
She had eaten up the king and queen.
Hún hafði étið upp konunginn og drottningu.
And she had eaten all the members of the royal family.
Og hún hafði étið alla meðlimi konungsfjölskyldunnar.
And gradually she had eaten their servants too.
Og smám saman hafði hún líka étið þjóna þeirra.
This was why there were no humans far and wide.
Þess vegna voru engir menn víða um land.
The Rakshasi and the Brahman now lived together.
Rakshasi og Brahman bjuggu nú saman.
After a week the former said to the latter;
Eftir viku sagði sá fyrrnefndi við þann síðarnefnda;
"I am very anxious to see my sister"
„Ég er mjög spennt(ur) að sjá systur mína“
"As you know, my sister is your other wife"
„Eins og þú veist er systir mín hin eiginkona þín “
"You must go and fetch my sister; your other wife"

„Þú verður að fara og sækja systur mína; hina konuna þína."
"Then we shall all live together happily"
„Þá munum við öll lifa hamingjusöm saman"
"You must go to get her early tomorrow"
„Þú verður að fara að sækja hana snemma á morgun"
"I will give you clothes and jewels for her"
„Ég skal gefa þér föt og skartgripi handa henni"
Next morning the Brahman set out for his home.
Næsta morgun lagði brahmaninn af stað heim til sín.
He was furnished with fine clothes.
Hann var útbúinn fínum fötum.
And he wore around his wrists costly ornaments.
Og hann bar dýrindis skartgripi um úlnliði sér.

The poor woman was in great distress.
Fátæka konan var í mikilli neyð.
The funeral ceremony of the king's mother was over.
Útför móður konungsins var lokið.
All the Brahmans and Pandits had returned.
Allir brahmanarnir og pandítarnir voru komnir aftur.
And they were loaded with donations.
Og þau voru hlaðin framlögum.
But her husband had not returned.
En eiginmaður hennar var ekki kominn aftur.
No one could give any news of him.
Enginn gat gefið neinar fréttir af honum.
Because no one had seen him there.
Því enginn hafði séð hann þar.
The woman therefore could only come to one conclusion.
Konan gat því aðeins komist að einni niðurstöðu.
He must have been murdered on the road by highwaymen.
Hann hlýtur að hafa verið myrtur á veginum af
þjóðvegaþjófum.
She was in this terrible suspense.
Hún var í þessari hræðilegu spennu.
But then one day she heard some rumors.
En svo einn daginn heyrði hún sögusagnir.

People in her village were talking about her husband.
Fólk í þorpinu hennar var að tala um eiginmann hennar.
They said they saw him coming back.
Þau sögðust hafa séð hann koma til baka.
And they said he was dressed in fine clothes.
Og þeir sögðu að hann væri í fínum fötum.
And they said he had fine jewels for his wife.
Og þau sögðu að hann ætti fallega skartgripi handa konu sinni.
And sure enough the Brahman soon appeared.
Og vissulega birtist Brahman brátt.
And he was carrying fine jewels for his wife.
Og hann bar með sér fína skartgripi handa konu sinni.
On seeing his wife the Brahman thus accosted her;
Þegar brahmaninn sá konu sína ávarpaði hann hana þannig;
"Come with me, my dearest wife"
„Komdu með mér, kæra eiginkona mín"
"I have found my first wife"
„Ég hef fundið mína fyrstu konu"
"She lives in a stately palace"
„Hún býr í virðulegri höll"
"Near her palace are hillocks of rupees"
„Nálægt höll hennar eru rúpíuhæðir."
"And there is a large hill of gold-mohurs"
„Og þar er stór hæð af gullmohúrum"
"Why should you pine away in wretchedness?"
„Hví ættir þú að þjást af eymd?"
"Why would you stay in this horrible place?"
„Hvers vegna myndirðu dvelja á þessum hræðilega stað?"
"Come with me to the house of my first wife"
„Komdu með mér heim til fyrstu konu minnar"
"There we shall all live together happily"
„Þar munum við öll búa saman hamingjusöm"
At first, she thought her half-witted man had gone mad.
Í fyrstu hélt hún að hálfviti maðurinn hennar væri orðinn brjálaður.
She could not imagine the hillocks of rupees.

Hún gat ekki ímyndað sér rúpíuhæðirnar.
And she could not imagine a hill of gold-mohurs.
Og hún gat ekki ímyndað sér hæð af gullmohúrum.
But then she saw how he was beautifully dressed.
En þá sá hún hversu fallega klæddur hann var.
Beautiful clothes of exquisite silks and satins.
Falleg föt úr einstaklega fallegu silki og satín.
Ornaments set with diamonds and precious stones.
Skrautgripir settir með demöntum og gimsteinum.
Clothes fit for the queen of the land.
Föt sem hæfa drottningu landsins.
Clothes only princesses were in the habit of putting on.
Föt sem aðeins prinsessur voru vanar að klæðast.
She concluded in her mind that something was amiss:
Hún komst að þeirri niðurstöðu í huga sér að eitthvað væri að:
Her stupid husband must have been tricked.
Heimski eiginmaður hennar hlýtur að hafa verið blekktur.
He must have fallen into the meshes of a Rakshasi.
Hann hlýtur að hafa dottið í möskva Rakshasi.
The Brahman, however, insisted his wife went with him.
Brahmaninn krafðist þess hins vegar að kona hans færi með
honum.
"Feel free to stay here and pine away in poverty"
„Þér er velkomið að vera hér og þjást í fátækt“
"As for me, I will return to the palace of my first wife"
„Hvað mig varðar, þá mun ég snúa aftur til hallar fyrri konu
minnar.“
The good woman did her best to stop her husband.
Góða konan gerði sitt besta til að stöðva eiginmann sinn.
But in the end she resolved to go with him.
En að lokum ákvað hún að fara með honum.
Perhaps she could judge the matter better at the palace.
Kannski gæti hún dæmt málið betur í höllinni.

They set out accordingly the next morning.
Þau lögðu af stað í samræmi við það morguninn eftir.
They went the same road the Brahman had travelled.

Þeir fóru sömu leið og Brahman hafði farið.

The woman was not a little surprised by what she saw.

Konan varð ekki lítið hissa á því sem hún sá.

She saw the hillocks of cowries and of jewels.

Hún sá hæðir fullar af kauríum og gimsteinum.

And she saw hillocks of eight-anna pieces.

Og hún sá hæðir úr átta annara bútum.

And she saw the hillocks of rupees too.

Og hún sá líka rúpíuhæðirnar.

And last of all she saw a lofty hill of gold-mohurs.

Og síðast af öllu sá hún háan hæð af gullmohúrum.

She saw also an exceedingly beautiful lady.

Hún sá einnig einstaklega fallega konu.

The lady of the palace was hastening towards her.

Höllarfrúin hraðaði sér í átt að henni.

The lady fell on the neck of the Brahman woman.

Konan féll um háls brahman-konunnar.

And she wept tears of joy, and said:

Og hún grét gleðitárum og sagði:

"Welcome, beloved sister!"

„Velkomin, ástkæra systir!"

"This is the happiest day of my life!"

„Þetta er hamingjusamasti dagur lífs míns!"

"I see the face of my dearest sister again!"

„Ég sé andlit kærustu systur minnar aftur!"

The husband and his two wives entered the palace.

Eiginmaðurinn og tvær eiginkonur hans gengu inn í höllina.

Now he was lodged in a stately mansion.

Nú var hann gist í glæsilegu höll.

The most delectable food appeared, as if by enchantment.

Hin ljúffengasta matur birtist, eins og af töfrum.

He was caressed and endeared by his two wives.

Hann var umvafinn og elskaður af konum sínum tveimur.

Both wives did their best to make him happy.

Báðar eiginkonurnar gerðu sitt besta til að gera hann
hamingjusaman.

Both wives did their best to make him comfortable.

Báðar eiginkonurnar gerðu sitt besta til að láta honum líða vel.

His two wives were competing for his love.

Konur hans tvær kepptust um ást hans.

The Brahman had a jolly time of it.

Brahmaninn skemmti sér konunglega.

He was steeped in an ocean of enjoyment.

Hann var sokkinn í hafið af ánægju.

The Brahman lived in this state of Elysian pleasure.

Brahmaninn lifði í þessu ástandi Elysíusar ánægju.

Some fifteen or sixteen years he spent this way.

Hann varði svona í um fimmtán eða sextán ár.

During this time his two wives presented him with two sons.

Á þessum tíma fæddu tvær eiginkonur hans honum tvo syni.

The Rakshasi's son was the elder.

Sonur Rakshasis var eldri.

He looked more like a god than a human being.

Hann leit meira út eins og guð en manneskja.

He was named Sahasra-Dal.

Hann hét Sahasra-Dal.

His name meant the thousand-branched.

Nafn hans þýddi þúsundgreinaða.

The son of the Brahman woman was a year younger.

Sonur brahman-konunnar var ári yngri.

He was named Champa-Dal

Hann hét Champa-Dal

His name meant the branch of a champaka tree.

Nafn hans þýddi grein á champaka-tré.

The two brothers loved each other dearly.

Bræðurnir tveir elskuðu hvor annan innilega.

They were both sent to the same school.

Þau voru bæði send í sama skólann.

The school was several miles distant from the palace.

Skólinn var í nokkurra kílómetra fjarlægð frá höllinni.

Every day they rode their two little ponies to school.

Á hverjum degi riðu þau litlu hestunum sínum tveimur í skólann.

The Brahman woman had always been suspicious.
Brahman-konan hafði alltaf verið tortryggin.
A thousand little circumstances gave her clues.
Þúsund smáatvik gáfu henni vísbendingar.
She knew her sister-in-law was not a human being.
Hún vissi að mágkona hennar var ekki manneskja.
She was sure her sister-in-law was a Rakshasi.
Hún var viss um að mágkona hennar væri Rakshasi.
But her suspicion had not yet ripened into certainty.
En grunur hennar hafði enn ekki þroskast í vissu.
Because the Rakshasi exercised great self-restraint.
Vegna þess að Rakshasi sýndi mikla sjálfstjórn.
She never did anything which human beings did not do.
Hún gerði aldrei neitt sem mannverur gerðu ekki.
But she couldn't hide her demonic nature forever.
En hún gat ekki falið djöfullega eðli sitt að eilífu.
Her demonic nature was eventually going to reveal itself.
Djöfullegt eðli hennar myndi að lokum koma í ljós.

The Brahman had little to keep him busy.
Brahmaninn hafði lítið til að halda sér uppteknum.
In order to pass his time he went hunting.
Til að drepa tímann fór hann á veiðar.
The first day he returned with an antelope.
Fyrsta daginn kom hann aftur með antilópu.
The antelope was laid in the courtyard of the palace.
Antilópan var lögð í hallargarðinn.
The Rakshasi saw the antelope with great interest.
Rakshasí sá antilópuna með miklum áhuga.
At the sight of the raw meat her mouth began to water.
Við sjónina af hráa kjötinu fór hún að renna í munninn.
The antelope was never taken to the kitchen.
Antilópan var aldrei tekin með í eldhúsið.
Instead, the Rakshasi took the antelope to another room.
Í staðinn fór Rakshasi með antilópuna í annað herbergi.
In this room she began devouring the antelope.
Í þessu herbergi byrjaði hún að gleypa antilópuna.

The Brahman woman saw everything from a secret room.
Brahman-konan sá allt úr leyniherbergi.
Her Rakshasi sister tore a leg off the antelope.
Rakshasi systir hennar reif fótinn af antilópunni.
She saw how she opened her tremendous jaw.
Hún sá hvernig hún opnaði risavaxna kjálkann sinn.
And in one mouthful she swallowed up the leg.
Og í einum bita gleypti hún fótinn.
The other limbs were devoured in the same manner.
Hinir útlimirnir voru étnir á sama hátt.
And opening her jaw even further, she swalled the body.
Og hún opnaði kjálkann enn frekar og gleypti líkið.
Only a little bit of the meat was kept for the kitchen.
Aðeins lítill hluti af kjötinu var geymdur fyrir eldhúsið.
On the second day the Brahman caught another antelope.
Á öðrum degi veiddi brahmaninn aðra antilópu.
On the third day the Brahman caught another antelope.
Á þriðja degi veiddi brahmaninn aðra antilópu.
The Rakshasi was unable to restrain her appetite.
Rakshasí gat ekki haldið aftur af matarlyst sinni.
The raw flesh brought out her demonic nature.
Hrátt holdið dró fram djöfullega eðli hennar.
And she devoured each antelope like the last.
Og hún át hverja antilópu eins og þá síðustu.
On the third day the Brahman woman expressed her surprise.
Á þriðja degi lýsti brahman-konan undrun sinni.
"Nearly three whole antelopes have disappeared"
„Næstum þrjár heilar antílópur eru horfnar"
"All that is left is a little bit of meat"
„Það eina sem eftir er er smá kjöt"
The Rakshasi did not appreciate the accusation.
Rakshasi kunni ekki að meta ásökunina.
"Do I eat raw flesh?" she asked fiercely.
„Borða ég hrátt kjöt?" spurði hún ákaf.
"Perhaps you do eat raw flesh," replied the Brahman woman.

„Kannski borðar þú hrátt kjöt," svaraði brahman-konan.

"I have nothing to prove the contrary"

„Ég hef ekkert sem sannar hið gagnstæða"

The Rakshasi knew she had been discovered.

Rakshasi vissi að hún hafði verið uppgötvuð.

Her eyes became even fiercer than before.

Augun hennar urðu enn grimmari en áður.

And she vowed to get her revenge.

Og hún sór þess eið að hefna sín.

The Brahman woman concluded her fate was sealed.

Brahman-konan komst að þeirri niðurstöðu að örlög hennar væru ráðin.

She thought her husband would meet the same fate.

Hún hélt að eiginmaður hennar myndi mæta sömu örlögum.

She did not expect her son to be spared either.

Hún bjóst ekki heldur við að sonur hennar yrði hlífður.

That night she hardly slept at all.

Þá nótt svaf hún varla neitt.

The Rakshasi had prevented her from seeing her husband.

Rakshasi hafði komið í veg fyrir að hún fengi að sjá eiginmann sinn.

Early next morning Champa-Dal went to school.

Snemma næsta morgun fór Champa-Dal í skólann.

Before he went to school she gave her son a golden bottle.

Áður en hann fór í skólann gaf hún syni sínum gullflösku.

In the golden bottle was her own breast milk.

Í gullflöskunni var hennar eigin brjóstamjólk.

"Carefully watch the colour of the milk"

„Fylgist vel með litnum á mjólkinni"

"If the milk turns red, your father has been killed"

„Ef mjólkin verður rauð, þá hefur pabbi þinn verið drepinn"

"If the milk turns redder, then I have been killed"

„Ef mjólkin verður rauðari, þá hef ég verið drepinn"

"If the milk turns red you must gallop away"

„Ef mjólkin verður rauð verður þú að hlaupa burt"

"Gallop as fast as your horse can carry you"

„Stökkvaðu eins hratt og hesturinn þinn getur borið þig"

"If you do not run away, you will be devoured"
„Ef þú flýrð ekki, verður þú étinn"
That morning the Rakshasi made a suggestion to her husband.
Þann morgun lagði Rakshasí fram tillögu við eiginmann sinn.
"Let us bathe in the river this morning"
„Við skulum baða okkur í ánni í morgun"
She would not take no for an answer.
Hún myndi ekki taka nei sem svar.
The river was some distance from the palace.
Áin var nokkuð langt frá höllinni.
The Brahman followed her as meekly as a lamb.
Brahmaninn fylgdi henni eins hógværlega og lamb.
The Brahman woman saw that her doom was near.
Brahman-konan sá að örlög hennar voru í nánd.
But it was beyond her power to avert the catastrophe.
En það var utan hennar valds að afstýra hörmungunum.
The Brahman and the Rakshasi did indeed reach the river.
Brahmaninn og Rakshasi komust vissulega að ánni.
Soon after the Rakshasi changed into her real dimensions.
Skömmu síðar breyttist Rakshasi í sína raunverulegu vídd.
She tore the Brahman limb from limb.
Hún reif Brahman-útliminn í sundur.
She devoured him like she had devoured the antelope.
Hún át hann eins og hún hefði átið antilópu.
Then she ran back to her palace.
Svo hljóp hún aftur til hallar sinnar.
The wive's fate was the same as the Brahman's.
Örlög konunnar voru þau sömu og Brahmansins.

Young Champ Dal had done as his mother instructed.
Ungi meistarinn Dal hafði gert eins og móðir hans hafði fyrirskipað.
He was diligently observing the golden bottle.
Hann fylgdist vandlega með gullflöskunni.
He paid special attention to the colour of the milk.
Hann gaf lit mjólkarinnar sérstaka athygli.

He was horror-struck to find the milk redden a little.
Hann varð hryllingur þegar hann sá að mjólkin var orðin
örlítið rauð.
"My father has been killed," he cried.
„Faðir minn hefur verið drepinn," hrópaði hann.
Soon after the milk completely reddened.
Skömmu síðar rauðnaði mjólkin alveg.
"Now my mother has been killed too," he cried.
„Nú er mamma líka myrt," hrópaði hann.
Quickly he rushed to mount his pony.
Hann hljóp hratt til að ríða hestinum sínum.
His half-brother, Sahasra-Dal, was surprised.
Hálfbróðir hans, Sahasra-Dal, varð undrandi.
"Where are you going, Champa?"
„Hvert ertu að fara, Champa?"
"Why are you crying, brother?"
„Hvers vegna grætur þú, bróðir?"
"Let me accompany you to wherever you are going"
„Leyfðu mér að fylgja þér hvert sem þú ferð"
But Champa-Dal now feared his brother.
En Champa-Dal óttaðist nú bróður sinn.
"Oh! do not come to me," he objected.
„Ó! komdu ekki til mín," mótmælti hann.
"Your mother has devoured my father and mother"
„Móðir ykkar hefur etið föður minn og móður"
"Don't you come and devour me"
„Komdu ekki og gleyptu mig"
"I will not devour you," he promised his brother.
„Ég mun ekki gleypa þig," lofaði hann bróður sínum.
"I'll save you," he promised his brother.
„Ég skal bjarga þér," lofaði hann bróður sínum.
And he galloped after his brother, Champa-Dal.
Og hann elti bróður sinn, Champa-Dal.
Soon his mother, the Rakshasi, appeared at a distance.
Fljótlega birtist móðir hans, Rakshasí, í fjarska.
She demanded Champa-Dal to come to her.
Hún krafðist þess að Champa-Dal kæmi til sín.

But Champa-Dal knew better than to go to the Rakshasi.
En Champa-Dal vissi betur en að fara til Rakshasi.
"Champa-Dal will not come to you, but I will"
„Champa-Dal kemur ekki til þín, en ég geri það."
And instead, Sahasra-Dal went to his mother.
Og í staðinn fór Sahasra-Dal til móður sinnar.
The young prince always carried a sword with him.
Ungi prinsinn bar alltaf sverð meðferðis.
With his sword he cut off his mother's head.
Með sverði sínu hjó hann höfuð móður sinnar af.
Champa-Dal had not stayed to witness this.
Champa-Dal hafði ekki dvalið til að verða vitni að þessu.
He had galloped off as far as his pony could carry him.
Hann hafði hlaupið af stað eins langt og hesturinn hans gat borið hann.
Because he was running for his life.
Því hann var að hlaupa fyrir lífi sínu.
But Sahasra-Dal soon caught up with his brother.
En Sahasra-Dal náði fljótlega bróður sínum.
And he told him that his mother was no more.
Og hann sagði honum að móðir hans væri ekki lengur til.
This was small consolation to Champa-Dal.
Þetta var lítil huggun fyrir Champa-Dal.
The Rakshasi had already devoured both his parents.
Rakshasi hafði þegar gleypt bæði foreldra hans.
But he could still not trust Sahasra-Dal's friendship.
En hann gat samt ekki treyst vináttu Sahasra-Dal.
They both rode as fast as their horses could carry them.
Þau riðu bæði eins hratt og hestarnir gátu borið þau.
And their horses could carry them very far.
Og hestarnir þeirra gátu borið þá mjög langt.
Because their horses were Pakshirajes horses.
Vegna þess að hestarnir þeirra voru Pakshirajes-hestar.
Pakshirajes horses are the kings of birds.
Hestar Pakshirajes eru konungar fuglanna.
On their horses they travelled over hundreds of miles.
Á hestum sínum ferðuðust þau yfir hundruð kílómetra.

An hour or two before sundown they reached a village.

Klukkutíma eða tveimur fyrir sólsetur komu þau að þorpi.

Here they became the guests of a respectable family.

Hér urðu þau gestir virðulegrar fjölskyldu.

But the two brothers saw the family was in gloom.

En bræðurnir tveir sáu að fjölskyldan var í drunga.

Something was agitating the family very much.

Eitthvað var að angra fjölskylduna mjög mikið.

Some of the family held private consultations.

Sumir í fjölskyldunni héldu einkaviðtöl.

And others in the family were weeping.

Og aðrir í fjölskyldunni grétu.

The mother was the eldest lady in the house.

Móðirin var elsta konan í húsinu.

"I will go, as I am the eldest," she said.

„Ég fer, því ég er elst,“ sagði hún.

"I have lived long enough"

„Ég hef lifað nógu lengi“

"At most my life would be cut short by a year or two"

„Í mesta lagi yrði líf mitt stytt um eitt eða tvö ár.“

The youngest member of the house was a little girl.

Yngsti meðlimurinn í húsinu var lítil stúlka.

"I will go, as I am young," she said.

„Ég fer, þar sem ég er ung,“ sagði hún.

"I am useless to the family"

„Ég er fjölskyldunni gagnslaus“

"If I die, I shall not be missed"

„Ef ég dey, þá verður mín ekki saknað“

The head of the house was the son of the old lady.

Húsbóndinn var sonur gömlu konunnar.

"I am the representative of the family," he said.

„Ég er fulltrúi fjölskyldunnar,“ sagði hann.

"It is but reasonable that I should give up my life"

„Það er eðlilegt að ég gefi líf mitt upp“

He also had a younger brother.

Hann átti líka yngri bróður.

"You are the pillar of the family," he said.

„Þú ert stoð fjölskyldunnar," sagði hann.
"If you go the whole family is ruined"
„Ef þú ferð er öll fjölskyldan í rúst"
"It is not reasonable that you should go"
„Það er ekki sanngjarnt að þú farir"
"I will go, as I shall not be much missed"
„Ég fer, því mín verður ekki mikið saknað"
The two strangers listened to all this conversation.
Ókunnugu mennirnir tveir hlustuðu á allt þetta samtal.
You can imagine their curiosity was not little.
Þú getur ímyndað þér að forvitni þeirra hafi ekki verið lítil.
They wondered what the discussion could be about.
Þau veltu fyrir sér um hvað umræðan gæti snúist.
Sahasra-Dal took the risk of being thought meddlesome.
Sahasra-Dal tók þá áhættu að vera talinn afskiptasamur.
"What is the subject of your consultations?"
„Hvert er efni samráðsfundar ykkar?"
"What is the reason for your deep miserable?"
„Hver er ástæðan fyrir djúpri vanlíðan þinni?"
"Why are your words full of countenances?"
„Hví eru orð þín full af svipbrigðum?"
The head of the house gave the following answer.
Húsbóndinn gaf eftirfarandi svar.
"There is something you must know, me worthy guests"
„Það er eitthvað sem þið verðið að vita, ég verðugi gestir"
"These lands are infested by a terrible Rakshasi"
„Þessi lönd eru herjuð af hræðilegri Rakshasi"
"This Rakshasi has depopulated all the regions here"
„Þessi Rakshasi hefur afbyggt öll héruðin hér"
"This town, too, would have been depopulated"
„Þessi bær hefði líka orðið afbyggður"
"But that our king became suppliant to the Rakshasi"
„En að konungur okkar hafi beðið Rakshasi um hjálp"
"He begged her to show mercy to us his people"
„Hann bað hana að sýna okkur, fólki hans, miskunn"
The Rakshasi replied to the king.
Rakshasí svaraði konungi.

"I will consent to show mercy to your subjects"
„Ég mun samþykkja að sýna þegnum þínum miskunn"
"But there is one condition for my mercy"
„En það er eitt skilyrði fyrir miskunn minni"
"Every night I demand one human being"
„Á hverju kvöldi krefst ég eins manns"
"I don't mind if it is a male or a female"
„Mér er alveg sama hvort það er karlkyns eða kona"
"Put the human being in a temple for me to feast"
„Settu manninn í musteri svo að ég geti veist þar."
"If I get a human being every night I will rest satisfied"
„Ef ég fæ manneskju á hverju kvöldi mun ég vera sáttur"
"Promise me this and I will commit no further depredations"
„Lofaðu mér þessu og ég mun ekki fremja frekari ránsfengi"
"Your subjects will be spared from my ravenous hunger"
„Þegnar þínir munu sleppa við hungur mitt"
"Our king had no other alternative than to agree"
„Konungur okkar hafði engan annan kost en að samþykkja"
"What human can ever hope to contend against a Rakshasi?"
„Hvaða maður getur nokkurn tímann vonast til að berjast gegn Rakshasi?"
"From that day the king made a new law"
„Frá þeim degi setti konungurinn ný lög"
"Every family has to send one member to the temple"
„Hver fjölskylda verður að senda einn meðlim í musterið"
"To appease the wrath of the terrible Rakshasi"
„Til að sefa reiði hins hræðilega Rakshasi"
"To satisfy the endless hunger of the Rakshasi"
„Til að seðja endalausa hungur Rakshasi"
"All the families in this neighbourhood have had their turn"
„Allar fjölskyldur í þessu hverfi hafa fengið sinn tíma"
"This night it is the turn of our family"
„Í kvöld er röðin komin að fjölskyldunni okkar"
"One of us is to devote ourself to destruction"
„Einn okkar á að helga sig tortímingu"

"We are therefore discussing who should go to the Rakshasi"
„Við erum því að ræða hverjir ættu að fara í Rakshasi."
"You can now perceive the cause of our distress"
„Þú getur nú skilið orsök neyðar okkar"
The two friends consulted together for a few minutes.
Vinirnir tveir ráðfærðu sig saman í nokkrar mínútur.
After this time they concluded their consultation.
Eftir þennan tíma luku þau samráði sínu.
Sahasra-Dal was the spokesman for the brothers.
Sahasra-Dal var talsmaður bræðranna.
"Most worthy host, do not any longer be sad"
„Góðasti gestgjafi, vertu ekki lengur dapur"
"You have been very kind to us"
„Þið hafið verið mjög góð við okkur"
"We have resolved to requite your hospitality"
„Við höfum ákveðið að endurgjalda gestrisni ykkar"
"We will go to the temple instead of you"
„Við förum í musterið í staðinn fyrir þig"
"We shall go as your representatives"
„Við förum sem fulltrúar ykkar"
"We will become the food of the Rakshasi"
„Við munum verða fæða Rakshasi"
The whole family protested against the proposal.
Öll fjölskyldan mótmælti tillögunni.
They declared that guests were like gods.
Þeir lýstu því yfir að gestirnir væru eins og guðir.
"The host must ensure the comfort of the guests"
„Gestgjafinn verður að tryggja þægindi gestanna"
"The guests must not suffer for the host"
„Gestirnir mega ekki þjást fyrir gestgjafann"
But the two strangers could not be persuaded.
En það var ekki hægt að sannfæra ókunnugu mennina tvo.
"We will stand as proxies for your family"
„Við munum standa sem fulltrúar fjölskyldu þinnar"
There was a great deal of objection to the proposal.
Mikil andstaða kom fram við tillöguna.

But eventually the guests persuaded their hosts.
En að lokum sannfærðu gestirnir gestgjafa sína.
Finally the hosts consented to the arrangement.
Að lokum samþykktu gestgjafarnir fyrirkomulagið.

Sahasra-Dal and Champa-Dal rode off on their horses.
Sahasra-Dal og Champa-Dal riðu af stað á hestum sínum.
Immediately after candle light they reached the temple.
Strax eftir kertaljós komu þau að musterinu.
They went into the temple, and shut the door.
Þeir gengu inn í musterið og lokuðu dyrunum.
Sahasra told his brother to go to sleep.
Sahasra sagði bróður sínum að fara að sofa.
"I will guard over your sleep"
„Ég mun gæta svefns þíns"
"I will watch out for the terrible Rakshasi"
„Ég mun gæta mín að hinum hræðilega Rakshasi"
Champa was soon in a fine sleep.
Champa sofnaði fljótlega vel.
Sahasra lay awake, waiting for the Rakshasi.
Sahasra lá vakandi og beið eftir Rakshasi.
Nothing happened during the early hours of the night.
Ekkert gerðist snemma kvölds.
But then the gong of the king's bell sounded.
En þá hljómaði bjöllu konungsins.
It was midnight, the dead hour of the night.
Það var miðnætti, dauðastund næturinnar.
Sahasra heard the sound as of a rushing tempest.
Sahasra heyrði hljóðið eins og af ofviðri.
He used the knowledge he had of Rakshasas.
Hann notaði þekkinguna sem hann hafði á Rakshasas.
He concluded the Rakshasi was nigh.
Hann ályktaði að Rakshasi væri í nánd.
A thundering knock was heard at the door.
Þrumulegur bank heyrðist á dyrnar.
The following words accompanied the knock at the door:
Eftirfarandi orð fylgdu bankinu á dyrnar:

"How, mow, khow! A human being I smell"
„Hvernig, sláttuvél, kú! Ég finn lykt af manneskju."
"Who keeps guard inside this temple?"
„Hver heldur vörð inni í þessu musteri?"
To this question Sahasra-Dal made the following reply:
Við þessari spurningu svaraði Sahasra-Dal eftirfarandi:
"Sahasra-Dal keeps guard inside this temple"
„Sahasra-Dal heldur vörð inni í þessu musteri"
"Champa-Dal keeps guard inside this temple"
„Champa-Dal heldur vörð inni í þessu musteri"
"Two winged horses keep guard inside this temple"
„Tveir vængjuðir hestar halda vörð inni í þessu musteri"
Rakshasa blood flowed through Sahasra-Dal's veins.
Rakshasa-blóð rann um æðar Sahasra-Dal.
The Rakshasi knew Sahasra-Dal was not human.
Rakshasi vissu að Sahasra-Dal var ekki mannlegur.
And so the Rakshasi turned away with a groan.
Og því sneri Rakshasí sér undan með stunu.
After an hour the Rakshasi returned to the temple.
Eftir klukkustund sneri Rakshasi aftur til mustersins.
The Rakshasi thundered at the door again.
Rakshasi þrumaði aftur á dyrnar.
"How, mow, khow! A human being I smell"
„Hvernig, sláttuvél, kú! Ég finn lykt af manneskju."
"Who keeps guard inside this temple?"
„Hver heldur vörð inni í þessu musteri?"
To this question Sahasra-Dal again replied:
Við þessari spurningu svaraði Sahasra-Dal aftur:
"Sahasra-Dal keeps guard inside this temple"
„Sahasra-Dal heldur vörð inni í þessu musteri"
"Champa-Dal keeps guard inside this temple"
„Champa-Dal heldur vörð inni í þessu musteri"
"Two winged horses keep guard inside this temple"
„Tveir vængjuðir hestar halda vörð inni í þessu musteri "
The Rakshasi again groaned and went away.
Rakshasí kveinkaði sér aftur og fór.
At two o'clock the Rakshasi appeared once more.

Klukkan tvö birtist Rakshasi enn á ný.
And at three o'clock the Rakshasi came again.
Og klukkan þrjú kom Rakshasi aftur.
Each time the Rakshasi made the same inquiry.
Í hvert skipti spurði Rakshasi sömu spurningar.
And each time the Rakshasi left with a groan.
Og í hvert sinn fór Rakshasíinn með stunu.
After three o'clock, however, Sahasra-Dal felt very sleepy.
Eftir klukkan þrjú var Sahasra-Dal hins vegar mjög syfjaður.
He could not any longer keep awake.
Hann gat ekki lengur haldið sér vakandi.
He therefore roused Champa.
Hann vakti því Champa.
And he told him to keep guard over the temple.
Og hann sagði honum að gæta mustersins.
"The Rakshasi will come again in an hour"
„Rakshasi kemur aftur eftir klukkustund“
"The Rakshasi will ask who keeps guard here"
„Rakshasi mun spyrja hver haldi vörð hér“
"You must mention Sahasra's name first"
„Þú verður að nefna nafn Sahasra fyrst“
Having given these instructions he went to sleep.
Eftir að hafa gefið þessi fyrirmæli fór hann að sofa.
At four o'clock the Rakshasi again made her appearance.
Klukkan fjögur birtist Rakshasi aftur.
The Rakshasi thundered at the door, and said:
Rakshasí þrumaði á dyrnar og sagði:
"How, mow, khow! A human being I smell"
„Hvernig, sláttuvél, kú! Ég finn lykt af manneskju.“
"Who keeps guard inside this temple?"
„Hver heldur vörð inni í þessu musteri?“
Champa-Dal was in a terrible fright.
Champa-Dal var hræðilega hræddur.
He had forgotten the instructions of his brother.
Hann hafði gleymt fyrirmælum bróður síns.
"Champa-Dal keeps guard inside this temple"
„Champa-Dal heldur vörð inni í þessu musteri“

"Sahasra-Dal keeps guard inside this temple"
„Sahasra-Dal heldur vörð inni í þessu musteri"
"Two winged horses keep guard inside this temple"
„Tveir vængjuðir hestar halda vörð inni í þessu musteri"
The Rakshasi uttered a shout of exultation.
Rakshasíinn lét upp fagnaðaróp.
And the Rakshasi laughed how only demons can laugh.
Og Rakshasi hló eins og aðeins djöflar geta hlegið.
With a dreadful noise the door broke open.
Með hræðilegum hávaða brotnaði hurðin upp.
The noise roused Sahasra from his sleep.
Hávaðinn vakti Sahasra úr svefni.
Within a moment he sprung to his feet.
Innan augnabliks spratt hann á fætur.
He had his sword with him not only by day.
Hann hafði sverðið sitt ekki aðeins meðferðis á daginn.
He had his sword with him by night too.
Hann hafði sverðið sitt með sér um nóttina líka.
His sword was as supple as a palm-leaf.
Sverð hans var eins mjúkt og pálmablað.
And he cut off the head of the Rakshasi.
Og hann hjó af höfuðið af Rakshasí.
The huge mountain of a body fell to the ground.
Risastórt fjall af líki féll til jarðar.
The body made a great noise when it fell.
Líkaminn gaf frá sér mikinn hávaða þegar hann féll.
And the body covered many surrounding acres.
Og líkið huldi margar hektara í kring.
Sahasra-Dal kept the severed head of the Rakshasi.
Sahasra-Dal geymdi afskorið höfuð Rakshasi.
And he slept again with the head near him.
Og hann svaf aftur með höfuðið nálægt sér.

Early in the morning some wood-cutters came.
Snemma morguns komu nokkrir skógarhöggsmenn.
The wood-cutters were passing near the temple.
Viðarhöggsmennirnir voru að ganga fram hjá musterinu.

The wood-cutters saw the huge body on the ground.

Skógarhöggvararnir sáu risavaxna líkið á jörðinni.

So they walked towards the temple.

Svo gengu þau í átt að musterinu.

Soon they saw that it was a carcass.

Fljótlega sáu þeir að þetta var hræ.

The carcass of the terrible Rakshasi.

Hræ hins hræðilega Rakshasi.

The Rakshasi that had nearly depopulated the land.

Rakshasi-þjóðin sem hafði næstum afbyggt landið.

There had been a bounty for this Rakshasi.

Það hafði verið veitt verðlaun fyrir þennan Rakshasi.

The king offered the hand of his daughter.

Konungurinn rétti fram hönd dóttur sinnar.

And the king had offered half the kingdom.

Og konungurinn hafði boðið hálft ríkið.

He would trade it all for the head of the Rakshasi.

Hann myndi skipta þessu öllu fyrir höfuð Rakshasi.

The wood-cutters saw no claimant at hand.

Skógarhöggvararnir sáu engan kröfuhafa við höndina.

So they went to get the reward.

Svo fóru þau að sækja verðlaunin.

Each wood-cutter cut off a limb from the Rakshasi.

Hver viðarhöggvari högg af grein af Rakshasi.

And each wood-cutter went to the king.

Og hver skógarhöggvari fór til konungs.

And each wood-cutter tried to claim the reward.

Og hver skógarhöggsmaður reyndi að krefjast verðlaunanna.

"I am the destroyer of the great man eater"

„Ég er eyðileggjandi hins mikla mannætu"

"I have come to claim my reward"

„Ég er kominn til að sækja umbun mína"

The king knew there could only be one hero.

Konungurinn vissi að það gæti aðeins verið einn hetja.

So he made an inquiry with his minister.

Hann spurði því ráðherrann sinn út í þetta.

"What family's turn was it last night?"

„Hvaða fjölskyldu var komið að í gærkvöldi?"
"And who is the head of that family?"
„Og hver er höfuð þessarar fjölskyldu?"
The king's minister set out to find the family.
Ráðherra konungsins lagði af stað til að finna fjölskylduna.
He brought the head of the family to the king.
Hann færði höfuð fjölskyldunnar til konungsins.
And the head of the family told of his guests.
Og fjölskylduhöfuðið sagði frá gestum sínum.
"Last night two youthful travelers came to me"
„Í gærkvöldi komu tveir ungir ferðalangar til mín"
"We offered to be their hosts for the night"
„Við buðumst til að vera gestgjafar þeirra í nótt"
"Soon they discovered the problem we had"
„Þeir uppgötvuðu fljótlega vandamálið sem við áttum við að
stríða"
"And they volunteered to take our place"
„Og þau buðu sig fram til að taka sæti okkar"
"They went to the temple, instead of one of us"
„Þau fóru í musterið, í stað eins af okkur"
The king took his men to the temple.
Konungurinn fór með menn sína í musterið.
The door of the temple was broken open.
Hurð musterisins var brotin upp.
They found the two brothers sleeping.
Þau fundu bræðurna tvo sofandi.
And the horses were safe in the temple too.
Og hestarnir voru líka öruggir í musterinu.
And the head of the Rakshasi was there too.
Og yfirmaður Rakshasi var þar líka.
There was no doubt about who had killed the monster.
Það var enginn vafi á því hver hefði drepið skrímslið.
The real hero had been discovered.
Hin sanna hetja hafði verið uppgötvuð.
And the king kept true to his word.
Og konungurinn stóð við orð sín.
He gave the hand of his daughter to Sahasra-Dal.

Hann rétti Sahasra-Dal hönd dóttur sinnar.
And he gave him half his kingdom too.
Og hann gaf honum líka hálft ríkis síns.
Champa-Dal remained with his friend.
Champa-Dal varð eftir hjá vini sínum.
And he rejoiced in Sahasra-Dal's prosperity.
Og hann fagnaði velgengni Sahasra-Dal.
And they lived together happily for some time.
Og þau bjuggu saman hamingjusöm um tíma.

But one day a misunderstanding arose between them.
En einn daginn kom upp misskilningur á milli þeirra.
The queen-mother had a certain maid-servant.
Drottningin, móðirin, átti ákveðna ambátt.
This maid-servant was the most useful domestic.
Þessi vinnukona var gagnlegasta heimiliskonan.
She could turn her hand to any task.
Hún gat snúið hönd sinni að hvaða verkefni sem var.
And she had uncommon strength for a woman.
Og hún hafði óvenjulegan styrk fyrir konu.
Her intelligence was not lacking either.
Gáfu hennar vantaði heldur ekki.
And she had a remarkable amount of energy.
Og hún hafði ótrúlega mikla orku.
She would have been quickly missed in the palace.
Hennar hefði fljótt verið saknað í höllinni.
The zenana was completely dependent on her.
Zenana var algjörlega háð henni.
Hence her services were highly valued.
Þess vegna var þjónusta hennar mikils metin.
The queen-mother appreciated her very much.
Drottningin kunni mjög að meta hana.
And the ladies of the palace valued her too.
Og konurnar í höllinni kunnu henni líka að meta.
But this valuable woman was not a woman.
En þessi verðmæta kona var ekki kona.
What this woman was was a Rakshasi.

Þessi kona var Rakshasi.
She had put on the appearance of a woman.
Hún hafði tekið á sig kvenmannslegt útlit.
She had her own nefarious reasons for doing this.
Hún hafði sínar eigin óheiðarlegu ástæður fyrir þessu.
And then she took service in the royal household.
Og þá tók hún við þjónustu í konungsfjölskyldunni.
At night she used to assume her own real form.
Á nóttunni tók hún á sig sína eigin raunverulegu mynd.
When everyone in the palace was asleep.
Þegar allir í höllinni voru sofnaðir.
And then she went about in search of food.
Og svo fór hún um í leit að mat.
Because her hunger was not satisfied at the palace.
Vegna þess að hungur hennar var ekki seðjað í höllinni.
A Rakshasi needs much more food than a man or woman.
Rakshasi þarfnast miklu meiri matar en karl eða kona.
At this time Champa-Dal had no wife.
Á þessum tíma átti Champa-Dal enga konu.
So he often slept outside the zenana.
Svo svaf hann oft utan zenana.
He was not far from the outer gate of the palace.
Hann var ekki langt frá ytra hliði hallarinnar.
And from there he could observe her.
Og þaðan gat hann fylgst með henni.
He saw her devouring sundry goats and sheep.
Hann sá hana gleypa ýmsar geitur og kindur.
And he saw her devouring horses and elephants.
Og hann sá hana gleypa hesta og fíla.
This of course was not good for the maid-servant.
Þetta var auðvitað ekki gott fyrir vinnukonuna.
Champa-Dal was in the way of her supper.
Champa-Dal var í vegi fyrir kvöldmatnum hennar.
So she was determined to get rid of him.
Hún var því staðráðin í að losna við hann.
One day she went to the queen-mother.
Dag einn fór hún til drottningarmóðurinnar.

"Queen-mother," she said to her.
„Drottningamóðir," sagði hún við hana.
"I can no longer work in the palace"
„Ég get ekki lengur unnið í höllinni"
"Why?" asked the queen-mother.
„Hvers vegna?" spurði drottningamóðirin.
"What is the matter, Dasi" she wanted to know.
„Hvað er að, Dasi," vildi hún vita.
"How can I go on without you?"
„Hvernig get ég haldið áfram án þín?"
"Tell me your reasons for leaving"
„Segðu mér ástæður þínar fyrir því að fara"
The maid-servant explained her situation.
Þernan útskýrði aðstæður sínar.
"I am but a poor woman in this palace"
„Ég er bara fátæk kona í þessari höll"
"A woman like me can't preserve her honour here"
„Kona eins og ég getur ekki varðveitt heiður sinn hér"
"Your son-in-law has a friend, Champa-Dal"
„Tengdasonur þinn á vin, Champa-Dal."
"He always cracks indecent jokes with me"
„Hann segir alltaf ósæmilega brandara við mig"
"I would rather beg for my rice than to lose my honour"
„Ég vil heldur biðja um hrísgrjónin mín en að missa heiður
minn"
"If Champa-Dal remains in the palace I must go away"
„Ef Champa-Dal verður áfram í höllinni verð ég að fara."
The maid-servant was irreplicable in the palace.
Þernan var óaðfinnanleg í höllinni.
The queen-mother knew what sacrifice to make.
Drottningin vissi hvaða fórn hún þurfti að færa.
Champa-Dal was going to have to leave the palace.
Champa-Dal yrði að yfirgefa höllina.
And she told Sahasra-Dal all her reasons.
Og hún sagði Sahasra-Dal allar ástæður sínar.
"Champa-Dal is a bad man"
„Champa-Dal er vondur maður"

"His character and morals are loose"
„Persónuleiki hans og siðferði eru laus við strikið"
"He must leave this palace at once"
„Hann verður að yfirgefa þetta höll þegar í stað"
Sahasra-Dal did his best to persuade her otherwise.
Sahasra-Dal gerði sitt besta til að sannfæra hana um annað.
He earnestly pleaded on behalf of his friend.
Hann bað einlæglega fyrir hönd vinar síns.
But his efforts were in vain.
En tilraunir hans voru til einskis.
The queen-mother had made up her mind.
Drottningamóðirin hafði ákveðið sig.
He had to be driven out of the palace.
Hann þurfti að vera rekinn út úr höllinni.
Sahasra-Dal had not the courage to tell his friend.
Sahasra-Dal hafði ekki kjarkinn til að segja vini sínum frá
þessu.
He therefore wrote a letter to him.
Þess vegna skrifaði hann honum bréf.
In the letter he was vague about the reason.
Í bréfinu var hann óljós um ástæðuna.
But either way, he was going to have to leave.
En hvort sem var, þá yrði hann að fara.
Champa-Dal went to have a bath.
Champa-Dal fór í bað.
And the letter was put in his room.
Og bréfið var lagt inn í herbergi hans.
Champa-Dal was grieved upon reading the letter.
Champa-Dal var hryggur við að lesa bréfið.
He mounted his fleet of horses.
Hann steig á bak hestaflota sínum.
And on his horses he left the palace.
Og á hestum sínum fór hann úr höllinni.

Champa's horses were uncommonly fleet.
Hestar Champa voru óvenju fljótfærnir.
Soon he had traversed thousands of miles.

Brátt hafði hann ferðast þúsundir kílómetra.
And eventually he reached a new city.
Og að lokum komst hann til nýrrar borgar.
He stood at the gateway of a magnificent palace.
Hann stóð við hlið stórkostlegs hallar.
He dismounted from his horse.
Hann steig af hesti sínum.
And he entered the palace.
Og hann gekk inn í höllina.
But in the palace he met not a single creature.
En í höllinni hitti hann ekki eina einustu veru.
He went from apartment to apartment.
Hann fór úr íbúð í íbúð.
All the rooms were richly furnished.
Öll herbergin voru ríkulega innréttuð.
But none of the rooms were lived in.
En ekkert af herbergjunum var búið í.
But in the end he came to a different room.
En að lokum kom hann inn í annað herbergi.
In this room there was a young lady.
Í þessu herbergi var ung kona.
The young lady was of heavenly beauty.
Unga dama var himnesk fegurð.
And she was lying down on a splendid bedstead.
Og hún lá á glæsilegum rúmstokki.
The beautiful young lady was asleep.
Hin fallega unga kona var sofandi.
Champa-Dal looked upon the sleeping beauty.
Champa-Dal horfði á Þyrnirósina.
He was captivated by what he was seeing.
Hann var heillaður af því sem hann var að sjá.
He had not seen any woman so beautiful.
Hann hafði aldrei séð neina jafn fallega konu.
Upon the bed there were two sticks.
Á rúminu voru tveir prikar.
The two sticks were near the woman's head.
Prikarnir tveir voru nálægt höfði konunnar.

One of the sticks was made of silver.
Einn af stafunum var úr silfri.
And the other stick was made of gold.
Og hinn stafur var úr gulli.
Champa took the silver stick into his hand.
Champa tók silfurstafinn í hönd sér.
And with the stick he touched the body of the lady.
Og með stafnum snerti hann líkama konunnar.
But no change was perceptible to her sleep.
En engin breyting var merkjanleg á svefni hennar.
He then took up the gold stick.
Hann tók þá upp gullstafinn.
And with the stick he touched the body of the lady.
Og með stafnum snerti hann líkama konunnar.
This time the young lady did awake.
Að þessu sinni vaknaði unga konan.
Eyeing the stranger, she inquired who he was.
Hún leit á ókunnuga manninn og spurði hver hann væri.
"I am Champa-Dal," he told her.
„Ég heiti Champa-Dal," sagði hann við hana.
"There was once a poor dimwitted Brahman"
„Það var einu sinni fátækur, vitlaus brahman."
"This dimwitted man had a wife, but no children"
„Þessi fáviti átti konu en engin börn"
"But him not having children was probably for the best"
„En það var líklega best fyrir hann að eignast ekki börn"
"Because he was barely able to meet his own needs"
„Vegna þess að hann gat varla séð um eigin þarfir"
"And he could hardly supply enough for his wife"
„Og hann gat varla séð fyrir nóg handa konu sinni"
"But his dimwittedness was not even his biggest problem"
„En fáfræði hans var ekki einu sinni hans stærsta vandamál"
And he continued the story as we have followed it.
Og hann hélt áfram sögunni eins og við höfum fylgst með henni.
"My mother concluded her fate was sealed"
„Móðir mín ályktaði að örlög hennar væru ráðin"

"And she thought my father would meet the same fate"
„Og hún hélt að faðir minn myndi mæta sömu örlögum"
"And she did not expect me to be spared either"
„Og hún bjóst ekki við að ég yrði hlíft heldur"
"That night she hardly slept at all"
„Þá nótt svaf hún varla neitt"
"The Rakshasi had prevented her from seeing my father"
„Rakshasi hafði komið í veg fyrir að hún fengi að hitta föður minn"
"Early next morning I went to school"
„Snemma næsta morgun fór ég í skólann"
"Before I went to school she gave me a golden bottle"
„Áður en ég fór í skólann gaf hún mér gullflösku"
"In the golden bottle was her own breast milk"
„Í gullflöskunni var hennar eigin brjóstamjólk"
"I was told to carefully watch the colour of the milk"
„Mér var sagt að fylgjast vel með litnum á mjólkinni"
And he continued the story as we have followed it.
Og hann hélt áfram sögunni eins og við höfum fylgst með henni.
"We will stand as proxies for your family"
„Við munum standa sem fulltrúar fjölskyldu þinnar"
"There was a great deal of objection to our proposal"
„Mikil mótmæli komu fram við tillögu okkar"
"But eventually we persuaded our hosts"
„En að lokum sannfærðum við gestgjafana okkar"
"Finally the hosts consented to the arrangement"
„Loksins samþykktu gestgjafarnir fyrirkomulagið"
And he continued the story as we have followed it.
Og hann hélt áfram sögunni eins og við höfum fylgst með henni.
"So I often slept outside the zenana"
„Svo ég svaf oft fyrir utan zenana-garðinn."
"I was not far from the outer gate of the palace"
„Ég var ekki langt frá ytra hliði hallarinnar"
"And from there I could observe her"
„Og þaðan gat ég fylgst með henni"

"I saw her devouring sundry goats and sheep"
„Ég sá hana gleypa ýmsar geitur og kindur "
"And I saw her devouring horses and elephants"
„Og ég sá hana gleypa hesta og fíla"
And he continued the story as we have followed it.
Og hann hélt áfram sögunni eins og við höfum fylgst með
henni.
"One day a letter was put in my room"
„Dag einn var bréf lagt í herbergið mitt"
"I was grieved upon reading the letter"
„Ég varð hryggur við að lesa bréfið"
"I mounted my fleet of horses"
„Ég steig á bak hestaflotanum mínum"
"And on my horses he left the palace"
„Og á hestum mínum fór hann úr höllinni"
"My horse are uncommonly fleet"
„Hestarnir mínir eru óvenju fljótfærir"
"Soon I had traversed thousands of miles"
„Fljótlega hafði ég ferðast þúsundir kílómetra"
"And eventually I reached a new city"
„Og að lokum komst ég í nýja borg"
And he continued the story as we have followed it.
Og hann hélt áfram sögunni eins og við höfum fylgst með
henni.
"I took the silver stick into his hand"
„Ég tók silfurstafinn í hönd hans"
"And with the stick I touched your body"
„Og með prikinu snerti ég líkama þinn"
"But no change was perceptible to your sleep"
„En engin breyting var merkjanleg á svefni þínum"
"I then took up the gold stick"
„Þá tók ég upp gullstafinn"
And with the stick he touched your body.
Og með prikinu snerti hann líkama þinn.
"This time you did awake from your sleep"
„Að þessu sinni vaknaðir þú af svefni þínum"
The young lady had listened to Champa-Dal's story.

Unga konan hafði hlustað á sögu Champa-Dals.
The young lady was in fact a princess.
Unga daman var í raun prinsessa.
"Unhappy man! why have you come here?"
„Óhamingjusamur maður! Hvers vegna ert þú kominn hingað?"
"This is the country of Rakshasas"
„Þetta er land Rakshasas"
"No less than seven hundred Rakshasas live here"
„Ekki færri en sjö hundruð Rakshasas búa hér"
"Every morning the Rakshasas leave"
„Á hverjum morgni fara Rakshasarnir"
"They go to the other side of the ocean"
„Þau fara yfir á hina hlið hafsins"
"And they search for provisions there"
„Og þeir leita þar að vistum"
"And before dusk they return again"
„Og fyrir rökkva koma þau aftur"
"My father was king in these regions"
„Faðir minn var konungur í þessum héruðum"
"His kingdom had millions of subjects"
„Ríki hans hafði milljónir þegna"
"They lived in flourishing towns and cities"
„Þau bjuggu í blómlegum bæjum og borgum"
"But some years ago the Rakshasas invaded"
„En fyrir nokkrum árum réðust Rakshasar inn"
"And they devoured all the subjects of the kingdom"
„Og þeir gleyptu alla þegna ríkisins"
"The Rakshasas devoured my father and my mother"
„Rakshasarnir átu föður minn og móður mína"
"The Rakshasas devoured my brothers and sisters"
„Rakshasarnir átu bræður mína og systur"
"And they devoured all the cattle of the country"
„Og þeir átu upp allan nautgrip landsins"
"There is no living human being in these regions"
„Það er enginn lifandi maður á þessum svæðum"
"I am the last human living left"

„Ég er síðasta manneskjan sem eftir er á lífi"
"I too would have been devoured long ago"
„Ég hefði líka verið gleyptur fyrir löngu síðan"
"But an old Rakshasi took a liking to me"
„En gamall Rakshasi fékk dálæti á mér"
"She prevents the other Rakshasas from eating me"
„Hún kemur í veg fyrir að hinir Rakshasarnir éti mig"
"Do you see those sticks of silver and gold?"
„Sérðu þessa silfur- og gullstöngla?"
"Every morning she kills me with the silver stick"
„Á hverjum morgni drepur hún mig með silfurstafnum"
"Every evening she re-animates me with the gold stick"
„Á hverju kvöldi endurlífgar hún mig með gullstafnum"
"I do not know how to advise you"
„Ég veit ekki hvernig ég á að ráðleggja þér"
"If the Rakshasas see you, you are a dead man"
„Ef Rakshasarnir sjá þig, þá ertu dauður maður"
Then they talked in a very affectionate manner.
Síðan töluðu þau saman á mjög ástúðlegan hátt.
And they laid their heads together.
Og þau lögðu höfuð sín saman.
And they thought to devise a means of escape.
Og þeir hugsuðu sér að finna leið til að flýja.
Some way to get out of the hands of the Rakshasas.
Einhver leið til að komast úr höndum Rakshasanna.

The hour of the return of the Rakshasas was coming.
Stund endurkomu Rakshasanna var að nálgast.
The seven hundred flesh-eaters were soon returning.
Hinir sjö hundruð kjötætur voru brátt að snúa aftur.
Keshavati called out to Champa-Dal.
Keshavati kallaði á Champa-Dal.
(Because that was the name of the princess)
(Því það var nafn prinsessunnar)
"Hide yourself in the heaps of the sacred trefoil"
„Fel þig í hrúgum hins helga þríblaðs"
But first Champ Dal picked up the silver stick.

En fyrst tók Meistarinn Dal upp silfurstafinn.
He touched Keshavati with the silver stick.
Hann snerti Keshavati með silfurstafnum.
And as soon as he touched her, she died.
Og um leið og hann snerti hana, dó hún.
Then he went to the center of the temple of Siva.
Síðan fór hann að miðju musterisins í Síva.
And he hid beneath the heaps of sacred trefoil.
Og hann faldi sig undir hrúgum af helgum þríblaði.
From his hiding place he heard the sound of wind rushing.
Frá felustað sínum heyrði hann suðið af vindi.
Then he heard terrible noises in the palace.
Þá heyrði hann hræðileg hljóð í höllinni.
The Rakshasas had come home from their hunt.
Rakshasarnir voru komnir heim úr veiðum sínum.
They had filled their stomachs with meat.
Þeir höfðu fyllt magann af kjöti.
Sundry goats, sheep, cows, horses, buffaloes.
Ýmsar geitur, kindur, kýr, hestar, buffalóar.
And they had devoured elephants too.
Og þeir höfðu líka étið fíla.
The old Rakshasi returned to the palace too.
Hinn gamli Rakshasi sneri einnig aftur til hallarinnar.
She went to the room of the sleeping princess.
Hún fór inn í herbergi sofandi prinsessunnar.
And she woke her with the stick made of gold.
Og hún vakti hana með gullstafnum.
"Hye, mye, khye! A human being I smell"
„Hæ, mæ, kæ! Ég finn lyktina af manneskju.“
"I am the only human being here," said the princess.
„Ég er eina manneskjan hér,“ sagði prinsessan.
"Eat me if you like," added Keshavati.
„Borðaðu mig ef þú vilt,“ bætti Keshavati við.
To this the Rakshasi replied:
Þessu svaraði Rakshasi:
"Let me eat up your enemies"
„Leyfðu mér að éta upp óvini þína“

"Why should I eat you?" she asked the princess.

„Hvers vegna ætti ég að borða þig?" spurði hún prinsessuna.

She laid herself down on the ground.

Hún lagðist niður á jörðina.

She was as long and high as the Vindhya Hills.

Hún var jafn löng og há og Vindhya-hæðirnar.

And in this position she fell asleep.

Og í þessari stellingu sofnaði hún.

The other Rakshasas and Rakshasis soon fell asleep too.

Hinir Rakshasarnir og Rakshasis sofnuðu líka fljótlega.

Because they were tired from their gigantic labour.

Vegna þess að þeir voru þreyttir eftir gríðarlega erfiðið.

Keshavati also composed herself to sleep.

Keshavati náði einnig að sofna.

But Champa did not dare to come out from under the leaves.

En Champa þorði ekki að koma út undan laufunum.

And he tried his best to pray to the god of repose.

Og hann reyndi sitt besta til að biðja til hvíldarguðsins.

At daybreak all seven hundred Rakshasas got up again.

Í dögun risu allir sjö hundruð Rakshasas aftur á fætur.

They went on their usual predatory excursion.

Þau fóru í sína venjulegu rándýru ferð.

And along with them went the old Rakshasi.

Og með þeim fór gamli Rakshasi.

But first the old Rakshasi picked up the silver stick.

En fyrst tók gamli Rakshasi upp silfurstafinn.

And she touched Keshavati with the silver stick.

Og hún snerti Keshavati með silfurstafnum.

Soon the coast was clear for Champa-Dal.

Fljótlega varð ströndin greið fyrir Champa-Dal.

And he dared to come out from under the pile of leaves.

Og hann þorði að koma út undan laufhrúgunni.

He walked back into the room of the princess.

Hann gekk aftur inn í herbergi prinsessunnar.

And he touched her with the golden stick.

Og hann snerti hana með gullstafnum.

And the princess revived from her death again.

Og prinsessan lifnaði við aftur af dauða sínum.

They sauntered about in the gardens.

Þau ráfuðu um í görðunum.

They enjoyed the cool breeze of the morning.

Þau nutu svalandi morgungolunnar.

They bathed in a lucid pool of water.

Þau böðuðu sig í tærum laug af vatni.

And they ate and drank food in the palace.

Og þeir átu og drukku mat í höllinni.

And they spent the day in sweet converse.

Og þau eyddu deginum í ljúfum samræðum.

And they concocted a plan for their deliverance.

Og þeir bjuggu til áætlun um frelsun sína.

Keshavaity was going to speak to the old Rakshasi.

Keshavaity ætlaði að tala við gamla Rakshasi.

She was going to ask on what a Rakshasa's life depended.

Hún ætlaði að spyrja hvað líf Rakshasa væri undirorpið.

And with that secret they were going to act accordingly.

Og með þetta leyndarmál ætluðu þau að hegða sér í samræmi
við það.

The hour of the return of the Rakshasas was coming again.

Stundin þegar Rakshasar komu aftur var að koma.

And events unfolded as they had the evening before.

Og atburðirnir gerðust eins og þeir höfðu gert kvöldið áður.

The seven hundred flesh-eaters were returning to the palace.

Sjö hundruð kjötæturnar voru á leiðinni aftur til hallarinnar.

Champ Dal touched Keshavati with the silver stick.

Meistarinn Dal snerti Keshavati með silfurstafnum.

She died like the had died the night before.

Hún dó eins og hún hefði dáið nóttina áður.

Champa-Dal went to the centre of the temple of Siva.

Champa-Dal fór að miðju Siva-mustersins.

He hid beneath the heaps of sacred trefoil again.

Hann faldi sig aftur undir hrúgunum af helgu þríblaði.

He heard the sound of wind rushing.

Hann heyrði þjót af vindi.
And he heard terrible noises in the palace.
Og hann heyrði hræðileg hávaði í höllinni.
The Rakshasas had come home from their hunt.
Rakshasarnir voru komnir heim úr veiðum sínum.
They had filled their stomachs with meat.
Þeir höfðu fyllt magann af kjöti.
Sundry goats, sheep, cows, horses, buffaloes.
Ýmsar geitur, kindur, kýr, hestar, buffalóar.
And they had devoured elephants too.
Og þeir höfðu líka étið fíla.
The old Rakshasi returned to the palace too.
Hinn gamli Rakshasi sneri einnig aftur til hallarinnar.
She went to the room of the sleeping princess.
Hún fór inn í herbergi sofandi prinsessunnar.
And she woke her with the stick made of gold.
Og hún vakti hana með stafnum úr gulli.
"Hye, mye, khye! A human being I smell"
„Hæ, mæ, kæ! Ég finn lyktina af manneskju."
"I am the only human being here," said the princess.
„Ég er eina manneskjan hér," sagði prinsessan.
"Eat me if you like," added Keshavati.
„Borðaðu mig ef þú vilt," bætti Keshavati við.
To this the Rakshasi replied:
Þessu svaraði Rakshasi:
"Let me eat up your enemies"
„Leyfðu mér að éta upp óvini þína"
"Why should I eat you?" she asked the princess.
„Hvers vegna ætti ég að borða þig?" spurði hún prinsessuna.
She laid herself down on the ground.
Hún lagðist niður á jörðina.
And she looked like a part of the Himalaya mountains.
Og hún leit út eins og hluti af Himalajafjöllum.
Keshavati had a phial of heated mustard oil.
Keshavati var með flösku af heitri sinnepsolíu.
And she approached the foot of the Rakshasi.
Og hún nálgaðist rætur Rakshasi-fjallsins.

"Mother, your feet are sore from walking"
„Mamma, fæturnir þínir eru aumir af göngunni"
"Let me rub your sore feet with oil"
„Leyfðu mér að nudda sára fætur þína með olíu"
And she began to rub with oil the Rakshasi's feet.
Og hún byrjaði að nudda fætur Rakshasi með olíu.
Then a few tear-drops fell from the eyes of the princess.
Þá féllu nokkur tárdropar af augum prinsessunnar.
And the tear-drops landed on the monster's legs.
Og tárdroparnir lentu á fætur skrímslins.
The Rakshasi tasted the tear-drops with her lips.
Rakshasí smakkaði tárdropana með vörunum.
And she found the tear-drops tasted briny.
Og hún fann að tárdroparnir voru saltbragðaðir.
"Why are you weeping, darling?" asked the Rakshasi.
„Hvers vegna grætur þú, elskan mín?" spurði Rakshasi.
"What aileth thee?" she wanted to know.
„Hvað er að þér?" vildi hún vita.
The princess tried to stop herself from crying.
Prinsessan reyndi að hætta að gráta.
"Mother, I am weeping because you are old"
„Mamma, ég græt af því að þú ert gömul"
"When you die one of the Rakshasas will devour me"
„Þegar þú deyrð mun einn af Rakshasunum gleypa mig"
"When I die?! Don't be foolish, girl"
„Þegar ég dey?! Vertu ekki svona heimsk, stelpa"
"Don't you know that Rakshasas never die?"
„Veistu ekki að Rakshasas deyja aldrei?"
"We are not naturally immortal"
„Við erum ekki náttúrulega ódauðleg"
"There is a secret to our strength"
„Það er leyndarmál að baki styrk okkar"
"But no human can unravel this secret"
„En enginn maður getur ráðið fram úr þessu leyndarmáli"
"But let me tell you the secret"
„En leyfðu mér að segja þér leyndarmálið"
"So that you are comforted a little"

„Svo að þú huggist aðeins"

"Do you see the pool of water in the palace?"

„Sérðu vatnspollinn í höllinni?"

"In that pool of water is a Sphatikasthamba"

„Í þessum vatnspolli er Sphatikasthamba"

"The Sphatikasthambha is deep in the water"

„Sphatikasthambha er djúpt í vatninu"

"And on the Sphatikasthambha are two bees"

„Og á Sphatikasthambha eru tvær býflugur"

"A human being would have to dive into the water"

„Manneskja þyrfti að kafa ofan í vatnið"

"The human being would have to bring the bees onto dry land"

„Mannkynið þyrfti að koma býflugunum upp á þurrt land "

"Then the human being would have to kill the two bees"

„Þá þyrfti maðurinn að drepa býflugurnar tvær"

"But not a drop of their blood must touch the ground"

„En ekki einn dropi af blóði þeirra má snerta jörðina"

"Only then can a human kill a Rakshasa"

„Aðeins þá getur maður drepið Rakshasa"

"But if the blood touches the ground, a thousand Rakshasas will rise"

„En ef blóðið snertir jörðina, munu þúsund Rakshasas rísa upp"

"But what human will find out this secret?"

„En hvaða maður mun komast að þessu leyndarmáli?"

"And what human can achieve this feat?"

„Og hvaða maður getur náð þessu afreki?"

"No human knows the secret to the life of a Rakshasa"

„Enginn maður þekkir leyndarmál lífs Rakshasa"

"And no human can achieve such a feat"

„Og enginn maður getur náð slíkum árangri"

"So there is no reason to be sad, my darling"

„Þannig að það er engin ástæða til að vera dapur, elskan mín"

"I am practically immortal," she confirmed.

„Ég er nánast ódauðleg," staðfesti hún.

Keshavati treasured the secret in her memory.

Keshavati geymdi leyndarmálið í minningu sinni.

And then she went back to sleep.

Og svo fór hún aftur að sofa.

Next morning the Rakshasas, as usual, went away.

Næsta morgun fóru Rakshasarnir burt, eins og venjulega.

Champa came out of his hiding-place.

Champa kom út úr felustað sínum.

And he roused Keshavati from her sleep.

Og hann vakti Keshavati úr svefni hennar.

The princess told him the secret she had learnt.

Prinsessan sagði honum leyndarmálið sem hún hafði lært.

Champa-Dal immediately started to prepare himself.

Champa-Dal byrjaði strax að undirbúa sig.

He brought to the pool a knife.

Hann kom með hníf í sundlaugina.

And he brought a quantity of ashes.

Og hann kom með mikið magn af ösku.

He took off his heavy clothes.

Hann fór af sér þung fötin.

He put a drop or two of mustard oil into each ear.

Hann setti einn eða tvo dropa af sinnepsolíu í hvort eyra.

To prevent water from entering into his ears.

Til að koma í veg fyrir að vatn komist inn í eyrun á honum.

He swam out into the middle of the water.

Hann synti út í miðjan vatnið.

And from there he dove down into the pool.

Og þaðan steypti hann sér niður í laugina.

Soon he reached the top of the crystal pillar.

Fljótlega komst hann upp á topp kristalsúlunnar.

And on Sphatikasthambha were the two bees.

Og á Sphatikasthambha voru býflugurnar tvær.

He caught hold of the two bees he found there.

Hann greip í býflugurnar tvær sem hann fann þar.

And he swam up again in a singular breath.

Og hann synti upp aftur í einum andardrætti.

He took the knife he had left at the edge of the water.

Hann tók hnífinn sem hann hafði skilið eftir við vatnsbakkann.
And over the ashes he cut up the bees.
Og yfir öskunni skar hann býflugurnar í sundur.
A drop or two of the blood fell from the bees.
Einn eða tveir dropar af blóði féllu af býflugunum.
But their blood did not touch the ground.
En blóð þeirra snerti ekki jörðina.
Instead, their blood landed on the ashes.
Í staðinn lenti blóð þeirra á öskunni.
A terrible scream was heard at a distance.
Hræðilegt óp heyrðist í fjarska.
The scream was the wailing of the Rakshasas.
Ópið var kveinstöfun Rakshasanna.
They were all running home as fast as they could.
Þau hlupu öll heim eins hratt og þau gátu.
They wanted to prevent the bees from being killed.
Þau vildu koma í veg fyrir að býflugurnar yrðu drepnar.
But they could not reach the palace in time.
En þeim tókst ekki að komast að höllinni í tæka tíð.
Because the bees had already perished.
Vegna þess að býflugurnar höfðu þegar dáið.
The moment the bees were killed, all the Rakshasas died.
Um leið og býflugurnar voru drepnar, dóu allar Rakshasas.
Their carcases fell on the very spot they were standing.
Lík þeirra féllu á nákvæmlega sama stað og þau stóðu þar.
Their carcases now blocked the gateway of the palace.
Lík þeirra lokuðu nú fyrir hlið hallarinnar.
In this manner the seven hundred Rakshasas were destroyed.
Á þennan hátt voru sjö hundruð Rakshasas eytt.

Afterwards Champa-Dal and Keshavati got married.
Eftir það giftust Champa-Dal og Keshavati.
They made the traditional exchange of garlands of flowers.
Þau skiptu á blómaserjum á hefðbundinn hátt.
The princess had never been out of the house.

Prinsessan hafði aldrei farið út úr húsinu.
So she naturally expressed a desire to see the outer world.
Þannig að hún lýsti eðlilega löngun til að sjá umheiminn.
Every morning and evening they went on long walks.
Á hverjum morgni og kvöldi fóru þau í langar gönguferðir.
There was a large river Keshavati wished to bathe in.
Þar var stór á sem Keshavati vildi baða sig í.
As she bathed one of Keshavati's hairs came off.
Þegar hún baðaði sig losnaði eitt af hárum Keshavati.
There was a special custom in those times.
Það var sérstakur siður á þeim tíma.
A woman never threw away a hair away by itself.
Kona kastaði aldrei hári frá sér sjálf.
A sea-shell was floating in the water.
Skel flaut í vatninu.
So Keshavati tied the strand of hair to the sea-shell.
Svo batt Keshavati hárlokkinn við skelina.
And then the couple returned to the palace.
Og svo fóru hjónin aftur til hallarinnar.
Meanwhile the sea-shell floated down the stream.
Á meðan flaut skelin niður strauminn.
And in due time the sea-shell reached another bathing spot.
Og á sínum tíma komst skelin á annan baðstað.
This was the bathing spot Sahasra-Dal went to.
Þetta var baðstaðurinn sem Sahasra-Dal fór á.
Here Champa-Dal's brother performed his ablutions.
Hér framkvæmdi bróðir Champa-Dals þvott hans.
On this day Sahasra-Dal was in the water.
Þennan dag var Sahasra-Dal í vatninu.
He was bathing and swimming with his friends.
Hann var að baða sig og synda með vinum sínum.
And so the sea-shell floated past the men.
Og þannig flaut skelin fram hjá mönnunum.
The men were in a playful mood that day.
Mennirnir voru í skemmtilegu skapi þennan dag.
"Whoever gets to the sea-shell first wins"
„Sá sem kemst fyrstur að skelinni vinnur"

And so they all swam towards the sea-shell.
Og þannig syntu þau öll í átt að skelinni.
Sahasra-Dal was the strongest swimmer among his friends.
Sahasra-Dal var sterkasti sundmaðurinn meðal vina sinna.
And so he was the first the reach the sea-shell.
Og þannig var hann fyrstur til að ná í skelina.
Examining the seashell, he found a hair tied to it.
Þegar hann skoðaði skelina fann hann hár bundið við hana.
But it was a hair of extraordinary length.
En það var óvenju langt hár.
He had never seen such a long hair.
Hann hafði aldrei séð svona langt hár.
The strand of hair was exactly seven cubits long.
Hárlokkurinn var nákvæmlega sjö álnir langur.
"This strand of hair must belong to a woman"
„Þessi hárlokkur hlýtur að tilheyra konu“
"And this woman must be very remarkable"
„Og þessi kona hlýtur að vera mjög merkileg“
"I must see who this remarkable woman is"
„Ég verð að sjá hver þessi merkilega kona er“
Sahasra-Dal was determined to find the remarkable woman.
Sahasra-Dal var staðráðinn í að finna þessa merkilegu konu.
He went home from the river in a pensive mood.
Hann fór heim frá ánni í hugsi skapi.
And he did not proceed to the zenana for breakfast.
Og hann fór ekki til zenana til að fá sér morgunmat.
Instead he remained in the outer part of the palace.
Í staðinn dvaldi hann í ytri hluta hallarinnar.
The queen-mother heard about Sahasra-Dal's meloncholy.
Drottningmóðirin heyrði um melónkólíu Sahasra-Dal.
And she heard he had not come to breakfast.
Og hún heyrði að hann hefði ekki komið til morgunverðar.
So she went to him and asked the reason.
Svo fór hún til hans og spurði um ástæðuna.
He showed her the strand of hair he had found.
Hann sýndi henni hárlokkinn sem hann hafði fundið.

"I must see the woman who's head this strand of hair adorned"

„Ég verð að sjá konuna sem er með þennan hárlokk skreyttan á höfðinu"

The queen-mother was happy to help her son-in-law.

Drottningin var ánægð að geta hjálpað tengdasyni sínum.

"Very well," she said to him.

„Mjög vel," sagði hún við hann.

"You shall soon have that lady in the palace"

„Þú munt brátt fá þessa konu í höllina"

"I promise you to bring her here"

„Ég lofa þér að koma með hana hingað"

The queen mother already had a plan.

Drottningamóðirin hafði þegar áætlun.

Her favourite maid-servant would be good at the job.

Uppáhalds vinnukona hennar væri góð í starfinu.

Because this maid-servant was very resourceful.

Því þessi vinnukona var mjög úrræðagóð.

Of course the queen-mother did not really know her maid.

Auðvitað þekkti drottningin ekki mey sína í raun og veru.

She did not know her favourite maid was a Rakshasi.

Hún vissi ekki að uppáhaldsvinnukona hennar væri Rakshasi.

"Please find the owner of this strand of hair," she asked.

„Vinsamlegast finnið eiganda þessa hárlokks," bað hún.

And her maid-servant more than politely agreed.

Og vinnukona hennar samþykkti það meira en kurteislega.

"It would my pleasure to find this woman"

„Það væri mér ánægja að finna þessa konu"

"I will soon bring her to the palace"

„Ég mun brátt færa hana til hallarinnar"

"I will need a boat build from Hajol wood"

„Ég þarf að smíða bát úr Hajol-viði"

"The oars of the boat must be made from Mon-Paban wood"

„Árar bátsins verða að vera úr Mon-Paban-viði."

The boat makers soon made the boat.

Bátasmiðirnir smíðuðu bátinn fljótlega.

And the boat was launched on the stream.

Og bátnum var sjósett út á strauminn.
The maid-servant went on board of the boat.
Þernan fór um borð í bátinn.
With her she took some baskets of wicker.
Með sér tók hún nokkrar körfur fullar af fléttu.
The baskets of wicker were of curious workmanship.
Körfurnar úr víði voru af sérkennilegu smíði.
She also took with her some sweetmeats.
Hún tók líka með sér nokkrar sælgætisvörur.
Into the sweetmeats some poison had been mixed.
Í sælgætið hafði verið blandað einhverju eitri.
She snapped her fingers thrice.
Hún smellti fingrunum þrisvar sinnum.
And then she uttered the following charm:
Og þá mælti hún eftirfarandi töfraorð:
"Boat of Hajol! Oars of Mon Paban!"
„Bátur Hajol! Ár Mon Paban!“
"Take me to the Ghat,"
„Farðu með mig til Ghat,“
"The Ghat in which Keshavati bathes"
„Ghat-fjallið þar sem Keshavati baðar sig“
The boat heeded to her command.
Báturinn hlýddi skipun hennar.
And the boat flew like lightning over the waters.
Og báturinn flaug eins og elding yfir vötnin.
And the boat left many towns and cities behind.
Og báturinn skildi eftir sig marga bæi og borgir.
At last the boat stopped at a bathing-place.
Loksins stoppaði báturinn við baðstað.
The Rakshasi maid-servant had reached her goal.
Rakshasí-þjónustukonan hafði náð markmiði sínu.
She concluded it was the bathing ghat of Keshavati.
Hún ályktaði að þetta væri baðstaðurinn í Keshavati.
She landed with the sweetmeats in her hand.
Hún lenti með sælgætið í hendinni.
She went to the gate of the palace, and cried aloud:
Hún gekk að hallarhliðinu og hrópaði hátt:

"Oh Keshavati! Keshavati! I am your aunt"

„Ó, Keshavati! Keshavati! Ég er frænka þín"

"Oh Keshavati, I am your mother's sister"

„Ó, Keshavati, ég er systir móður þinnar"

"I have come to see you, my darling"

„Ég er kominn til að sjá þig, elskan mín"

"I have come after so many years"

„Ég er kominn eftir svo mörg ár"

"Are you home, Keshavati?" she asked.

„Ertu heima, Keshavati?" spurði hún.

The princess heard the words of the false-aunt.

Prinsessan heyrði orð falsku frænkunnar.

She came out of her room and to the entrance of the palace.

Hún kom út úr herbergi sínu og að inngangi hallarinnar.

She had no doubt that it was really her aunt.

Hún efaðist ekki um að þetta væri í raun og veru frænka
hennar.

And she embraced and kissed her aunt.

Og hún faðmaði frænku sína og kyssti hana.

They both wept rivers of joy.

Þau grétu bæði gleðiflóð.

Although you should know the Rakshasi wept first.

Þó að þú ættir að vita að Rakshasi grét fyrst.

Keshavati wept with her out of empathy.

Keshavati grét með henni af samúð.

Champa-Dal also believed the Rakshasi to be her aunt.

Champa-Dal taldi einnig að Rakshasi væri frænka hennar.

They all ate and drank and enjoyed the happy occasion.

Þau borðuðu og drukku öll og nutu þessarar gleðilegu
stundar.

And then they took rest in the middle of the day.

Og svo hvíldu þau sig um miðjan daginn.

And they celebrated again in the evening.

Og þau héldu aftur hátíðahöldum um kvöldið.

The next day the celebrations continued at breakfast.

Daginn eftir héldu hátíðarhöldin áfram við morgunverð.

Champa-Dal had a habit of sleeping after breakfast.
Champa-Dal hafði þann vana að sofa eftir morgunmat.
Towards afternoon, the supposed aunt said to Keshavati:
Undir síðdegis sagði hin meinta frænka við Keshavati:
"Let us both go to the river and wash ourselves:
„Förum bæði að ánni og þvoum okkur:
Keshavati replied, "How can we go now?"
Keshavati svaraði: „Hvernig getum við farið núna?"
"My husband is sleeping," she explained.
„Maðurinn minn er sofandi," útskýrði hún.
"Do not worry about your husband's sleep," said the aunt.
„Hafðu ekki áhyggjur af svefni eiginmannsins," sagði
frænkan.
"Let him sleep as much as he likes"
„Leyfðu honum að sofa eins mikið og hann vill"
"Let me put these sweetmeats near his bedside"
„Leyfðu mér að setja þessi sælgæti við rúmstokkinn hans"
"That way, when he awakes, he has something to eat"
„Þannig hefur hann eitthvað að borða þegar hann vaknar"
Then they then went to the river-side.
Síðan fóru þau að árbakkanum.
They went close to the spot where the boat was.
Þau fóru nærri þeim stað þar sem báturinn var.
From a distance Keshavati saw the baskets of wicker-work.
Úr fjarlægð sá Keshavati körfurnar úr fléttu.
"Aunt, what beautiful things are those!"
„Frænka, hvað þetta eru fallegir hlutir!"
"I wish I could get some of those wicker baskets"
„Ég vildi óska að ég gæti fengið nokkrar af þessum fléttuðu
körfum"
Her aunt happily obliged her.
Frænka hennar gerði henni það með ánægju.
"Come, my child, and look at the wicker baskets"
„Komdu, barn mitt, og líttu á fléttukörfurnar"
"You can have as many baskets as you like"
„Þú mátt eiga eins margar körfur og þú vilt"
Keshavati at first refused to go into the boat.

Keshavati neitaði fyrst að fara um borð í bátinn.
But her aunt was very persuasive.
En frænka hennar var mjög sannfærandi.
And finally she went onto the boat.
Og loksins fór hún um borð í bátinn.
But once on the boat her aunt did a strange thing.
En um borð í bátinn gerði frænka hennar eitthvað undarlegt.
The aunt snapped her fingers thrice and said:
Frænkan smellti fingrunum þrisvar sinnum og sagði:
"Boat of Hajol! Oars of Mon-Paban!"
"Bátur af Hajol! Ár frá Mon-Paban!"
"Take me to the Ghat,"
„Farðu með mig til Ghat,“
"The Ghat in which Sahasra-Dal bathes"
„Ghat-fjallið þar sem Sahasra-Dal baðar sig“
And the boat heeded to her command.
Og báturinn hlýddi skipun hennar.
And the boat flew like an arrow over the waters.
Og báturinn flaug eins og ör yfir vötnin.
Keshavati was frightened and began to cry.
Keshavati varð hræddur og fór að gráta.
But the boat went on despite her crying.
En báturinn hélt áfram þrátt fyrir að hún hefði grátið.
And the boat left behind many towns and cities.
Og báturinn skildi eftir sig marga bæi og borgir.
In a trice the boat reached its destination.
Á augabragði komst báturinn á áfangastað.
The ghat where Sahasra-Dal was in the habit of bathing.
Ghatið þar sem Sahasra-Dal var vanur að baða sig.
Keshavati was taken to the palace.
Keshavati var fluttur til hallarinnar.
Sahasra-Dal admired her beauty and the length of her hair.
Sahasra-Dal dáðist að fegurð hennar og lengd hársins.
And the ladies of the palace tried their best to comfort her.
Og konurnar í höllinni reyndu sitt besta til að hugga hana.
But she set up a loud cry of protest.
En hún hrópaði hátt og mótmælti.

And she wanted to be taken back to her husband.
Og hún vildi vera tekin aftur til eiginmanns síns.
Finally she saw that she had been taken captive.
Loksins sá hún að hún hafði verið tekin til fanga.
So she spoke to the ladies of the palace.
Svo talaði hún við konurnar í höllinni.
"Upon marriage I made a vow to my husband"
„Þegar ég gifti mig gaf ég eiginmanni mínum heit."
"I promised not to look upon the face of any other man"
„Ég lofaði að líta ekki framan í neinn annan mann"
"I promised to uphold this vow for six months"
„Ég lofaði að standa við þetta heit í sex mánuði"
She was then lodged away from the others in the palace.
Hún var síðan gist fjarri hinum í höllinni.
And she was given a small house to live in.
Og henni var gefið lítið hús til að búa í.
The window of the house overlooked the road.
Glugginn á húsinu snéri út á veginn.
There she spent the livelong day.
Þar eyddi hún ævinni langa.
And there she spent the livelong night.
Og þar eyddi hún ævilöngu nóttinni.
Because she had very little sleep.
Því hún hafði sofið mjög lítið.
Because her time was spent in sighing and weeping.
Vegna þess að hún eyddi tíma sínum í andvörp og grát.

In the meantime Champa-Dal awoke from his sleep.
Á meðan vaknaði Champa-Dal af svefni sínum.
He was distracted with the grief of not finding his wife.
Hann var annars hugar af sorg yfir að hafa ekki fundið konu
sína.
His suspicions turned to the aunt of Keshavati.
Grunsemdir hans beindust að frænku Keshavati.
He knew she was a cheat and an impostor.
Hann vissi að hún var svikari og svikari.
It must have been her who carried away Keshavati.

Það hlýtur að hafa verið hún sem bar Keshavati burt.

He did not eat the sweetmeats left for him.

Hann borðaði ekki sælgætið sem eftir var handa honum.

Because he suspected the sweets to have been poisoned.

Vegna þess að hann grunaði að sælgætið hefði verið eitrað.

He threw one of the sweets to a crow.

Hann kastaði einu af sælgætinu til kráku.

The moment the crow ate the sweet, it dropped down dead.

Um leið og krákan át sælgætið, féll hún dauð niður.

This confirmed his suspicion of the pretend aunt.

Þetta staðfesti grun hans um hina fölsku frænku.

Maddened with grief, he rushed out of the house.

Æsandi af sorg hljóp hann út úr húsinu.

He was determined to go wherever his feet took him.

Hann var staðráðinn í að fara hvert sem fætur hans leiddu hann.

Like a madman he blubbered, "Oh Keshavati! Oh Keshavati!"

Eins og brjálæðingur urraði hann, „Ó, Keshavati! Ó, Keshavati!"

He travelled on foot day after day.

Hann ferðaðist fótgangandi dag eftir dag.

And he followed whatever way his feet took him.

Og hann fylgdi hvaða leið sem fætur hans leiddu hann.

Six months he spent travelling in this wearisome manner.

Sex mánuði eyddi hann í að ferðast á þennan þreytandi hátt.

After six month he reached the capital of Sahasra-Dal.

Eftir sex mánuði kom hann til höfuðborgar Sahasra-Dal.

He passed by the gate of the palace.

Hann gekk fram hjá hliði hallarinnar.

And from the road he could see a small house.

Og frá veginum gat hann séð lítið hús.

And from in the house he could hear sighs.

Og innan úr húsinu heyrði hann andvarp.

Champa-Dal instantly recognized his wife.

Champa-Dal þekkti strax konu sína.

And Keshavita instantly recognized her husband.

Og Keshavita þekkti strax eiginmann sinn.
Keshavita told her husband everything that had happened.
Keshavita sagði eiginmanni sínum allt sem hafði gerst.
"The woman asked to go bathing after breakfast"
„Konan bað um að fara í bað eftir morgunmat"
"At the river there was a boat"
„Við ána var bátur"
"The woman persuaded me onto the boat"
„Konan sannfærði mig um að fara um borð í bátinn"
"And then the boat took us to this place"
„Og svo flutti báturinn okkur á þennan stað"
"I realized that I had been made captive"
„Ég áttaði mig á því að ég hafði verið tekinn í fangelsi"
"So I told them of my vows to you"
„Svo ég sagði þeim frá heitum mínum við þig"
"But tomorrow will be the end of six month"
„En á morgun verða sex mánuðir liðnir"
There was a custom in those days.
Það var siður á þeim tíma.
The fulfilments of vows were publicly recited.
Efndir heita voru lesnar upp opinberlega.
This was normally fulfilled by a learned Brahman.
Þetta var venjulega uppfyllt af lærðum brahman.
They planned for Champa-Dal to take on this role.
Þeir ætluðu að Champa-Dal tæki að sér þetta hlutverk.
And so that evening the palace drum was beat.
Og þannig var slegið á hallartrommuna um kvöldið.
The king wanted a learned Brahman to make a recitation.
Konungurinn vildi að lærður brahman flytti upplestur.
The story of Keshavati on the fulfilment of her vow.
Sagan af Keshavati um uppfyllingu heits síns.
Champa-Dal touched the drum and volunteered.
Champa-Dal snerti trommuna og bauð sig fram.
"I will make the recitation of Keshavita's vows"
„Ég mun flytja upplestur heita Keshavitu"
The next morning all assembled in the courtyard.
Næsta morgun söfnuðust allir saman í garðinum.

The old king and the queen mother.
Gamli konungurinn og drottningin.
Sahasra-Dal and his wife were there.
Sahasra-Dal og kona hans voru þar.
All the courtiers and the learned Brahmans of the country.
Allir hirðmenn og lærðu brahmínarnir í landinu.
All royalty was under a huge canopy of silk.
Allt konungsfjölskyldan var undir risastóru silkiþaki.
Kashavati was also there, but behind a veil.
Kashavati var einnig þar, en á bak við slæðu.
So that she wouldn't be exposed to the rude gaze of people.
Svo að hún yrði ekki útsett fyrir dónalegu augnaráði fólks.
Champa-Dal, the reciter, sat on a dais.
Champa-Dal, upplesarinn, sat á ræðupalli.
And he began to tell the story of Keshavati.
Og hann byrjaði að segja söguna af Keshavati.
"There was once a poor dimwitted Brahman"
„Það var einu sinni fátækur, vitlaus brahman.“
"This dimwitted man had a wife, but no children"
„Þessi fáviti átti konu en engin börn“
"But him not having children was probably for the best"
„En það var líklega best fyrir hann að eignast ekki börn“
"Because he was barely able to meet his own needs"
„Vegna þess að hann gat varla séð um eigin þarfir“
"And he could hardly supply enough for his wife"
„Og hann gat varla séð fyrir nóg handa konu sinni“
"But his dimwittedness was not even his biggest problem"
„En fáfræði hans var ekki einu sinni hans stærsta vandamál“
And he continued the story as we have followed it.
Og hann hélt áfram sögunni eins og við höfum fylgst með henni.
And sometimes he turned around to Keshavati.
Og stundum sneri hann sér við til Keshavati.
And he asked her if he was telling the story correctly.
Og hann spurði hana hvort hann væri að segja söguna rétt.
And she told him he was telling the story correctly.
Og hún sagði honum að hann væri að segja söguna rétt.

"The Brahman woman concluded her fate was sealed"
„Brahman-konan komst að þeirri niðurstöðu að örlög hennar
væru ráðin"
"And she thought her husband would meet the same fate"
„Og hún hélt að eiginmaður hennar myndi mæta sömu
örlögum"
"And she did not expect her son to be spared either"
„Og hún bjóst ekki heldur við að sonur hennar yrði hlífður"
"That night she hardly slept at all"
„Þá nótt svaf hún varla neitt"
"The Rakshasi had prevented her from seeing her husband"
„Rakshasi hafði komið í veg fyrir að hún sæi eiginmann sinn"
"Early next morning Champa-Dal went to school"
„Snemma næsta morgun fór Champa-Dal í skólann"
"Before he went to school, she gave her son a golden bottle"
„Áður en hann fór í skólann gaf hún syni sínum gullflösku."
"In the golden bottle was her own breast milk"
„Í gullflöskunni var hennar eigin brjóstamjólk"
"Carefully watch the colour of the milk"
„Fylgist vel með litnum á mjólkinni "
During the recitation the Rakshasi maid-servant grew pale.
Meðan á upplestrinum stóð fölnaði Rakshasi-þjónustukonan.
She perceived that her real character was going to be
discovered.
Hún fann að raunverulegur karakter hennar myndi koma í
ljós.
And Sahasra-Dal was astonished at the knowledge of the
reciter.
Og Sahasra-Dal var undrandi yfir þekkingu lesandans.
The reciter clearly told the history of the prince's life.
Þulurinn sagði skýrt frá ævisögu prinsins.
"A drop or two of the blood fell from the bees"
„Einn eða tveir dropar af blóði féllu úr býflugunum"
"But their blood did not touch the ground"
„En blóð þeirra snerti ekki jörðina"
"Instead, their blood landed on the ashes"
„Í staðinn rann blóð þeirra á öskuna"

"A terrible scream was heard at a distance"
„Hræðilegt óp heyrðist í fjarska"
"The scream was the wailing of the Rakshasas"
„Ópið var kvein Rakshasanna"
"They were all running home as fast as they could"
„Þau hlupu öll heim eins hratt og þau gátu"
"They wanted to prevent the bees from being killed"
„Þau vildu koma í veg fyrir að býflugurnar yrðu drepnar"
"But they could not reach the palace in time"
„En þeim tókst ekki að komast að höllinni í tæka tíð"
"Because the bees had already been killed"
„Vegna þess að býflugurnar höfðu þegar verið drepnar"
"The moment the bees were killed, all the Rakshasas died"
„Um leið og býflugurnar voru drepnar, dóu allar Rakshasas"
"Their carcasses fell on the very spot they were standing"
„Lík þeirra féllu á sama stað og þau stóðu þar"
"Their carcasses now blocked the gateway of the palace"
„Hræ þeirra lokuðu nú hliðinu að höllinni"
"In this manner the seven hundred Rakshasas were destroyed"
„Á þennan hátt voru sjö hundruð Rakshasas eyðilagðar"
All where enthralled by the story of the Rakshasas.
Allir voru heillaðir af sögunni um Rakshasana.
Because the story was being told by a true storyteller.
Vegna þess að sagan var sögð af sannum sögumanni.
All enjoyed the story except for the maid-servant.
Allir höfðu gaman af sögunni nema vinnukonan.
Because her real character was bound to be discovered.
Því að raunverulegur karakter hennar átti eftir að koma í ljós.
"Champa-Dal touched the drum and volunteered.
„Champa-Dal snerti trommuna og bauð sig fram."
"I will make the recitation of Keshavita's vows"
„Ég mun flytja upplestur heita Keshavitu"
"The next morning all assembled in the courtyard"
„Næsta morgun söfnuðust allir saman í forgarðinum"
"The old king and the queen mother"
„Gamli konungurinn og drottningin"

"Sahasra-Dal and his wife were there"
„Sahasra-Dal og kona hans voru þar“
"All the courtiers and the learned Brahmans of the country"
„Allir hirðmenn og lærðu brahmínarnir í landinu“
"All royalty was under a huge canopy of silk"
„Allt konungsfjölskyldan var undir risastóru silkiþaki“
"Kashavati was also there, but behind a veil"
„Kashavati var líka þar, en undir slæðu.“
"So that she wouldn't be exposed to the rude gaze of people"
„Svo að hún yrði ekki útsett fyrir dónalegu augnaráði fólks“
"Champa-Dal, the reciter, sat on a dais"
„Champa-Dal, upplesarinn, sat á ræðupalli“
"And he began to tell the story of Keshavati"
„Og hann byrjaði að segja söguna af Keshavati“
Sahasra-Dal jumped up from his seat.
Sahasra-Dal stökk upp úr sæti sínu.
And he embraced the reciter of the story.
Og hann faðmaði söguþulinn.
"You can be none other than my brother Champa-Dal"
„Þú getur ekki verið annar en bróðir minn, Champa-Dal.“
Then the prince was inflamed with rage.
Þá blossaði prinsinn upp af reiði.
He ordered the maid-servant to come into his presence.
Hann skipaði þjónustustúlkunni að koma fram fyrir sig.
A hole the height of a man was dug in the ground.
Hola á hæð við mann var grafin í jörðina.
And the maid-servant was put into the hole, standing.
Og ambáttin var sett ofan í gryfjuna, standandi.
Prickly thorns were heaped around her.
Þyrnar voru hrúgaðir í kringum hana.
Up to the crown of her head she was covered in thorns.
Upp að hvirfli var hún þakin þyrnum.
In this way the maid-servant was buried alive.
Þannig var vinnukonan grafin lifandi.
After this all lived happily together for many years.
Eftir þetta lifðu öll saman í hamingjusömu umhverfi í mörg ár.

Sahasra-Dal and his princess, and Champa-Dal and Keshavati.

Sahasra-Dal og prinsessan hans, og Champa-Dal og Keshavati.

The Story of Swet and Bachanta
Sagan af Swet og Bachanta

There was once upon a time a rich merchant.
Það var einu sinni ríkur kaupmaður.
This rich merchant had only one son.
Þessi ríki kaupmaður átti aðeins einn son.
And he loved his only son very much.
Og hann elskaði einkason sinn mjög heitt.
He gave to his son whatever he wanted.
Hann gaf syni sínum hvað sem hann vildi.
Of course his son wanted a beautiful house.
Auðvitað vildi sonur hans fallegt hús.
And he also wanted to have a large garden.
Og hann vildi líka eiga stóran garð.
So a beautiful house was built for him.
Þannig að fallegt hús var byggt fyrir hann.
And a fine garden was made for him too.
Og honum var líka gerður fallegur garður.
The merchant's son was pleased with the garden.
Sonur kaupmannsins var ánægður með garðinn.
And he enjoyed walking in the garden.
Og hann naut þess að ganga í garðinum.
One day a bird's nest caught his attention.
Dag einn vakti fuglahreiður athygli hans.
This bird happens to be called Toontooni.
Þessi fugl heitir tilviljunarkennt Toontooni.
He put his hand into the small bird's nest.
Hann stakk hendinni í hreiður litla fuglsins.
And in the nest he found an egg.
Og í hreiðrinu fann hann egg.
He took the egg out of its nest.
Hann tók eggið úr hreiðri sínu.
There was an almirah in the wall of his house.
Það var almirah í vegg húss hans.
So he put the egg in the almirah.
Svo setti hann eggið í almirah-inn.

He closed the door of the almirah.
Hann lokaði dyrum almirah-hússins.
And then he thought no more of the egg.
Og þá hugsaði hann ekki meira um eggið.
The merchant's son had a house of his own.
Sonur kaupmannsins átti sitt eigið hús.
But he had a house without a household.
En hann átti hús án heimilishalds.
So in his house there was no cook.
Þannig að í húsi hans var enginn kokkur.
But he had no need for his own cook.
En hann þurfti ekki á eigin kokki að halda.
Because his mother regularly sent him food.
Vegna þess að móðir hans sendi honum reglulega mat.
In the morning she sent him breakfast.
Um morguninn sendi hún honum morgunmat.
And every day she had dinner sent to him.
Og á hverjum degi lét hún senda honum kvöldmat.
One day the egg in the almirah burst.
Dag einn sprakk eggið í almirah-kúlunni.
But it was not a bird that came out of the egg.
En það var ekki fugl sem kom úr egginu.
Out of the egg came a beautiful infant.
Úr egginu kom fallegt ungabarn.
The infant was not a bird, but a human girl.
Ungbarnið var ekki fugl, heldur mannleg stúlka.
But the merchant's son knew nothing of the event.
En sonur kaupmannsins vissi ekkert um atburðinn.
He had forgotten everything about the egg.
Hann hafði gleymt öllu varðandi eggið.
The door of the wall-almirah had been kept closed.
Hurðin að vegg-almirah hafði verið haldið lokuð.
However, the merchant's son did not lock the door.
Hins vegar læsti sonur kaupmannsins ekki dyrunum.
The child grew up within the wall-almirah.
Barnið ólst upp innan veggjanna-almirah.
She had no knowledge of the merchant's son.

Hún vissi ekkert um son kaupmannsins.
Nor did she know of anyone else.
Hún vissi heldur ekki af neinum öðrum.
When the child could walk it grew curious.
Þegar barnið gat gengið varð það forvitið.
And out of curiosity she opened the door.
Og af forvitni opnaði hún dyrnar.
That day, too, the mother had sent breakfast.
Þennan dag hafði móðirin líka sent morgunmat.
And the breakfast had been put on the floor.
Og morgunmaturinn hafði verið settur á gólfið.
The child saw the food that was on the floor.
Barnið sá matinn sem var á gólfinu.
Of course the child ate from the food.
Auðvitað borðaði barnið af matnum.
And then the child returned into the wall.
Og svo kom barnið aftur inn í vegginn.
The merchant's mother always made a lot of food.
Móðir kaupmannsins eldaði alltaf mikið af mat.
It was more food than he could possibly eat.
Þetta var meiri matur en hann gat mögulega borðað.
So he didn't notice that any food was missing.
Svo hann tók ekki eftir því að nokkurn mat vantaði.
The girl of the wall-almirah came out every day.
Stúlkan frá veggnum-almirah kom út á hverjum degi.
And every day she ate a part of the food.
Og á hverjum degi borðaði hún hluta af matnum.
After eating the food she returned to the almirah.
Eftir að hafa borðað matinn sneri hún aftur til almirah.
But with time the girl got older and older.
En með tímanum varð stúlkan eldri og eldri.
And with age she got bigger and bigger.
Og með aldrinum stækkaði hún og stækkaði.
And the bigger she got the hungrier she got.
Og því stærri sem hún varð, því svöngari varð hún.
And she began to eat more of the food each day.
Og hún byrjaði að borða meira af matnum á hverjum degi.

Eventually the merchant's son noticed the missing food.
Að lokum tók sonur kaupmannsins eftir matnum sem var
týndur.
But he had no way of knowing where the food went.
En hann hafði enga leið til að vita hvert maturinn fór.
**The last thing he suspected was a girl from inside the
almirah.**
Það síðasta sem hann grunaði var stúlka innan úr almirah-
höllinni.
And so he came to a very different conclusion.
Og þannig komst hann að allt annarri niðurstöðu.
"Why is mother sending such a small quantity of food?".
„Hvers vegna sendir mamma svona lítinn mat?"
And he had a message sent to his mother.
Og hann sendi skilaboð til móður sinnar.
"Why am I being sent insufficient food?".
„Af hverju er mér ekki sent nægur matur?"
"And why is the dish served so slovenly?".
„Og hvers vegna er rétturinn borinn fram svona
kærulauslega?"
Of course we know why the food was insufficient.
Auðvitað vitum við af hverju maturinn var ófullnægjandi.
And we know why the food was presented slovenly.
Og við vitum hvers vegna maturinn var illa borinn fram.
The girl from in the wall ate from his food.
Stúlkan innan veggjanna át af mat hans.
And as she ate she fingered the rice and curry.
Og á meðan hún borðaði fingraði hún á hrísgrjónunum og
karrýinu.
And she always hurried back into her cell in the wall.
Og hún flýtti sér alltaf aftur inn í klefann sinn í veggnum.
So that she would not be seen by anyone.
Svo að enginn myndi sjá hana.
She had no time to put the rice in proper order.
Hún hafði engan tíma til að raða hrísgrjónunum rétt.
The mother was astonished at her son's complaint.
Móðirin var undrandi yfir kvörtun sonar síns.

She gave him more than he could eat.
Hún gaf honum meira en hann gat borðað.
The food was served up on a silver plate.
Maturinn var borinn fram á silfurdiski.
And she neatly arranged the food herself.
Og hún raðaði matnum snyrtilega upp sjálf.
But her son repeated the same complaint again.
En sonur hennar endurtók sömu kvörtunina aftur.
Day after day he complained of the small portions.
Dag eftir dag kvartaði hann undan litlum skömmtum.
Day after day he complained of the messy food.
Dag eftir dag kvartaði hann undan óhreinum mat.
And so his mother began to suspect foul play.
Og þá fór móðir hans að gruna ólöglegt athæfi.
She told her son to watch over the food.
Hún sagði syni sínum að gæta að matnum.
"See if anyone is eating your food".
„Sjáðu hvort einhver sé að borða matinn þinn".
The next day a servant brought the food.
Daginn eftir kom þjónn með matinn.
The servant laid the food in a clean place.
Þjónninn lagði matinn á hreinan stað.
Normally the merchant's son took a bath.
Venjulega baðaði sonur kaupmannsins sig.
But this day he did not go for a bath.
En þennan dag fór hann ekki í bað.
Instead, on this day he hid himself nearby.
Í staðinn faldi hann sig í nágrenninu þennan dag.
From his hiding place he could see the food.
Úr felustað sínum gat hann séð matinn.
The merchant's son did not have to wait for long.
Sonur kaupmannsins þurfti ekki að bíða lengi.
Soon he saw the wall-almirah open.
Fljótlega sá hann vegginn-almirah opinn.
And he saw a beautiful damsel step out.
Og hann sá fallega mey stíga út.
She could not have been more than sixteen.

Hún gat ekki verið eldri en sextán ára.
She sat on the carpet by the breakfast.
Hún sat á teppinu við morgunverðarborðið.
And she began to eat from the food left on the floor.
Og hún byrjaði að borða af matnum sem eftir var á gólfinu.
The merchant's son came out of his hiding-place.
Sonur kaupmannsins kom út úr felustað sínum.
And the damsel could not escape from him.
Og stúlkan gat ekki sloppið frá honum.
"Who are you, beautiful creature?".
„Hver ert þú, fallega skepna?"
"You do not seem to be earth-born".
„Þú virðist ekki vera jarðfæddur."
"Are you one of the daughters of the gods?".
„Ert þú ein af dætrum guðanna?"
The girl replied, "I do not know who I am".
Stúlkan svaraði: „Ég veit ekki hver ég er."
"But there is one thing I do know," the girl continued.
„En eitt veit ég," hélt stúlkan áfram.
"One day I found myself in the almirah in the wall".
„Dag einn fann ég mig í almirah-borginni í veggnum."
"And since then I have been living in the wall".
„Og síðan þá hef ég búið í veggnum."
The merchant's son thought her story was strange.
Kaupmannssyninum fannst saga hennar undarleg.
But then he thought a bit more about the story.
En svo hugsaði hann aðeins meira um söguna.
And he remembered what happened sixteen years ago.
Og hann mundi eftir því sem gerðist fyrir sextán árum.
He remembered the nest of the toontoori bird.
Hann mundi eftir hreiðri toonoori-fuglsins.
And he remembered finding an egg in the nest.
Og hann mundi eftir að hafa fundið egg í hreiðrinu.
And he remembered putting the egg in the almirah.
Og hann mundi eftir að hafa sett eggið í almirah-ið.
The wall-almirah girl was of uncommon beauty.
Stúlkan frá veggnum frá almirah var óvenjulega fegurðardís.

And the merchant's son was struck by her beauty.
Og sonur kaupmannsins varð hugfanginn af fegurð hennar.
Her beauty made a deep impression on his mind.
Fegurð hennar hafði djúp áhrif á huga hans.
And he resolved in his mind to marry her.
Og hann ákvað í huga sínum að giftast henni.
From then on the girl didn't stay in the almirah.
Upp frá því dvaldi stúlkan ekki í almirah.
She was given a room in the merchant's son's house.
Henni var gefið herbergi í húsi kaupmannssonarins.
The next day the merchant's son wrote a message.
Daginn eftir skrifaði sonur kaupmannsins skilaboð.
And he had the message sent to his mother.
Og hann lét senda skilaboðin til móður sinnar.
You can guess the general theme of the message.
Þú getur giskað á almennt þema skilaboðanna.
The merchant's son said he would like to get married.
Sonur kaupmannsins sagðist vilja gifta sig.
The mother of the merchant's son reproached herself.
Móðir kaupmannssonarins ávítaði sjálfa sig.
She had not tried to find a wife for his son.
Hún hafði ekki reynt að finna konu handa syni hans.
She felt she should have thought of his marriage.
Henni fannst hún hafa átt að hugsa um hjónaband hans.
And so she promptly replied to her son's message.
Og því svaraði hún tafarlaust skilaboðum sonar síns.
She and her father were going to send out ghataks.
Hún og faðir hennar ætluðu að senda út ghatak.
The ghataks were going to go to different countries.
Ghatakarnir ætluðu að fara til mismunandi landa.
There they were going to look for suitable brides.
Þar ætluðu þau að leita að hentugum brúðum.
But the merchant's son said there would be no need.
En sonur kaupmannsins sagði að þess væri ekki þörf.
He had secured himself a lovely young lady.
Hann hafði tryggt sér yndislega unga stúlku.
If they had no objection, he would introduce her to them.

Ef þau hefðu engar athugasemdir, myndi hann kynna hana fyrir þeim.

And so the young lady was taken to the merchant's house.

Og þannig var unga konan tekin til kaupmannsins.

The merchant and his wife welcomed the stranger.

Kaupmaðurinn og kona hans tóku vel á móti ókunnugum manni.

And they were also struck by her unmatched beauty.

Og þau voru líka heilluð af óviðjafnanlegri fegurð hennar.

The girl was of perfect loveliness and grace.

Stúlkan var fullkomin yndisfögur og yndisþokkafull.

The parents made no questions to her birth.

Foreldrarnir höfðu engar spurningar um fæðingu hennar.

And the nuptials were celebrated there and then.

Og brúðkaupið var haldið þar og þá.

In the course of time the merchant's son had two sons.

Með tímanum eignaðist sonur kaupmannsins tvo syni.

The elder of the sons he named Swet.

Eldri sonanna nefndi hann Swet.

And the younger son he named Basanta.

Og yngri soninn nefndi hann Basanta.

After the passing of more time the old merchant died.

Eftir að meiri tími leið, lést gamli kaupmaðurinn.

So the merchant's son now became the merchant.

Svo varð sonur kaupmannsins nú kaupmaðurinn.

And after some time his mother died too.

Og eftir nokkurn tíma dó móðir hans líka.

Swet and Basanta grew up to be fine lads.

Swet og Basanta urðu góðir strákar.

And the elder son was in due time married.

Og eldri sonurinn var kvæntur á sínum tíma.

Sometime after Swet's marriage his mother also died.

Einhvern tímann eftir hjónaband Swets lést móðir hans einnig.

The girl from in the wall was no more.

Stúlkan úr veggnum var ekki lengur til.

The widower lost no time in marrying again.

Ekkillinn missti engan tíma og giftist aftur.
And he had a new young and beautiful wife.
Og hann átti nýja unga og fallega konu.
Swet's wife was older than his stepmother.
Kona Swets var eldri en stjúpmóðir hans.
So his wife became the mistress of the house.
Þannig varð kona hans húsfreyja.
The stepmother was like all stepmothers are.
Stjúpmóðirin var eins og allar stjúpmæður eru.
She hated Swet and Basanta with a perfect hatred.
Hún hataði Swet og Basanta með fullkomnu hatri.
And the two ladies also couldn't stand each other.
Og konurnar tvær þoldu heldur ekki hvor aðra.
It so happened one day that a fisherman came.
Það bar svo við einn daginn að sjómaður kom.
The fisherman brought to the merchant a fish.
Sjómaðurinn færði kaupmanninum fisk.
This fish was of singular and remarkable beauty.
Þessi fiskur var einstaklega fallegur og óvenjulega fallegur.
It was unlike any other fish that had been seen.
Þetta var ólíkt öllum öðrum fiskum sem áður höfðu sést.
And the fish had other qualities too.
Og fiskurinn hafði líka aðra eiginleika.
The fisherman explained the wonders of the fish.
Sjómaðurinn útskýrði undur fisksins.
"Two things will happen if you eat this fish".
„Tveir hlutir munu gerast ef þú borðar þennan fisk."
"When you laugh maniks will drop from your mouth".
„Þegar þú hlærð munu manikur detta úr munninum á þér."
"And when you weep pearls will drop from your eyes".
„Og þegar þú grætur munu perlur falla af augum þínum."
The merchant was astounded by what he had heard.
Kaupmaðurinn varð agndofa yfir því sem hann hafði heyrt.
And he wanted the wonderful properties of the fish.
Og hann vildi njóta dásamlegra eiginleika fisksins.
And so he bought the fish at one thousand rupees.
Og því keypti hann fiskinn fyrir þúsund rúpíur.

And he put the fish into the hands of Swet's wife.

Og hann fékk fiskinn í hendur konu Swets.

Because Swet's wife was the mistress of the house.

Því kona Swets var húsfreyja.

He strictly instructed her to cook the fish well.

Hann fyrirskipaði henni stranglega að elda fiskinn vel.

And he told her to give the fish to him alone to eat.

Og hann sagði henni að gefa honum einum fiskinn til að eta.

The house-mother however knew the fish's secret.

Húsmóðirin vissi þó leyndarmál fisksins.

She had overheard what the fisherman had said.

Hún hafði heyrt hvað sjómaðurinn hafði sagt.

Secretly she made a different plan in her mind.

Í leyni gerði hún aðra áætlun í huga sér.

She was going to cook the fish for her husband.

Hún ætlaði að elda fiskinn fyrir eiginmann sinn.

And she was going to share the fish with his brother.

Og hún ætlaði að deila fiskinum með bróður hans.

For her father-in-law she was going to prepare a frog.

Hún ætlaði að útbúa frosk handa tengdaföður sínum.

Soon she had finished cooking the marvelous fish.

Fljótlega var hún búin að elda þennan dásamlega fisk.

And she had finished cooking a frog too.

Og hún var líka búin að elda frosk.

But from the kitchen she could hear a squable.

En úr eldhúsinu heyrði hún öskur.

She could hear who it was that was arguing.

Hún heyrði hver það var sem var að rífast.

Her stepmother-in-law and her husband's brother.

Stjúpmóðir hennar og bróðir eiginmanns hennar.

And she understood the cause of the argument.

Og hún skildi ástæðu rifrildisins.

Basanta was still but a young lad.

Basanta var enn aðeins ungur drengur.

But he was passionately fond of his pigeons.

En hann var ástríðufullur um dúfur sínar.

And he tamed his pigeons very well.

Og hann temdi dúfurnar sínar mjög vel.
Nonetheless, one of his pigeons had escaped.
Engu að síður hafði ein af dúfum hans sloppið.
And the pigeon flew into his stepmother's room.
Og dúfan flaug inn í herbergi stjúpmóður sinnar.
His stepmother hid the pigeon in her clothes.
Stjúpmóðir hans faldi dúfuna í fötunum sínum.
Basanta rushed after the pigeon into the room.
Basanta elti dúfuna inn í herbergið.
And he loudly demanded to have the pigeon back.
Og hann krafðist hástöfum að fá dúfuna til baka.
His stepmother denied having the pigeon.
Stjúpmóðir hans neitaði að hafa átt dúfuna.
Swet, however, did know she had the pigeon.
Swet vissi hins vegar að hún átti dúfuna.
And the older brother forcibly took the bird.
Og eldri bróðirinn tók fuglinn með valdi.
And he freed the pigeon from her clothes.
Og hann leysti dúfuna úr klæðunum.
And he gave the pigeon back to his brother.
Og hann gaf bróður sínum dúfuna aftur.
The stepmother cursed and swore, and added;
Stjúpmóðirin bölvaði og sór og bætti við;
"Wait until the head of the house comes home".
„Bíðið þangað til húsbóndinn kemur heim“
"He will get no water till he sheds your blood".
„Hann fær ekki vatn fyrr en hann úthellir blóði þínu.“
Swet's wife called her husband and said to him;
Kona Swets hringdi í eiginmann sinn og sagði við hann;
"My dearest lord, that woman is a most wicked woman".
„Kæri herra minn, þessi kona er afar vond kona.“
"And she has boundless influence over my father-in-law".
„Og hún hefur óendanleg áhrif á tengdaföður minn.“
"She will make him do what she has threatened".
„Hún mun láta hann gera það sem hún hefur hótað.“
"All our lives are in imminent danger".
„Líf okkar allra eru í yfirvofandi hættu“.

"But let us first eat a little," she added.

„En við skulum fyrst fá okkur aðeins að borða," bætti hún við.

"And then let us all three run away from this place".

„Og svo skulum við öll þrjú hlaupa burt af þessum stað."

Swet forthwith called Basanta to him.

Swet kallaði þegar í stað á Basanta til sín.

And he told him what he had heard from his wife.

Og hann sagði honum frá því sem hann hafði heyrt frá konu sinni.

They resolved to run away before nightfall.

Þau ákváðu að flýja áður en myrkrið skall á.

The woman placed before her husband the fish.

Konan setti fiskinn fyrir framan eiginmann sinn.

And her brother-in-law ate of the fish too.

Og mágur hennar borðaði líka af fiskinum.

And they ate of the fish heartily.

Og þeir átu fiskinn með ánægju.

The woman packed up all her jewels in a box.

Konan pakkaði öllum skartgripunum sínum í kassa.

There was only one horse in the stables.

Það var bara einn hestur í hesthúsinu.

But the horse was of uncommon fleetness.

En hesturinn var óvenju fljótfær.

They could all sit on the horse together.

Þau gátu öll setið saman á hestinum.

Swet held the reins of the horse.

Swet hélt í taumana á hestinum.

The woman sat in the middle of the horse.

Konan sat mitt á hestinum.

And she had the jewel-box in her lap.

Og hún hafði skartgripaskrínið í kjöltu sér.

And Basanta sat on the rear of the horse.

Og Basanta sat á bakinu á hestinum.

The horse galloped with the utmost swiftness.

Hesturinn galopaði með mesta hraða.

They passed through many a plain and noted town.

Þeir fóru í gegnum margar sléttar og merkar bæir.

After midnight they found themselves in a forest.
Eftir miðnætti voru þau komin inn í skóg.
And they were not far from the banks of a river.
Og þau voru ekki langt frá bökkum árinnar.
Here the most untoward event took place.
Hér gerðist óvæntasta atvikið.
Swet's wife began to feel the pains of child-birth.
Kona Swets fór að finna fyrir fæðingarþjáningunni.
They dismounted from the horse without delay.
Þeir stigu af hestinum án tafar.
And within an hour Swet's wife gave birth to a son.
Og innan klukkustundar fæddi kona Swets son.
What were the two brothers to do in this forest?
Hvað áttu bræðurnir tveir að gera í þessum skógi?
They knew that a fire had to be kindled.
Þeir vissu að það þurfti að kveikja eld.
The mother and the new-born baby needed warmth.
Móðirin og nýfædda barnið þurftu hlýju.
But from where was there fire to be gotten?
En hvaðan átti eldurinn að koma?
There were no human habitations visible.
Þar voru engar mannabyggðir sjáanlegar.
Nonetheless, a fire had to be procured.
Engu að síður þurfti að útvega eld.
And it was the winter month of December.
Og það var vetrarmánuðurinn desember.
The mother and the baby would certainly perish.
Móðirin og barnið myndu örugglega farast.
Swet told Basanta to sit beside his wife.
Swet sagði Basanta að setjast við hlið konu sinnar.
And he set out in the darkness of the night.
Og hann lagði af stað í myrkri næturinnar.
And he went in search of wood to make a fire.
Og hann fór að leita sér að viði til að kveikja eld.
Swet walked many a mile through the darkness.
Swet gekk margar mílur í gegnum myrkrið.
But despite the distance he saw no human habitations.

En þrátt fyrir fjarlægðina sá hann engar mannabyggðir.
But eventually his eyes were given some help.
En að lokum fengu augun hans einhverja hjálp.
The genial light of Sukra somewhat illumined his path.
Hið ljúfa ljós Súkra lýsti upp leið hans að einhverju leyti.
And he saw at a distance what seemed a large city.
Og hann sá í fjarska það sem virtist vera stór borg.
He was congratulating himself on his journey's end.
Hann var að óska sjálfum sér til hamingju með lok ferðar sinnar.
And he congratulated himself for finding fire.
Og hann óskaði sjálfum sér til hamingju með að hafa fundið eldinn.
The fire that was going to benefit his poor wife.
Eldurinn sem ætlaði að koma fátæku konu hans til góða.
His wife that was lying cold in the forest.
Kona hans sem lá köld í skóginum.
The fire that was going to save his new-born child.
Eldurinn sem ætlaði að bjarga nýfæddu barni hans.
The new-born baby born into the coldness.
Nýfætt barn fætt í kuldanum.
Suddenly an elephant shot across his path.
Skyndilega skaust fíll yfir slóð hans.
The elephant was gorgeously caparisoned.
Fíllinn var glæsilega uppsettur.
And the elephant gently picked him with his trunk.
Og fíllinn tók hann varlega upp með rananum sínum.
He placed him on the rich howdah on its back.
Hann setti hann á ríka howdah-inn á bakinu á honum.
The elephant then walked rapidly towards the city.
Fíllinn gekk þá hratt í átt að borginni.
Swet was quite taken aback by the events.
Swet var nokkuð hissa á atburðunum.
He did not understand the elephant's actions.
Hann skildi ekki gjörðir fílans.
And he wondered what was in store for him.
Og hann velti fyrir sér hvað biði hans.

A crown is that which was in store for him.
Króna er það sem honum var beðið.
He was being taken to the chief city of a kingdom.
Hann var fluttur til aðalborgar konungsríkis.
In this kingdom every morning a king was elected.
Í þessu ríki var kjörinn konungur á hverjum morgni.
Because the kings of this city lasted but a day.
Því að konungar þessarar borgar lifðu aðeins einn dag.
Every night the new king joined the queen in her room.
Á hverju kvöldi gekk nýi konungurinn til liðs við
drottninguna í herbergi hennar.
And every morning the previous king was found dead.
Og á hverjum morgni fannst fyrri konungurinn látinn.
No one knew what caused the deaths of the kings.
Enginn vissi hvað olli dauða konunganna.
Not even the queen knew what caused their death.
Ekki einu sinni drottningin vissi hvað olli dauða þeirra.
So this kingdom had its own king-maker.
Þetta ríki hafði því sinn eigin konungsmyndara.
The elephant who suddenly took hold of Swet.
Fíllinn sem skyndilega greip Swet.
Early in the morning the elephant roamed about.
Snemma morguns ráfaði fíllinn um.
Sometimes the elephant went to distant places.
Stundum fór fíllinn til fjarlægra staða.
And every evening the elephant returned with a man.
Og á hverju kvöldi kom fíllinn aftur með mann.
The man on the elephant's became their king.
Maðurinn á fílnum varð konungur þeirra.
The elephant majestically marched through the streets.
Fíllinn gekk tignarlega um göturnar.
A crowd of people welcomed their new king.
Mikill mannfjöldi fagnaði nýja konungi sínum.
But Swet did not yet understand their cheers.
En Swet skildi ekki enn fagnaðaróp þeirra.
The elephant entered the kingdom's palace.
Fíllinn gekk inn í höll konungsríkisins.

And the elephant placed Swet on the throne.

Og fíllinn setti Swet á hásætið.

Amid much rejoicing he was proclaimed king.

Við mikla gleði var hann lýstur konungur.

But there were lamentations in the crowd too.

En það voru líka kveinstafir í mannfjöldanum.

In the course of the day he heard of the curse.

Er dagurinn leið heyrði hann af bölvuninni.

The nightly death of every newly elected king.

Næturdauði allra nýkjörinna konunga.

But Swet was possessed of great discretion.

En Swet var gæddur mikilli dómgreind.

And he had the courage not to try an escape.

Og hann hafði kjarkinn til að reyna ekki að flýja.

He took every precaution that he could take.

Hann gerði allar mögulegar varúðarráðstafanir.

But he did not know how to avert the catastrophe.

En hann vissi ekki hvernig ætti að afstýra hörmunginni.

And he knew not what expedients to adopt.

Og hann vissi ekki hvaða ráðstafanir hann ætti að grípa til.

Because he didn't know the nature of the danger.

Vegna þess að hann vissi ekki eðli hættunnar.

He resolved, however, upon two things;

Hann ákvað þó að gera tvo hluti;

He was going to go armed into the bedchamber.

Hann ætlaði að fara vopnaður inn í svefnherbergið.

And he was going to stay awake the whole night.

Og hann ætlaði að vera vakandi alla nóttina.

The queen was young and of exquisite beauty.

Drottningin var ung og einstaklega falleg.

Guileless and benevolent was the expression of her face.

Svipbrigði hennar voru saklaus og góðviljað.

It was impossible to attribute her any malice.

Það var ómögulegt að kenna henni um neina illsku.

No one believed she caused all the kings' deaths.

Enginn trúði því að hún hefði valdið dauða allra konunganna.

In the queen's chamber Swet spent an agreeable evening.

Í herbergi drottningarinnar eyddi Swet ánægjulegu kvöldi.
As the night advanced the queen fell asleep.
Þegar leið á nóttina sofnaði drottningin.
But Swet kept awake, and was on the alert.
En Swet hélt sér vakandi og var á varðbergi.
He looked at every creek and corner of the room.
Hann leit í hvern einasta læk og horn í herberginu.
And he expected every minute to be murdered.
Og hann bjóst við því á hverri mínútu að vera myrtur.
But the queen did not rise to murder him.
En drottningin reis ekki upp til að myrða hann.
And no one entered the room to murder him either.
Og enginn kom inn í herbergið til að myrða hann heldur.
Nor did he feel anything other than sleepiness.
Hann fann heldur ekki fyrir neinu öðru en syfju.
But in the dead of night he perceived something.
En mitt í nóttina skynjaði hann eitthvað.
A thread was coming out the queen's nostril.
Þráður var að koma út úr nösum drottningarinnar.
The thread was so thin that it was almost invisible.
Þráðurinn var svo þunnur að hann var næstum ósýnilegur.
Slowly the thread reached several yards in length.
Smám saman náði þráðurinn nokkrum metrum að lengd.
And eventually all the thread came out.
Og að lokum kom allur þráðurinn út.
Only then did the thread begin to grow thicker.
Þá fyrst fór þráðurinn að þykkna.
Soon the thread took on its real shape.
Fljótlega tók þráðurinn á sig sína réttu mynd.
The thread was in fact a huge serpent.
Þráðurinn var í raun risavaxinn höggormur.
Immediately Swet cut off the head of the serpent.
Strax hjó Swet höfuðið af höggorminum.
The body of the serpent wriggled violently.
Líkami höggormsins hreyfðist harkalega.
He sat quiet in the room, expecting other adventures.
Hann sat þögull í herberginu og bjóst við öðrum ævintýrum.

But nothing else happened the rest of the night.

En ekkert annað gerðist það sem eftir var næturinnar.

The queen slept longer than usual.

Drottningin svaf lengur en venjulega.

Because she had been relieved of the huge snake.

Vegna þess að hún hafði losnað við risavaxna snákinn.

Early next morning the ministers came.

Snemma næsta morgun komu ráðherrarnir.

They were expecting to hear of the king's death.

Þeir bjuggust við að heyra af dauða konungsins.

The ladies of the bedchamber knocked at the door.

Konurnar í svefnherberginu bankuðu upp á.

But to their astonishment Swet come out.

En þeim til undrunar kom Swet út.

The folk learned the mystery of all the kings' deaths.

Þjóðin lærði leyndardóm dauða allra konunganna.

And now the country rejoiced their permanent king.

Og nú fagnaði landið konungi sínum sem varir.

There is a strange thing you probably noticed.

Það er eitthvað skrýtið sem þú hefur líklega tekið eftir.

Swet did not remember his wife he left behind.

Swet mundi ekki eftir konu sinni sem hann skildi eftir.

It is a strange thing, nevertheless it is true.

Það er undarlegt fyrirbæri, en samt sem áður er það satt.

Nor did he remember the defenceless new-born babe.

Hann mundi heldur ekki eftir varnarlausa nýfædda barninu.

And he did not remember his brother either.

Og hann mundi ekki heldur eftir bróður sínum.

He had no time to remember when the elephant came.

Hann hafði engan tíma til að muna hvenær fíllinn kom.

On the first night he had to worry for his own life.

Fyrstu nóttina þurfti hann að hafa áhyggjur af lífi sínu.

And now the crown brought on his forgetfulness.

Og nú leiddi krúnan til gleymsku hans.

But he had entrusted his wife and child to Basanta.

En hann hafði falið Basanta konu sína og barn.

And his brother sat waiting for many weary hours.

Og bróðir hans sat og beið í margar þreytulegar
klukkustundir.
Every moment he expected to see Swet return with fire.
Á hverri stundu bjóst hann við að sjá Swet snúa aftur með
eldinn.
But the whole night passed away without his return.
En öll nóttin leið hjá án þess að hann kæmi aftur.
At sunrise he went to the bank of the river.
Við sólarupprás gekk hann að bakka árinnar.
There he anxiously looked about for his brother.
Þar leit hann kvíðinn í kringum sig eftir bróður sínum.
But his waiting and searching were all in vain.
En bið hans og leit voru öll til einskis.
Distressed beyond measure, he wept at the riverside.
Ómælt angistarfullur grét hann við árbakkann.
As he was weeping a boat was passing by.
Meðan hann grét, sigldi bátur fram hjá.
In the boat a merchant was returning from business.
Í bátnum var kaupmaður á leið heim úr viðskiptum.
The boat was not far from the shore.
Báturinn var ekki langt frá ströndinni.
So the merchant could see Basanta weeping.
Þannig gat kaupmaðurinn séð Basanta gráta.
Something struck the attention of the merchant.
Eitthvað vakti athygli kaupmannsins.
By the weeping man appeared to be a pile of pearls.
Við grátandi manninn virtist vera hrúga af perlum.
The merchant requested the boatman to halt.
Kaupmaðurinn bað bátsmanninn að nema staðar.
And the merchant went to the weeping man.
Og kaupmaðurinn fór til grátandi mannsins.
By the weeping man was in fact a pile of pearls.
Við grátandi manninn var í raun hrúga af perlum.
And the pearls were of the highest quality.
Og perlurnar voru af hæsta gæðaflokki.
And another thing astonished the merchant.
Og annað kom kaupmanninum á óvart.

The pile of pearls grew larger every second.

Perluhrúgan stækkaði með hverri sekúndu.

Because the man was crying, but not tears.

Því maðurinn grét, en ekki tár.

Because his tears turned to pearls on the ground.

Því tár hans urðu að perlum á jörðinni.

The merchant stowed away the pearls into his boat.

Kaupmaðurinn geymdi perlurnar í bát sinn.

Then the merchant got his servants to help him.

Þá fékk kaupmaðurinn þjóna sína til að hjálpa sér.

And together they captured the crying man.

Og saman náðu þau grátandi manninum höndum.

They put him on board of the vessel.

Þeir settu hann um borð í skipið.

And he tied him to one of the ship's masts.

Og hann batt hann við einn af mastrum skipsins.

Basanta, of course, tried his best to resist.

Basanta reyndi auðvitað sitt besta til að veita mótspyrnu.

But what could he do against so many sailors?

En hvað gat hann gert gegn svona mörgum sjómönnum?

He thought of his brother who never returned.

Hann hugsaði til bróður síns sem aldrei kom aftur.

He thought of his sister-in-law in the forest.

Hann hugsaði til mágkonu sinnar í skóginum.

And he thought of his newly born niece.

Og hann hugsaði til nýfæddrar frænku sinnar.

And he cried even more bitterly than before.

Og hann grét enn sárar en áður.

His weeping mightily pleased the merchant.

Grátur hans gladdi kaupmanninn mjög.

Because even more pearls were falling to the ground.

Vegna þess að enn fleiri perlur féllu til jarðar.

And the merchant became richer and richer.

Og kaupmaðurinn varð ríkari og ríkari.

Eventually the merchant reached his native town.

Loksins komst kaupmaðurinn til fæðingarbæjar síns.

When they got there he confined Basanta in a room.

Þegar þau komu þangað lokaði hann Basanta inni í herbergi.

At stated hours every day he had him whipped.

Á ákveðnum tímum á hverjum degi lét hann húðstrýkja hann.

In order to make him shed yet more tears.

Til þess að fá hann til að fella enn fleiri tár.

And every tear converted into a bright pearl.

Og hvert tár breyttist í bjarta perlu.

The merchant one day said to his servants;

Kaupmaðurinn sagði einn daginn við þjóna sína:

"The fellow is making me rich by his weeping".

„Maðurinn gjörir mig ríkan með gráti sínum."

"Let us see what he gives me by laughing".

„Við skulum sjá hvað hann gefur mér með því að hlæja."

Accordingly, he began to tickle his captive.

Þar af leiðandi fór hann að kitla fangann sinn.

Upon being tickled Basanta began to laugh.

Þegar Basanta var kitlaður fór hann að hlæja.

Of course he was not laughing out of happiness.

Auðvitað var hann ekki að hlæja af gleði.

But none the less maniks dropped from his mouth.

En engu að síður féllu manikyr úr munni hans.

After this Basanta was not just whipped anymore.

Eftir þetta var Basanta ekki lengur bara þeyttur.

Now he was alternately whipped and tickled.

Nú var hann til skiptis sleginn og kitlaður.

All day and far into the night he was exploited.

Allan daginn og langt fram á nótt var hann misnotaður.

The merchant's wealth increased day and night.

Auður kaupmannsins jókst dag og nótt.

Soon he became the wealthiest man in the land.

Fljótlega varð hann ríkasti maður landsins.

But let us return to Basanta's subjugation later.

En við skulum snúa okkur aftur að kúgun Basanta síðar.

Now let us turn our attention to Swet's wife.

Nú skulum við beina athygli okkar að konu Swets.

Swet's abandoned wife was still in the forest.

Yfirgefin eiginkona Swets var enn í skóginum.
She had just given birth to her child.
Hún hafði nýlega fætt barn sitt.
But now she was alone in the forest.
En nú var hún ein í skóginum.
First her husband had abandoned her.
Fyrst hafði eiginmaður hennar yfirgefið hana.
And now her brother-in-law abandoned her too.
Og nú hefur mágur hennar líka yfirgefið hana.
Imagine how overwhelmed with grief she felt.
Hugsaðu þér hversu yfirbuguð hún var af sorg.
Alone, and in a forest, far from civilization.
Einn, og í skógi, fjarri siðmenningu.
Her case was indeed deserving of sympathy.
Mál hennar átti sannarlega skilið samúð.
She wept rivers of sad and lonely tears.
Hún grét fljót af sorglegum og einmanalegum tárum.
Excessive grief, however, brought her relief.
Óhófleg sorg veitti henni þó létti.
She fell asleep with the new-born in her arms.
Hún sofnaði með nýfædda barnið í fanginu.
While she was deep in sleep another tragedy took place.
Meðan hún svaf djúpt átti sér stað annar harmleikur.
It so happened that the Kotwal was passing by.
Það vildi svo til að Kotwal var að fara fram hjá.
He had recently suffered his own misfortune.
Hann hafði nýlega orðið fyrir eigin óheppni.
But his misfortune was of a different nature.
En óheppni hans var annars eðlis.
The children his wife bore died shortly after birth.
Börnin sem kona hans ól dóu skömmu eftir fæðingu.
And he was now going to bury the last infant.
Og nú ætlaði hann að jarða síðasta ungbarnið.
He was heading to the banks of the river.
Hann var á leið að bökkum árinnar.
The place where the other infants were buried.
Staðurinn þar sem hin ungbörnin voru grafin.

But then he saw the woman sleeping in the forest.
En þá sá hann konuna sofandi í skóginum.
And in her arms he saw her holding a baby.
Og í örmum sér sá hann hana halda á barni.
The infant was a lively and beautiful boy.
Ungbarnið var líflegur og fallegur drengur.
His liveliness did not disturb his mother's sleep.
Lífsgleði hans truflaði ekki svefn móður hans.
The Kotwal wanted the lovely infant very much.
Kotwal-fjölskyldan þráði mjög mikið þetta yndislega ungbarn.
He quietly took the child from his mother.
Hann tók barnið hljóðlega frá móður sinni.
And in her arms he placed his own dead child.
Og í faðm hennar lagði hann sitt eigið látna barn.
Of course this is not what he could tell his wife.
Auðvitað gat hann ekki sagt konu sinni þetta.
"We both thought that our son had died".
„Við héldum bæði að sonur okkar væri dáinn."
"And I carried his body to the river bank".
„Og ég bar lík hans að árbakkanum."
"And that was when a miracle occurred".
„Og þá gerðist kraftaverkið".
"Once more our son opened his young eyes".
„Enn á ný opnaði sonur okkar ungu augun sín."
"And now we have a beautiful and lively boy".
„Og nú eigum við fallegan og líflegan dreng."
But Swet's wife did not know the true events.
En eiginkona Swets vissi ekki um raunverulega atburði.
When she woke she held the dead child in her arms.
Þegar hún vaknaði hélt hún á látna barninu í fanginu.
And she thought it was her child that had died.
Og hún hélt að það væri barnið hennar sem hefði dáið.
The distress of her mind may easily be imagined.
Það er auðvelt að ímynda sér angist hennar.
The whole world became dark to her.
Allur heimurinn varð henni myrkur.
She was distracted by the loss of her child.

Hún var annars hugar vegna missis barnsins síns.
And in her distraction she formed a resolution.
Og í huganum tók hún ákvörðun.
She had resolved to take her own life.
Hún hafði ákveðið að taka eigið líf.
The river was not far from where she had slept.
Áin var ekki langt frá þar sem hún hafði sofið.
And she determined to drown herself in the river.
Og hún ákvað að drukkna sér í ánni.
She took in her hand the bundle of jewels.
Hún tók skartgripabúntinn í hönd sér.
And then she proceeded to the river-side.
Og svo hélt hún áfram að árbakkanum.
An old Brahman was at no great distance.
Gamall brahman var ekki í mikilli fjarlægð.
The Brahman was performing his morning ablutions.
Brahmaninn var að framkvæma morgunþvott sinn.
He noticed the woman going into the water.
Hann tók eftir því að konan var að fara ofan í vatnið.
Naturally he thought that she was going to bathe.
Auðvitað hélt hann að hún ætlaði að fara í bað.
But then he saw her going into the deep waters.
En þá sá hann hana fara út í djúpið.
Something akin to suspicion arose in his mind.
Eitthvað sem líktist grunsemd vaknaði í huga hans.
The Brahman discontinued his devotions.
Brahmaninn hætti hollustu sinni.
He too waded out towards the river's depth.
Hann vaðaði líka út á dýpi árinnar.
And he ordered the woman to come to him.
Og hann skipaði konunni að koma til sín.
Swet's wife heard the old man calling her.
Kona Swets heyrði gamla manninn kalla á sig.
So she retraced her steps to the old man.
Svo gekk hún aftur á sömu braut og gamla manninn.
"What were your intentions?" asked the Braham.
„Hvað voruð þið fyrirætlanir?" spurði Braham.

And the woman confirmed his suspicions.
Og konan staðfesti grunsemdir hans.
"I was going to put an end to my life".
„Ég ætlaði að binda enda á líf mitt".
And she thanked the Brahman for saving her.
Og hún þakkaði Brahmaninum fyrir að bjarga sér.
"Accept these jewels as a sign of appreciation".
„Takið við þessum gimsteinum sem þakklætisvott."
The Brahman accepted the sign of appreciation.
Brahmaninn þáði þakklætismerkið.
But he was more interested in her story.
En hann hafði meiri áhuga á sögu hennar.
And at his request she related her story.
Og að beiðni hans sagði hún honum sögu sína.
She had escaped from her stepmother in law.
Hún hafði flúið frá stjúpmóður sinni.
In the forest she gave birth to a child.
Í skóginum fæddi hún barn.
First her husband went looking for fire.
Fyrst fór eiginmaður hennar að leita að eldi.
But her husband never came back to her.
En eiginmaður hennar kom aldrei aftur til hennar.
Then her brother-in-law looked for her husband.
Þá leitaði mágur hennar að eiginmanni hennar.
But her brother-in-law did not return either.
En mágur hennar kom ekki heldur aftur.
Eventually she fell asleep with her child.
Að lokum sofnaði hún með barninu sínu.
But when she woke her child was dead.
En þegar hún vaknaði var barnið hennar dáið.
And that's when she decided to drown herself.
Og þá ákvað hún að drekkja sér.
She felt the relieve of telling her fate.
Henni fannst léttir að þurfa að segja örlög sín.
The Brahman invited the woman to his house.
Brahmaninn bauð konunni heim til sín.
And the woman was accepted into his family.

Og konan var tekin inn í fjölskyldu hans.
The Brahman's wife treated her like a daughter.
Kona brahmansins kom fram við hana eins og dóttur.
And she spent years with her new family.
Og hún eyddi árum saman með nýju fjölskyldunni sinni.
Swet spend those years in his kingdom.
Swet eyddi þessum árum í ríki sínu.
Basanta spent those years being tortured.
Basanta var pyntaður á þessum árum.
And the adopted son of the Kotwal grew up.
Og ættleiddi sonur Kotwals óx upp.
The Brahman's house was not far from the Kotwal's.
Hús Brahmansins var ekki langt frá húsi Kotwal-
fjölskyldunnar.
So the Kotwal's son met the Brahman's adopted daughter.
Þannig hitti sonur Kotwal-fjölskyldunnar ættleidda dóttur
brahmansins.
And the lad thought he fell in love with her.
Og drengurinn hélt að hann yrði ástfanginn af henni.
He spoke to his father about the woman.
Hann talaði við föður sinn um konuna.
And the father spoke to the Brahman about the woman.
Og faðirinn talaði við brahmaninn um konuna.
The Brahman's rage knew no bounds.
Reiði Brahmansins þekkti engin takmörk.
"What is this insolence!" the Brahman protested.
„Hvaða ósvífni er þetta!" mótmælti brahmaninn.
"Your son is the son of an infidel".
„Sonur þinn er sonur vantrúarmanns".
"How can he aspire to the hand of a Brahman's daughter!?".
„Hvernig getur hann þráð hönd dóttur brahmans!?"
"A dwarf may as well aspire to catch hold of the moon!".
„Dvergur getur alveg eins reynt að ná tökum á tunglinu!"
But the Kotwal's son determined to have her by force.
En sonur Kotwal-hjónanna ákvað að fá hana með valdi.
One day he scaled the wall of the Brahman's house.
Dag einn klifraði hann upp vegginn á húsi brahmansins.

He got upon the thatched roof of the cow-house.
Hann steig upp á stráþakið á fjósinu.
And from that lofty position he reconnoitered.
Og frá þeirri háu stöðu kannaði hann.
And he saw two young calves below him.
Og hann sá tvo unga kálfa fyrir neðan sig.
And he overheard the conversation of two young calves.
Og hann heyrði samtal tveggja ungra kálfa.
"Men accuse us of brutish ignorance and immorality".
„Menn saka okkur um grimmilega fáfræði og siðleysi."
"But in my opinion men are fifty times worse".
„En að mínu mati eru karlar fimmtíu sinnum verri."
"What makes you say so, brother?" the calf asked.
„Hvað fær þig til að segja þetta, bróðir?" spurði kálfurinn.
"Have you witnessed instances of human depravity?".
„Hefur þú orðið vitni að dæmi um mannlega spillingu?"
"Who is a greater monster than the Kotwal's son?".
„Hver er meira skrímsli en sonur Kotwals?"
"The same lad standing on the thatched roof".
„Sami drengurinn sem stendur á stráþakinu".
"The roof of this hut above our heads".
„Þakið á þessum kofa fyrir ofan höfuð okkar".
"I thought he was just the son of our Kotwal".
„Ég hélt að hann væri bara sonur Kotwals okkar."
"I never heard that he was exceptionally vicious".
„Ég heyrði aldrei að hann væri sérstaklega grimmur."
"You may have never heard of his wickedness".
„Þú hefur kannski aldrei heyrt um illsku hans".
"But now you will hear of his wickedness from me".
„En nú munuð þér heyra frá mér um illsku hans."
"This wicked lad is now making immoral plans".
„Þessi vondi piltur er nú að gera siðlausar áætlanir."
"He is trying get married to his own mother!".
„Hann er að reyna að giftast móður sinni!"
The First Calf then related the whole story.
Fyrsti kálfurinn sagði þá alla söguna.
And the inquisitive Second Calf listened.

Og hinn forvitni annar kálfur hlustaði.
And the calf told Swet's and Basanta's story.
Og kálfurinn sagði sögu Swets og Basanta.
"A merchant built a house for his son"
„Kaupmaður byggði hús handa syni sínum"
"In the garden of the house was a Toontooni bird"
„Í garðinum við húsið var Toontooni-fugl"
"In the nest of the Toontooni bird was an egg"
„Í hreiðri Toontooni-fuglsins var egg"
"The merchant's son put the egg in a almirah"
„Sonur kaupmannsins setti eggið í almirah"
"Out of the egg came a beautiful girl"
„Úr egginu kom falleg stúlka"
"Eventually the merchant's son married this beautiful girl"
„Að lokum giftist sonur kaupmannsins þessari fallegu stúlku"
"Together they had two children; Swet and Basanta"
„Saman eignuðust þau tvö börn; Swet og Basanta."
"Some time later the grandfather of the children died"
„Nokkru síðar lést afi barnanna"
"Some time later again their grandmother died too"
„Nokkru síðar dó amma þeirra líka."
"At the right time, the oldest son, Swet, got married"
„Á réttum tíma giftist elsti sonurinn, Swet,"
"His mother, the Toontooni woman, died sometime later"
„Móðir hans, konan frá Toontooni, lést nokkru síðar."
"Soon after their father married a younger woman"
„Stuttu síðar giftist faðir þeirra yngri konu"
"But their new stepmother hated her stepsons"
„En nýja stjúpmóðir þeirra hataði stjúpsyni sína."
"And she also hated her new stepdaughter-in-law"
„Og hún hataði líka nýju stjúpdóttur sína"
"One day a fisherman happened to visit the merchant"
„Dag einn kom sjómaður í heimsókn til kaupmannsins"
"The Fisherman had sold the merchant a magical fish"
„Sjómaðurinn hafði selt kaupmanninum töfrafisk"
"Whoever ate the fish would laugh maniks"
„Sá sem borðaði fiskinn myndi hlæja mannslega"

"And whoever ate the fish would weep pearls"
„Og hver sem át fiskinn grét perlur“
"The same day there was an argument over some pigeons"
„Sama dag varð rifrildi um nokkrar dúfur“
"The stepmother was terribly vengeful to her stepsons"
„Stjúpmóðirin var hræðilega hefndargjarn gagnvart stjúpsonum sínum“
"And she swore revenge on her stepsons"
„Og hún sór hefnd á stjúpsonum sínum “
"That day Swet, his wife, and Basanta escaped"
„Þann dag sluppu Swet, eiginkona hans og Basanta“
"But before leaving they ate the magical fish"
„En áður en þau fóru átu þau töfrafiskinn“
"On their journey Swet's wife gave birth to a baby boy"
„Á ferðalagi þeirra fæddi eiginkona Swets dreng.“
"Swet went to look for wood to make a fire"
„Sweet fór að leita að viði til að kveikja eld“
"But he was carried away by an elephant"
„En hann var borinn burt af fíl“
"He was taken to a Queen haunted by a snake"
„Hann var tekinn til drottningar sem var ásótt af snák .“
"But he succeeded in killing the serpent"
„En honum tókst að drepa höggorminn“
"And so he became king of the land""Basanta went looking for his brother"
„Og þannig varð hann konungur landsins.“ „Basanta fór að leita að bróður sínum.“
"But he was captured by a merchant"
„En hann var tekinn höndum af kaupmanni“
"And now he's flogged and tickled daily"
„Og nú er hann húðstrýktur og kitlaður daglega“
"And he cries pearls and laughs maniks"
„Og hann grætur perlur og hlær mannlega“
"The Kotwal's son had died that night"
„Sonur Kotwal-hjónanna lést þessa nótt“
"So the Kotwal exchanged the two babies"
„Svo Kotwal-hjónin skiptu á tveimur börnum“

"The mother couldn't bear the loss of her child"
„Móðirin gat ekki þolað missi barnsins síns"
"So she made the decision to drown herself"
„Svo hún tók ákvörðun um að drekkja sér"
"But there was a Brahman that saved her life"
„En það var Brahman sem bjargaði lífi hennar"
"And this Brahman took her into his home"
„Og þessi brahman tók hana heim til sín"
"The Kotwal's son grew up a hardy boy"
„Sonur Kotwal-hjónanna ólst upp sem harðgerður drengur"
"And he fell in love with the woman"
„Og hann varð ástfanginn af konunni"
"And now he stands on the roof"
„Og nú stendur hann á þakinu"
"And he's intent on having the woman"
„Og hann er staðráðinn í að eignast konuna"
All this the Kotwal's son heard.
Allt þetta heyrði sonur Kotwals.
And he was struck with horror.
Og hann varð sleginn skelfingu lostinn.
He forthwith got down from the thatch.
Hann steig þegar í stað niður af þakinu.
And he went home to his father.
Og hann fór heim til föður síns.
And he said he must speak with the king.
Og hann sagðist verða að tala við konunginn.
The father protested against the request.
Faðirinn mótmælti beiðninni.
But he got an interview with the king.
En hann fékk viðtal við konunginn.
He told the king about the two calves.
Hann sagði konunginum frá kálfunum tveimur.
And he repeated the whole story.
Og hann endurtók alla söguna.
The king now remembered his poor wife.
Konungurinn minntist nú fátækrar konu sinnar.
So a servant was sent to the Brahman.

Þannig var þjónn sendur til Brahmansins.
And the Brahman was richly rewarded.
Og Brahmaninn var ríkulega umbunaður.
And his wife was brought back to the palace.
Og kona hans var flutt aftur til hallarinnar.
His wife was put in her proper position.
Konu hans var komið í rétta stöðu.
And she became queen of the kingdom.
Og hún varð drottning ríkisins.
The reputed son of the Kotwal was readopted.
Hinn alræmdi sonur Kotwal-fjölskyldunnar var
endurættleiddur.
And he was proclaimed heir to the throne.
Og hann var lýstur erfingi krúnunnar.
Basanta was brought out of the dungeon.
Basanta var leiddur út úr dýflissunni.
And the wicked merchant was buried alive.
Og hinn illi kaupmaður var grafinn lifandi.
And thorns were put in his burying-place.
Og þyrnar voru lagðir í gröf hans.
And all lived together happily for many years.
Og öll bjuggu þau hamingjusöm saman í mörg ár.
Swet, his wife and son, and Basantas.
Swet, kona hans og sonur, og Basantas.

The Evil Eye of Sani
Illa auga Sani

Once upon a time Sani and Lakshmi fell out with each other.

Einu sinni fyrir löngu lentu Sani og Lakshmi í ósætti.

Sani, also known as Saturn, is the God of bad luck.

Sani, einnig þekktur sem Satúrnus, er guð óheppni.

And Lakshmi is the Goddess of good luck.

Og Lakshmi er gyðja gæfunnar.

And these two Gods fell out with each other in heaven.

Og þessir tveir guðir urðu ósáttir á himnum.

Sani said he was higher in rank than Lakshmi.

Sani sagði að hann væri hærra settur en Lakshmi.

And Lakshmi said she was higher in rank than Sani.

Og Lakshmi sagði að hún væri hærri í tign en Sani.

But there were just as many Gods as there were Goddesses.

En það voru jafn margir guðir og gyðjur.

Therefore the dispute could not be settled in heaven.

Þess vegna var ekki hægt að útkljá deiluna á himnum.

The contending deities agreed to refer the matter to humans.

Deilandi guðirnir samþykktu að vísa málinu til manna.

The humans had a name for wisdom and justice.

Mennirnir höfðu nafn fyrir visku og réttlæti.

There lived at that time upon earth a man named Sribatsa.

Á þeim tíma bjó á jörðinni maður að nafni Sribatsa.

(Sri is another name of Lakshmi).

(Sri er annað nafn Lakshmi).

(And"batsa" is another word for child).

(Og „batsa“ er annað orð yfir barn).

(so Sribatsa literally means"the child of fortune").

(þannig að Sribatsa þýðir bókstaflega „barn gæfunnar“).

Sribatsa had as much wisdom as he had wealth.

Sribatsa bjó yfir jafn mikilli visku og auðæfum.

And he was as fair as he was rich, too.

Og hann var jafn sanngjarn og hann var líka ríkur.

He was therefore a good judge for the dispute.

Hann var því góður dómari í deilunni.

And the God and Goddess agreed he could judge their case.

Og Guðinn og Gyðjan samþykktu að hann gæti dæmt í máli þeirra.

One day, accordingly, Sribatsa was contacted.

Dag einn var því haft samband við Sribatsa.

He was told that Sani and Lakshmi would come to him.

Honum var sagt að Sani og Lakshmi myndu koma til hans.

And he was told they wished for him to settle their dispute.

Og honum var sagt að þeir vildu að hann útkljáði deiluna.

This put Sribatsa in a delicate situation.

Þetta setti Sribatsa í viðkvæma stöðu.

He could say Sani was higher in rank than Lakshmi.

Hann gæti sagt að Sani væri hærra settur en Lakshmi.

But then she would be angry with him and forsake him.

En þá yrði hún reið honum og yfirgaf hann.

He could say Lakshmi was higher in rank than Sani.

Hann gæti sagt að Lakshmi væri hærra settur en Sani.

But then Sani would cast his evil eye upon him.

En þá myndi Sani varpa illu auga sínu á hann.

He made up his mind not to say anything directly.

Hann ákvað að segja ekkert beint.

The god and the goddess had to observe his actions.

Guðinn og gyðjan urðu að fylgjast með gjörðum hans.

And from his actions they could gather their opinions.

Og út frá gjörðum hans gátu þeir dregið skoðanir sínar.

Sribatsa ordered two chairs to be made.

Sribatsa pantaði að smíða tvo stóla.

One of the chairs was made from gold.

Einn stólanna var úr gulli.

And the other chair was made from silver.

Og hinn stóllinn var úr silfri.

And he placed the two chairs beside himself.

Og hann setti stólana tvo við hliðina á sér.

The day came when Sani and Lakshmi visited Sribatsa.

Dagurinn rann upp þegar Sani og Lakshmi heimsóttu Sribatsa.

He told Sani to sit upon the silver chair.

Hann sagði Sani að setjast á silfurstólinn.

And he told Lakshmi to sit upon the gold chair.
Og hann sagði Lakshmi að setjast á gullstólinn.
Sani became mad with rage, and spoke angrily;
Sani varð brjálaður af reiði og mælti reiðilega;
"You consider me lower in rank than Lakshmi"
„Þú telur mig vera lægri í stöðu en Lakshmi"
"I will cast my eye on you for three years"
„Ég mun horfa á þig í þrjú ár"
"We shall see how you fare at the end of that period"
„Við sjáum hvernig þér gengur í lok þess tímabils"
The god then went away in great anger.
Guðinn fór þá burt í mikilli reiði.
Lakshmi, before she went away, said to Sribatsa;
Áður en Lakshmi fór, sagði hún við Sribatsa:
"My child, do not fear. I'll befriend you"
„Barn mitt, óttast ekki. Ég mun vingast við þig."
The god and the goddess then went away.
Guðinn og gyðjan fóru þá burt.
Sribatsa spoke to his wife, Chantamani;
Sribatsa talaði við eiginkonu sína, Chantamani;
"Dearest, the evil eye of Sani will be upon me"
„Elsku mín, illa auga Sani mun vera á mér"
"I had better go away from the house"
„Ég ætti betur að fara burt að heiman"
"If I stay evil will befall you and me"
„Ef ég verð kyrr mun illt henda okkur, þig og mig"
"But if I go, evil will overtake me only"
„En ef ég fer, þá mun ógæfan aðeins yfir mig koma"
Chintamani said, "it cannot be that way"
Chintamani sagði: „Það getur ekki verið þannig"
"Wherever you go, I will go with you"
„Hvert sem þú ferð, þar fer ég með þér"
"Your good luck shall be my good luck"
„Þín gæfa skal vera mín gæfa"
"And your bad luck shall be my bad luck"
„Og óheppni þín skal vera mín óheppni"
The husband tried hard to persuade his wife to stay.

Eiginmaðurinn reyndi af alefli að fá konu sína til að vera
áfram.
But all his efforts were of no use.
En allar hans tilraunir voru til einskis.
She refused to abandon her husband.
Hún neitaði að yfirgefa eiginmann sinn.
Sribatsa told his wife to make an opening in their mattress.
Sribatsa sagði konu sinni að gera op í dýnunni þeirra.
And he told her to stow away all their money and jewels.
Og hann sagði henni að geyma alla peningana sína og
skartgripina.
**On the eve of leaving their house, Sribatsa invoked
Lakshmi.**
Kvöldið áður en þeir yfirgáfu heimili sitt ákallaði Sribatsa
Lakshmi.
Upon being invoked, Lakshmi forthwith appeared.
Þegar Lakshmi var kallaður fram birtist hann þegar í stað.
"Mother Lakshmi, the evil eye of Sani is upon us"
„Móðir Lakshmi, hið illa auga Sani er yfir okkur"
"We are going away into exile"
„Við förum í útlegð"
"Please befriend us, and take care of our property"
„Vinsamlegast vertu vinur okkar og gætið að eignum okkar"
The goddess of good luck answered.
Gyðja gæfunnar svaraði.
"Do not fear; I'll befriend you"
„Óttast þú ekki, ég mun vingast við þig"
"In the end all will be right"
„Að lokum verður allt í lagi"
They then set out on their journey.
Þau lögðu síðan af stað í ferð sína.
Sribatsa rolled up the mattress and put it on his head.
Sribatsa rúllaði upp dýnunni og lagði hana yfir höfuð sér.
They had not gone many miles when they saw a river.
Þau höfðu ekki farið margar mílur þegar þau sáu ána.
There was a canoe with a man sitting in it.
Þar var kanó og maður sat í honum.

The travelers requested the ferryman to take them across.

Ferðalangarnir báðu ferjumanninn um að flytja þá yfir.

The ferryman said he could only take one at a time.

Ferjumaðurinn sagði að hann gæti aðeins tekið einn í einu.

"Tere are three of you," he objected.

„Þið eruð þrjú," mótmælti hann.

"There is you, your wife, and your mattress"

„Þarna ert þú, konan þín og dýnan ykkar"

Sribatsa proposed in what order they should ferry over the river.

Sribatsa lagði til í hvaða röð þau ættu að sigla yfir ána.

"First my wife should be taken across the river"

„Fyrst ætti að flytja konuna mína yfir ána"

"After my wife, take the mattress across the river"

„Eftir konuna mína, taktu dýnuna yfir ána"

"And then you can take me across the river"

„Og þá getið þið farið með mig yfir ána"

But the ferryman would not hear of it.

En ferjumaðurinn vildi ekki heyra það á minnst.

"Only one at a time," he repeated.

„Bara einn í einu," endurtók hann.

"First let me take across the mattress"

„Fyrst skal ég fara með dýnuna yfir"

Sribatsa saw no reason to object to the proposal.

Sribatsa sá enga ástæðu til að andmæla tillögunni.

The ferryman started taking the mattress across the river.

Ferjumaðurinn byrjaði að flytja dýnuna yfir ána.

He had reached halfway across the river.

Hann var kominn hálfa leið yfir ána.

But then, from nowhere, a fierce gale arose.

En þá, úr engu, skall á óveður.

The ferryman lost control of his canoe.

Ferjumaðurinn missti stjórn á kanó sínum.

The mattress was blown into the river.

Dýnan flaug út í ána.

The river carried everything away with it.

Áin bar allt með sér.

And the ferrymen, canoe, and mattress were never seen again.

Og ferjumönnunum, kanóinum og dýnunni sáust aldrei framar.

But that was not even the strangest events.

En það voru ekki einu sinni furðulegustu atburðirnir.

Because the river also disappeared into thin air.

Því áin hvarf líka út í loftið.

Where there was water there was now dry ground.

Þar sem var vatn var nú þurrt land.

Sribatsa knew the evil eye of Sani had been watching.

Sribatsa vissi að illa auga Sani hafði verið að fylgjast með.

Sribatsa and his wife had not a pice in their pockets.

Sribatsa og kona hans áttu ekki eina einustu krónu í vasanum.

Together, impoverished, they went to a nearby village.

Saman, fátæk, fóru þau til nærliggjandi þorps.

The village was dwelt in mostly by wood-cutters.

Í þorpinu bjuggu að mestu leyti viðarhöggsmenn.

At sunrise the woodcutters went to cut wood.

Við sólarupprás fóru skógarhöggvararnir að höggva við.

And the wood they cut they sold in a faraway town.

Og viðinn sem þeir höggvu seldu þeir í fjarlægum bæ.

Sribatsa asked to work with the wood-cutters.

Sribatsa bað um að vinna með viðarhöggvarunum.

And the wood-cutters agreed to let him cut wood.

Og skógarhöggvararnir samþykktu að leyfa honum að höggva við.

He could fell trees as well as the best of them.

Hann gat fellt tré eins vel og þau bestu.

But Sribatsa was different from the wood-cutters.

En Sribatsa var ólíkur viðarhöggvarunum.

The wood-cutters cut any and every sort of wood.

Viðarskurðararnir höggva alls konar við.

But Sribatsa cut only the precious types of wood.

En Sribatsa höggvaði aðeins dýrmætar tegundir af viði.

His efforts were focused on cutting down sandal-wood.

Hann beindist að því að höggva niður sandelvið.

The wood-cutters brought to market large loads of common wood.

Skógarhöggsmennirnir komu með mikið magn af algengu viði á markaðinn.

Sribatsa brought only a few pieces of sandal-wood to the market.

Sribatsa kom aðeins með fáeina stykki af sandelviði á markaðinn.

He was paid a great deal more money than the others.

Hann fékk miklu meira greitt en hinir.

Things went on this way for some days.

Þannig gekk þetta áfram í nokkra daga.

And the wood-cutters became jealous of Sribatsa.

Og skógarhöggvararnir urðu öfundsjúkir út í Sribatsa.

In their jealousy they plotted against Sribatsa.

Í öfund sinni lögðu þeir á ráðin gegn Sribatsa.

And finally they drove Sribatsa and his wife from the village.

Og að lokum ráku þau Sribatsa og konu hans úr þorpinu.

Sribatsa and his wife made their way to another village.

Sribatsa og kona hans lögðu leið sína til annars þorps.

In this village there were many women that weaved.

Í þessu þorpi voru margar konur sem ófu.

Here Chintamani made herself useful by spinning cotton.

Hér gerði Chintamani sér gagn með því að spinna bómull.

Chintamani was an intelligent and skillful woman.

Chintamani var greind og fær kona.

So she spun finer thread than the other women.

Svo spann hún fínni þráð en hinar konurnar.

And she got paid more money than the other women.

Og hún fékk meira greitt en hinar konurnar.

This roused the envy of the native women of the village.

Þetta vakti öfund innfæddra kvenna í þorpinu.

But the envy of the other women was not all.

En öfund hinna kvennanna var ekki allt.

Sribatsa wanted to gain the good grace of the weavers.
Sribatsa vildi öðlast velþóknun vefaranna.
So he invited the women that spun cotton to a feast.
Svo bauð hann konunum sem spunnu bómull í veislu.
The dishes of the feat were all cooked by his wife.
Réttirnir sem fylgdu afrekinu voru allir eldaðir af konu hans.
Chintamani was a good weaver, and an excellent in cook.
Chintamani var góður vefari og framúrskarandi kokkur.
She placed the delicacies before the women.
Hún bar kræsingarnar fram fyrir konurnar.
And the barbarous weavers were quite charmed.
Og barbarísku vefararnir voru alveg heillaðir.
The men went to their homes with their bellies full.
Mennirnir fóru heim til sín saddir.
But when they got home, they reproached their wives.
En þegar þau komu heim, ávítuðu þau konur sínar.
"Why do you not cook like the wife of Sribatsa"
„Af hverju eldar þú ekki eins og eiginkona Sribatsa?“
And the men called their wives good-for-nothing women.
Og mennirnir kölluðu konur sínar óguðlegar konur.
This made the women hate Chintamani the more.
Þetta varð til þess að konurnar hatuðu Chintamani enn meira.

One day Chintamani went to the river-side.
Dag einn fór Chintamani að árbakkanum.
She wanted to bathe along with the other women of the
village.
Hún vildi baða sig ásamt hinum konunum í þorpinu.
A boat had been lying on the bank, stranded on the sand.
Bátur hafði legið á bakkanum, strandaður á sandinum.
The boat had been stranded there for many days.
Báturinn hafði legið þar strandaglópur í marga daga.
They had tried to move the boat, but in vain.
Þeir höfðu reynt að færa bátinn, en án árangurs.
It so happened that Chintamani touched the boat.
Það vildi svo til að Chintamani snerti bátinn.
It was an accident, for she did not mean to touch the boat.

Þetta var slys, því hún ætlaði ekki að snerta bátinn.
But whether she meant to or not, the boat moved.
En hvort sem hún ætlaði sér það eða ekki, þá hreyfðist
báturinn.
And soon the boat was heading off to the river.
Og brátt stefndi báturinn út á ána.
The boatmen were astonished by what they had seen.
Bátsmennirnir voru agndofa yfir því sem þeir höfðu séð.
They thought that the woman had uncommon power.
Þeim fannst konan hafa óvenjulegan mátt.
And so they thought she might be useful in future.
Og því héldu þau að hún gæti komið að gagni í framtíðinni.
They therefore caught hold of her, against her will.
Þeir náðu því taki á henni, gegn vilja hennar.
And they put her in the boat, and rowed off.
Og þeir settu hana í bátinn og róðu burt.
The women of the village were present for this kidnapping.
Konurnar í þorpinu voru viðstaddar þetta mannrán.
But they did not offer Chintamani any assistance.
En þeir buðu Chintamani enga aðstoð.
Because Chintamani had put them in a bad light.
Vegna þess að Chintamani hafði sett þá í slæmt ljós.

**Sribatsa heard how his wife had been carried away by
boatmen.**
Sribatsa heyrði hvernig bátsmenn höfðu borið eiginkonu sína
á brott.
I will let you imagine how he became mad with grief.
Ég læt ykkur ímynda ykkur hvernig hann varð brjálaður af
sorg.
He left the village and went to the river-side.
Hann fór úr þorpinu og hélt að ánni.
And he resolved to follow the course of the stream.
Og hann ákvað að fylgja farvegi straumsins.
Along the stream he was sure to meet the kidnappers' boat.
Meðfram læknum var hann viss um að hitta bát
mannræningjanna.

He travelled on and on, along the side of the river.
Hann ferðaðist áfram og áfram, meðfram bökkum árinnar.
And he travelled till it eventually became dark.
Og hann ferðaðist þangað til að lokum myrkraði.
Where he was there were no huts to be seen.
Þar sem hann var voru engar kofar að sjá.
So he climbed into a tree to sleep for the night.
Svo klifraði hann upp í tré til að sofa um nóttina.
In the next morning he got down from the tree.
Næsta morgun steig hann niður úr trénu.
At the foot of the tree he saw a Kapila-cow.
Við rætur trésins sá hann Kapila-kú.
A Kapila-cow never has any calves of her own.
Kapila-kýr eignast aldrei sína eigin kálfa.
But she can be milked at all hours of the day.
En hana má mjólka á öllum tímum sólarhringsins.
Sribatsa milked the cow without her objecting.
Sribatsa mjólkaði kúna án þess að hún mótmælti.
And he drank the milk to his heart's content.
Og hann drakk mjólkina af hjartans lyst.
And then he noticed something else about the cow.
Og þá tók hann eftir einhverju öðru við kúna.
The dung of the cow was of a bright yellow color.
Saur kúarinnar var skærgulur á litinn.
In fact, the dung of the cow was made of pure gold.
Reyndar var saur kúarinnar úr hreinu gulli.
The golden cow dung was still in a soft state.
Gullna kúaskíturinn var enn í mjúku ástandi.
So he was able to write his name in the golden dung.
Þannig gat hann skrifað nafn sitt í gullna mykjuna.
During the course of the day the dung hardened.
Er leið á daginn harðnaði mykjan.
And finally the dung looked like a brick of gold.
Og að lokum leit skíturinn út eins og gullsteinn.
The tree he had slept in grew on the river-side.
Tréð sem hann hafði sofið í óx við árbakkann.
And the Kapila-cow supplied him with milk all day.

Og Kapila-kýrin sá honum fyrir mjólk allan daginn.
So Sribatsa decided to wait there for the boat.
Svo ákvað Sribatsa að bíða þar eftir bátnum.
In the morning the cow deposited the precious article.
Að morgni til skildi kýrin dýrmæta hlutinn eftir.
And at night the cow deposited the precious article.
Og um nóttina lagði kýrin dýrmæta hlutinn.
So the gold bricks increased every day.
Svo jukust gullsteinarnir með hverjum deginum.
And on each golden brick he had engraved his name.
Og á hvern gullinn múrstein hafði hann grafið nafn sitt.
He stacked the bricks on top of each other.
Hann staflaði múrsteinunum hver ofan á annan.
From a distance it looked like a hillock of gold.
Úr fjarlægð leit það út eins og gullhóll.

But now we must leave Sribatsa to stack his gold.
En nú verðum við að láta Sribatsa safna gulli sínu.
And we must turn our attention to Chintamani.
Og við verðum að beina athygli okkar að Chintamani.
Chintamani was a graceful woman of great beauty.
Chintamani var glæsileg kona og mjög falleg.
She had worried her beauty might be her ruin.
Hún hafði óttast að fegurð hennar gæti orðið henni að falli.
So she offered a prayer as she was being kidnapped.
Svo hún baðst fyrir á meðan hún var rænt.
"Lakshmi, O Mother Lakshmi! have pity upon me"
„Lakshmi, ó móðir Lakshmi! miskunna þú mér“
"Thou hast made me beautiful, you have"
„Þú hefur gert mig fallega, þú hefur“
"But now my beauty will undoubtedly be my ruin"
„En nú verður fegurð mín án efa mín tortíming“
"I am bound to loss my honor and my chastity"
„Ég er víst að missa heiður minn og hreinleika“
"I therefore beseech thee, gracious Mother;"
„Þess vegna bið ég þig, náðuga móðir;“
"Take my beauty from me, and make me ugly"

„Taktu fegurð mína frá mér og gerðu mig ljóta“
"Cover my body with some loathsome disease"
„Hyljið líkama minn einhverjum viðurstyggilegum sjúkdómi“
"That way the boatmen might not touch me"
„Þannig gætu bátsmennirnir ekki snert mig“
Chintamani was in the arms of the boatmen.
Chintamani var í faðmi bátsmanna.
But the Goddess of good fortune heard her prayer.
En gæfugyðjan heyrði bæn hennar.
In the twinkling of an eye her form changed.
Á augabragði breyttist lögun hennar.
Her naturally beautiful form faded away.
Náttúrulega fallegt form hennar hvarf.
And she was turned into a vile carcass.
Og hún varð að viðurstyggilegu hræi.
The boatmen were putting her down in the boat.
Bátsmennirnir voru að setja hana niður í bátinn.
They found her body was covered with loathsome sores.
Þeir fundu að líkami hennar var þakinn viðbjóðslegum sárum.
And the sores were giving out a disgusting stench.
Og sárin gáfu frá sér ógeðslega lykt.
They therefore threw her into the hold of the boat.
Þeir köstuðu henni því í lest bátsins.
And they left her amongst the cargo of the ship.
Og þeir skildu hana eftir meðal farms skipsins.
Morning and evening they sent her some food.
Morgun og kvöld sendu þau henni mat.
A little boiled rice, and some water to drink.
Smá soðin hrísgrjón og vatn að drekka.
Chintamani was miserable in the hull of the ship.
Chintamani var vansæll í skipsskrokknum.
But she greatly preferred misery to the alternative.
En hún kaus miklu fremur eymd en hið óhefðbundna.
She would rather be miserable than loss her chastity.
Hún myndi frekar vera óhamingjusöm en að missa hreinleika
sinn.

The boatmen had gone to some port to sell cargo.
Bátsmennirnir höfðu farið í einhverja höfn til að selja farm.
While sailing back they caught sight something.
Þegar þau sigldu til baka sáu þau eitthvað.
By the river-side there seemed to be a hillock of gold.
Við árbakkann virtist vera gullhæð.
Sribatsa had been keeping watch by the river.
Sribatsa hafði verið að halda vörð við ána.
So he was delighted to see a boat approach him.
Hann varð því himinlifandi að sjá bát nálgast sig.
Because he fondly imagined his wife might be on board.
Vegna þess að hann ímyndaði sér með hlýju að konan hans
gæti verið um borð.
The boatmen went greedily to the hillock of gold.
Bátsmennirnir fóru ágjarnir að gullhæðinni.
Of course Sribatsa told them the gold was his.
Auðvitað sagði Sribatsa þeim að gullið væri hans.
But that didn't help Sribatsa very much.
En það hjálpaði Sribatsa ekki mikið.
The sailors took him prisoner on the boat.
Sjómennirnir tóku hann til fanga á bátnum.
And they loaded the gold onto their vessel.
Og þeir hlóðu gullið á skip sitt.
They happened to imprison him close to the ugly woman.
Þau gerðu það að verkum að þau fangelsuðu hann nálægt
ljótu konunni.
Of course the husband and wife recognized each other.
Auðvitað þekktu hjónin hvort annað.
In spite of the change Chintamani had undergone.
Þrátt fyrir breytinguna sem Chintamani hafði gengið í
gegnum.
And despite their excitement they kept their composure.
Og þrátt fyrir spennuna héldu þeir ró sinni.
And they thought it prudent not to speak to each other.
Og þeim fannst skynsamlegt að tala ekki sín á milli.
Instead they communicated their ideas through gestures.
Í staðinn miðluðu þeir hugmyndum sínum með látbragði.

There is something you should know about the boatmen.
Það er eitthvað sem þú ættir að vita um bátsmennina.
These boatmen were very fond of playing at dice.
Þessir bátsmenn voru mjög hrifnir af að teningaspila.
Sribatsa appeared to them to be a respectable man.
Sribatsa virtist þeim vera virðulegur maður.
So they always asked him to join in the game.
Þannig að þeir báðu hann alltaf um að taka þátt í leiknum.
Sribatsa happened to be an expert dice player.
Sribatsa var reyndur teningaspilari.
Despite their efforts he won almost every game.
Þrátt fyrir erfiði þeirra vann hann nánast alla leikina.
You can imagine how the sailors felt about losing.
Þið getið ímyndað ykkur hvernig sjómönnunum leið eftir að
hafa tapað.
And in jealousy the boatmen threw him overboard.
Og í öfund köstuðu bátsmennirnir honum fyrir borð.
Chintamani saw the men throw her husband overboard.
Chintamani sá mennina kasta eiginmanni sínum fyrir borð.
**Fortunately for Sribatsa, his wife had great presence of
mind.**
Sem betur fer fyrir Sribatsa hafði kona hans mikla hugsun.
The boatmen had allowed her a pillow to rest her head.
Bátsmennirnir höfðu leyft henni kodda til að hvíla höfuðið á.
And she simultaneously threw this pillow into the water.
Og hún kastaði þessum kodda í vatnið samtímis.
Sribatsa was able to grab hold of the pillow.
Sribatsa tókst að grípa í kodda.
And the pillow helped him float down the stream.
Og koddinn hjálpaði honum að fljóta niður lækinn.
Up until nightfall the river carried him downstream.
Þar til kvöld skall á bar áin hann niður á við.
At nightfall he arrived at what seemed to be a garden.
Um kvöldið kom hann að því sem virtist vera garður.
Because it was dark there was nothing he could do.
Þar sem það var dimmt gat hann ekkert gert.
So all night he stayed in the garden, cold and wet.

Svo alla nóttina var hann í garðinum, kaldur og blautur.
I should tell you who this garden belonged to.
Ég ætti að segja þér hverjum þessi garður tilheyrði.
This was the garden of an old widowed woman.
Þetta var garður gamallar ekkjukonu.
This woman used to supply flowers for the king.
Þessi kona var vön að útvega konunginum blóm.
But one day some blight had come over her garden.
En einn daginn hafði einhver pesti komið yfir garðinn hennar.
Almost all the trees and plants ceased flowering.
Næstum öll tré og plöntur hættu að blómstra.
She had therefore given up the business she had.
Hún hafði því hætt við reksturinn sem hún hafði.
And she was no longer the royal flower supplier.
Og hún var ekki lengur konunglegi blómabirgirinn.
However, Sribatsa's arrival had rejuvenated her garden.
Hins vegar hafði koma Sribatsa yngst upp í garðinum hennar.
She could scarcely believe her eyes in the morning.
Hún trúði varla sínum eigin augum að morgni.
The whole garden was ablaze with flowers again.
Allur garðurinn var aftur í blómaskýjum.
There was no plant that was not in bloom.
Það var engin planta sem ekki var í blóma.
And every tree she had was begemmed with flowers.
Og hvert tré sem hún átti var skreytt blómum.
She had no way of knowing the cause of the miracle.
Hún hafði enga leið til að vita orsök kraftaverksins.
And so she took a walk through the garden.
Og svo gekk hún um garðinn.
But she soon found the cause of all the flowers.
En hún fann fljótlega orsök allra blómanna.
At the edge of her garden was a cold, wet man.
Við jaðar garðsins hennar var kaldur, blautur maður.
He was shivering and almost dead from hypothermia.
Hann skalf og var næstum dauður úr ofkælingu.
She immediately brought the man into to her cottage.
Hún leiddi manninn þegar í stað inn í sumarbústað sinn.

And she lighted a fire to give him some warmth.
Og hún kveikti eld til að veita honum hlýju.
She nursed him and showed him every attention.
Hún hjúkraði honum og sýndi honum alla athygli.
And she ascribed the miracle to his presence.
Og hún eignaði kraftaverkið nærveru hans.
She made him as comfortable as she could.
Hún lét honum líða eins vel og hún gat.
And then she ran to the king's palace.
Og svo hljóp hún til konungshallarinnar.
She asked to speak to the king's chief servant.
Hún bað um að fá að tala við yfirþjón konungsins.
And she told him the good fortune she had had.
Og hún sagði honum frá þeirri gæfu sem hún hafði notið.
"I can again supply the palace with flowers"
„Ég get aftur útvegað höllinni blóm“
Her flowers had been very much missed at the palace.
Blóma hennar hafði verið sárt saknað í höllinni.
So she was immediately restored to her former position.
Hún var því þegar í stað aftur komin í fyrra stöðu sína.
She was again the flower-woman of the royal household.
Hún var aftur blómakona konungsfjölskyldunnar.

Sribatsa spent a few more days recovering his health.
Sribatsa eyddi nokkrum dögum í viðbót í að jafna sig.
And eventually he had all his vitality back.
Og að lokum fékk hann alla sína lífskraft aftur.
He asked the woman if he could speak with a minister.
Hann spurði konuna hvort hann mætti tala við prest.
So the woman took him to the palace with her.
Konan tók hann því með sér til hallarinnar.
One of the king's ministers gave him an appointment.
Einn af ráðherrum konungsins skipaði honum.
And he was at once found to be a man of intelligence.
Og hann reyndist þegar í stað vera greindur maður.
So was offered a position in the king's service.
Því var honum boðið staða í þjónustu konungs.

In fact, he was allowed to choose what job he wanted.

Reyndar fékk hann að velja hvaða starf hann vildi.

He asked to be collector of tolls on the river.

Hann bað um að vera innheimtumaður veggjalda á ánni.

The minister was happy to give Sribatsa the job.

Ráðherrann var ánægður með að veita Sribatsa starfið.

The kingdom needed someone to collect river-tolls.

Konungsríkið þurfti einhvern til að innheimta ártoll.

And Sribatsa immediately started his new job.

Og Sribatsa hóf strax nýja starfið.

It wasn't long before his plan came to fruition.

Það leið ekki á löngu þar til áætlun hans varð að veruleika.

The boat his wife was on was coming down the river.

Báturinn sem kona hans var á var að koma niður ána.

Under the king's authority he detained the boat.

Undir umboði konungs hélt hann bátnum kyrr.

And he charged the boatmen with the theft of gold-bricks.

Og hann ákærði bátsmennina fyrir þjófnað á gullsteinum.

The king liked the sound of a boat full of gold.

Konungnum líkaði vel hljóðið af bát fullum af gulli.

So the king himself came to the river-side.

Svo kom konungurinn sjálfur að árbakkanum.

Even he was amazed by the quantity of gold they had.

Jafnvel hann var undrandi yfir magni gulls sem þeir höfðu.

And every gold brick had Sribatsa's inscription.

Og hver gullsteinn hafði áletrun Sribatsa.

At the same time he rescued his wife from the boatmen.

Á sama tíma bjargaði hann konu sinni frá bátsmönnunum.

Back on dry land she returned to her previous beauty.

Aftur á þurrt land sneri hún aftur til fyrri fegurðar sinnar.

He told the king the story of their misfortune.

Hann sagði konunginum söguna af óförum þeirra.

And the king had them as a guest in his palace.

Og konungurinn hafði þá að gesti í höll sinni.

The king gave them presents of horses and elephants.

Konungurinn gaf þeim gjafir, hesta og fíla.

And on the horses and elephants they rode to their country.

Og á hestum og fílum riðu þeir til lands síns.
The evil eye of Sani was now turned away from Sribatsa.
Illa auga Sani var nú snúið frá Sribatsa.
And he again became what he formerly was.
Og hann varð aftur sá sem hann áður var.
He was again Sribatsa; the Child of Fortune.
Hann var aftur Sribatsa; Barn gæfunnar.

The Boy whom Seven Mothers Suckled
Drengurinn sem sjö mæður sjúgðu

Once on a time there reigned a king who had seven queens.
Einu sinni var ríkjandi konungur sem átti sjö drottningar.
He was very sad, for the seven queens were all barren.
Hann var mjög hryggur, því að allar drottningarnar sjö voru
ófrjóar.
One day, however, he met a holy mendicant.
Dag einn hitti hann þó heilagan betlara.
The holy mendicant told the king about a certain forest.
Hinn heilagi betlari sagði konunginum frá ákveðnum skógi.
In this forest there grew a special kind of tree.
Í þessum skógi óx sérstök tegund af tré.
On a branch of this tree hung seven mangoes.
Á grein þessa trés héngu sjö mangó.
These mangos could restore the fertilities of his queens.
Þessir mangóar gætu endurheimt frjósemi drottninganna
hans.
But the king had to pluck the mangoes himself.
En konungurinn þurfti að tína mangóana sjálfur.
The king followed the advice of the mendicant.
Konungurinn fylgdi ráðum betlarans.
And he set off to go to the forest with the mango tree.
Og hann lagði af stað til að fara í skóginn með mangótrénu.
Soon he had found the tree the mendicant spoke of.
Fljótlega hafði hann fundið tréð sem betlarinn talaði um.
**And he plucked the seven mangoes that grew upon one
branch.**
Og hann tíndi sjö mangóviðina sem uxu á einni grein.
He gave a mango to each of the queens to eat.
Hann gaf hverri drottningunni mangó til að borða.
In a short time the king's heart was filled with joy.
Á skömmum tíma fylltist hjarta konungsins gleði.
He was told that the seven queens were all with child.
Honum var sagt að allar drottningarnar sjö væru þungaðar.

One day the king was out hunting.

Dag einn var konungurinn á veiðum.

On his path he saw a young lady of peerless beauty.

Á vegi sínum sá hann unga konu, sem var óviðjafnanleg
fegurð.

He instantly fell in love with the beautiful woman.

Hann varð samstundis ástfanginn af fallegu konunni.

And he brought her to his palace, and married her.

Og hann leiddi hana til hallar sinnar og giftist henni.

This lady was, however, not a human being.

Þessi kona var þó ekki manneskja.

But what this woman was was a Rakshasi.

En þessi kona var Rakshasi.

But the king of course did not know this.

En konungurinn vissi þetta auðvitað ekki.

The king became dotingly fond of her.

Konungurinn varð innilega ástfanginn af henni.

And he did whatever she told him to do.

Og hann gerði allt sem hún sagði honum að gera.

One day she made a very particular request of the king.

Dag einn bar hún fram mjög sérstaka beiðni til konungsins.

"You say that you love me more than anyone else"

„Þú segir að þú elskir mig meira en nokkurn annan"

"Let me see whether you really love me as much as you say"

„Leyfðu mér að sjá hvort þú elskar mig eins mikið og þú
segir"

"If you love me, make your seven other queens blind"

„Ef þú elskar mig, gerðu hinar sjö drottningar þínar blindar."

"And once they are blind, let them be killed"

„Og þegar þeir eru orðnir blindir, skulu þeir drepnir"

The king became very sad at the terrible request.

Konungurinn varð mjög hryggur við þessa hræðilegu beiðni.

He was especially sad because the queens were all pregnant.

Hann var sérstaklega dapur því drottningarnar voru allar
óléttar.

But he had no choice but to comply with her request.

En hann hafði ekkert annað val en að verða við beiðni hennar.

The eyes of the queens were plucked out of their sockets.
Augun á drottningunum voru tekin úr augntóftunum.
And the queens were delivered up to the chief minister.
Og drottningarnar voru afhentar aðalráðherranum.
It was up to the chief minister to destroy the queens.
Það var á valdi æðsta ráðherrans að eyða drottningunum.
But the chief minister was a merciful man.
En aðalráðherrann var miskunnsamur maður.
In the side of the hill there was secret a cave.
Í hliðinni á hæðinni var leyndur hellir.
Instead of killing the queens, the minister hid them.
Í stað þess að drepa drottningarnar faldi ráðherrann þær.
In course of time the eldest of the seven queens gave birth.
Með tímanum fæddi sú elsta af hinum sjö drottningum.
"What shall I do with the child," said she.
„Hvað á ég að gera við barnið?" sagði hún.
"we are blind and are dying for want of food?"
„Við erum blind og deyjum úr matarskorti?"
"Let me kill the child," she proposed.
„Leyfðu mér að drepa barnið," lagði hún til.
"let us all eat of the child's flesh" she added.
„Etum öll af holdi barnsins," bætti hún við.
Just as she said she would, she killed the infant.
Eins og hún sagðist ætla að gera, drap hún ungbarnið.
She gave to each of her sister-queens a part of the child.
Hún gaf hverri systur sinni, drottningum, hluta af barninu.
And the sister queens ate their part of the child.
Og systurdrottningarnar átu sinn hluta af barninu.
But the youngest queen did not eat her share.
En yngsta drottningin át ekki sinn hlut.
Instead, she laid her part of the child beside her.
Í staðinn lagði hún sinn hluta barnsins við hlið sér.
In a few days the second queen also was delivered of a child.
Fáeinum dögum síðar fæddi önnur drottningin einnig barn.
She did with her child as her eldest sister had done with
hers.

Hún gerði við barn sitt eins og elsta systir hennar hafði gert
við sitt.
So did the third, the fourth, the fifth, and the sixth queen.
Það gerði einnig þriðja, fjórða, fimmta og sjötta drottningin.
Eventually the seventh queen gave birth to a son.
Að lokum fæddi sjöunda drottningin son.
But she did not follow the example of her sister-queens.
En hún fylgdi ekki fordæmi systra sinna, drottninganna.
Instead, she resolved to raise the child.
Í staðinn ákvað hún að ala upp barnið.
**The other queens demanded their portions of the newly-
born.**
Hinar drottningarnar kröfðust sinna hluta af nýfæddu
barninu.
But she still had the portions she had not eaten.
En hún fékk samt skammtana sem hún hafði ekki borðað.
And she gave her sister-queens back their children's parts.
Og hún gaf systrum sínum, drottningar, hlutum barnanna
sinna til baka.
**The other queens at once perceived that their portions were
dry.**
Hinar drottningarnar tóku strax eftir því að skammtarnir
þeirra voru þurrir.
Therefore the parts could not be of the newly born child.
Þess vegna gætu hlutar barnsins ekki verið af nýfæddu barni.
"I have decided not to kill me child," she explained.
„Ég hef ákveðið að drepa ekki barnið mitt,“ útskýrði hún.
"I will not eat him, but try to raise him instead"
„Ég mun ekki borða hann, heldur reyna að ala hann upp í
staðinn“
The others were glad to hear this news.
Hinir voru ánægðir að heyra þessi tíðindi.
They all said that they would help her in nursing the child.
Þau sögðu öll að þau myndu hjálpa henni að hjúkra barninu.
And so the child was suckled by seven mothers.
Og þannig var barnið sogað af sjö mæðrum.

And the child became the hardiest and strongest boy that ever lived.

Og barnið varð harðgerðasti og sterkasti drengur sem nokkru sinni hefur lifað.

In the meantime the Rakshasi-queen was doing infinite mischief.

Á meðan var Rakshasi-drottningin að fremja óendanlegan skaða.

And she got the royal household into all sorts of trouble.

Og hún kom konungsfjölskyldunni í alls kyns vandræði.

What she ate at the royal table did not fill her capacious stomach.

Það sem hún át við konungsborðið mettaði ekki rúmgóðan maga hennar.

She therefore, in the darkness of night, went hunting.

Hún fór því á veiðar í myrkri næturinnar.

Gradually she ate up all the members of the royal family.

Smám saman át hún upp alla meðlimi konungsfjölskyldunnar.

She ate all the king's servants, and his attendants.

Hún át alla þjóna konungsins og þjónustufólk hans.

She ate all his horses, elephants, and cattle.

Hún át alla hesta hans, fíla og nautgripi.

And eventually only her royal consort and the king were left.

Og að lokum voru aðeins konunglegi eiginmaður hennar og konungurinn eftir.

After that she used to go out in the evenings into the city.

Eftir það fór hún út í bæinn á kvöldin.

And she ate up stray human beings wherever she found any.

Og hún át upp villt fólk hvar sem hún fann það.

The king was left without any servants.

Konungurinn varð eftir án nokkurra þjóna.

There was no person left to cook for him.

Það var enginn eftir til að elda fyrir hann.

Because no one would accept this job.

Því enginn myndi þiggja þetta starf.

But at last someone volunteered their services.
En loksins bauð einhver sig fram til þjónustu sinnar.
The boy who had been suckled by seven mothers.
Drengurinn sem sjö mæður höfðu sogað á brjósti.
He had now grown up to be a stalwart youth.
Hann var nú orðinn traustur unglingur.
He attended on the king and prepared his food.
Hann þjónaði konungi og útbjó mat handa honum.
But he took every care while with the queen.
En hann gætti allrar varúðar meðan hann var með drottningunni.
And he made sure that she did not swallow him up.
Og hann gætti þess að hún gleypti hann ekki.
The Rakshasi-queen seized her victims only at night.
Rakshasi-drottningin tók fórnarlömb sín aðeins á nóttunni.
So the boy he went home long before nightfall.
Svo fór drengurinn heim löngu fyrir myrkrið.
So she had to find another way to get rid of the boy.
Þannig að hún þurfti að finna aðra leið til að losna við drenginn.

The boy always boasted that he could do any work.
Drengurinn státaði sig alltaf af því að geta unnið hvaða verk sem er.
So the queen invented a disease for herself.
Þannig að drottningin fann upp sjúkdóm fyrir sjálfa sig.
She said that there was a cure for her disease.
Hún sagði að það væri til lækning við sjúkdómi sínum.
But she said the cure was not easy to get.
En hún sagði að lækningin væri ekki auðveld að fá.
This made the boy even more interested in the task.
Þetta vakti enn meiri áhuga drengsins á verkefninu.
She said there was a melon which cured her disease.
Hún sagði að það væri til melóna sem læknaði sjúkdóm hennar.
The melon was twelve cubits in length.
Melónan var tólf álnir á lengd.

But the stone of the lemon was thirteen cubits long.

En sítrónusteinninn var þrettán álnir á lengd.

The fruit could only be gotten from her mother.

Ávöxtinn var aðeins hægt að fá frá móður hennar.

And her mother lived on the other side of the ocean.

Og móðir hennar bjó hinum megin við hafið.

She gave him a letter of introduction to her mother.

Hún gaf honum kynningarbréf til móður sinnar.

But actually the note told her to eat the boy.

En í rauninni sagði miðinn henni að borða drenginn.

The boy had suspected there was some foul play.

Drengurinn grunaði að um ólöglegt athæfi væri að ræða.

So he tore up the letter and proceeded on his journey.

Svo reif hann bréfið í sundur og hélt áfram ferð sinni.

The dauntless youth passed through many lands.

Óttalausi unglingurinn ferðaðist um mörg lönd.

After much travel he stood on the shore of the ocean.

Eftir miklar ferðalög stóð hann á hafsströndinni.

On the other side of the ocean was the country of the Rakshasis.

Hinum megin við hafið var land Rakshasis-þjóðarinnar.

He then bawled as loud as he could, and said;

Hann öskraði þá eins hátt og hann gat og sagði:

"Granny! granny! come and save your daughter"

„Amma! amma! komdu og bjargaðu dóttur þinni“

"Your daughter, my mother, is dangerously ill"

„Dóttir þín, móðir mín, er hættulega veik“

On the other side of the ocean an old Rakshasi heard him.

Hinum megin við hafið heyrði gamall Rakshasi hann.

The old Rakshasi crossed the ocean to the boy.

Hinn gamli Rakshasi fór yfir hafið til drengsins.

The boy told her the message of the queen.

Drengurinn sagði henni skilaboð drottningarinnar.

And the Rakshasi took the boy on her back.

Og Rakshasi tók drenginn á bak sér.

She re-crossed the ocean to the land of the Rakshasi.

Hún fór aftur yfir hafið til lands Rakshasi-þjóðarinnar.

And the boy was at once given the medicinal melon.
Og drengnum var þegar í stað gefin lækningamelónan.
The Rakshasi told him to hurry back to her daughter.
Rakshasí sagði honum að flýta sér aftur til dóttur sinnar.
But the boy said he was too tired to keep travelling.
En drengurinn sagðist vera of þreyttur til að halda áfram ferðinni.
And he begged to be allowed to rest one day.
Og hann bað um að fá að hvíla sig einn daginn.
The old Rakshasi consented to her grandson's wishes.
Hin gamla Rakshasi samþykkti óskir barnabarns síns.

The boy noticed interesting things in the Rakshasi's room.
Drengurinn tók eftir áhugaverðum hlutum í herbergi Rakshasis.
There was a stout club and a rope hanging in the room.
Þar var sterk kylfa og reipi sem hékk í herberginu.
The boy inquired what the stout club and rope were for.
Drengurinn spurði, til hvers væri sterka kylfan og reipið.
"Child, with that club and rope I cross the ocean"
„Barn, með þessum kylfu og reipi fer ég yfir hafið"
"One just has to take the club and the rope in his hands"
„Maður þarf bara að taka kylfuna og reipið í hendurnar"
"And then you have to say the following magical words:"
„Og svo verður þú að segja eftirfarandi töfraorð:"
"O stout club! O strong rope!"
„Ó, sterki kylfa! Ó, sterki reipi!"
"Take me at once to the other side"
„Farðu með mig strax yfir á hina hliðina"
"Then they will take him to the other side of the ocean"
„Þá munu þeir flytja hann yfir á hina hlið hafsins"
The boy noticed another interesting thing in the room.
Drengurinn tók eftir öðru áhugaverðu í herberginu.
There was a bird in a cage in the corner of the room.
Það var fugl í búri í horninu á herberginu.
The boy also wanted to know what this bird was for.
Drengurinn vildi líka vita til hvers þessi fugl væri ætlaður.

"The bird contains a secret, my child"
„Fugillinn geymir leyndarmál, barn mitt"
"But that secret must not be disclosed to mortals"
„En þetta leyndarmál má ekki opinberast dauðlegum
mönnum"
"But how can I hide this secret from my own grandchild?"
„En hvernig get ég falið þetta leyndarmál fyrir mínu eigin
barnabarn?"
"That bird, child, contains the life of your mother.
„Þessi fugl, barn, geymir líf móður þinnar."
"If the bird is killed, your mother will at once die"
„Ef fuglinn er drepinn, þá deyr móðir þín samstundis."
Armed with these secrets, the boy went to bed that night.
Vopnaður þessum leyndarmálum fór drengurinn að sofa þetta
kvöld.

Next morning the old Rakshasi went to distant countries.
Næsta morgun fór gamli Rakshasi til fjarlægra landa.
Together with all the other Rakshasis, she went to forage.
Ásamt öllum hinum Rakshasis-hjónunum fór hún að leita að
fæðu.
The boy took down the bird-cage from the ceiling.
Drengurinn tók niður fuglabúrið úr loftinu.
And the boy took the club and the rope.
Og drengurinn tók kylfuna og reipið.
And then he spoke the magic words to the club and rope.
Og svo sagði hann töfraorðin við kylfuna og reipið.
"O stout club! O strong rope!"
„Ó, sterki kylfa! Ó, sterki reipi!"
"Take me at once to the other side"
„Farðu með mig strax yfir á hina hliðina"
In the twinkling of an eye the boy was put on this side of the
ocean.
Á augabragði var drengurinn kominn hinum megin hafsins.
He then retraced his steps, back to the queen.
Hann gekk síðan sömu leið til baka, aftur til drottningarinnar.
To her astonishment he really had the medicinal lemon.

Henni til undrunar átti hann í raun og veru
lækningasítrónuna.
But the bird in the cage he kept carefully concealed.
En fuglinn í búrinu faldi hann vandlega.

In the course of time the people of the city came to the king.
Að tíðum liðnum komu borgarbúar til konungs.
And they told the king of their troubles.
Og þeir sögðu konunginum frá vandræðum sínum.
"A monstrous bird comes from the palace every evening"
„Skrímslegur fugl kemur úr höllinni á hverju kvöldi"
"The bird seizes the people in the streets"
„Fuglinn grípur fólkið á götunum"
"And the bird swallows the people up whole"
„Og fuglinn gleypir fólkið allt"
"This has been going on for a long time"
„Þetta hefur verið í gangi lengi"
"And now the city has become almost desolate"
„Og nú er borgin næstum orðin auðn"
The king did not know what this monstrous bird was.
Konungurinn vissi ekki hvað þessi skrímslifugl var.
But the king's servant, the boy, said he knew.
En þjónn konungsins, drengurinn, sagðist vita það.
"I will kill the monstrous bird," he offered.
„Ég mun drepa þennan skrímslafugl," bauð hann fram.
"But the queen has to stand beside us," he added.
„En drottningin verður að standa við hlið okkar," bætti hann
við.
The king saw no reason to object to the proposal.
Konungurinn sá enga ástæðu til að mótmæla tillögunni.
And so the queen was made to stand beside the king.
Og þannig var drottningin látin standa við hlið konungsins.
The boy then took the bird out from its cage.
Drengurinn tók þá fuglinn úr búrinu sínu.
On seeing the bird she fell into a fainting fit.
Þegar hún sá fuglinn féll hún í yfirliðskast.
Then the boy turned to the king, and spoke.

Þá sneri drengurinn sér að konunginum og tók til máls.

"King, you will soon perceive who the monstrous bird is"

„Konungur, þú munt brátt skilja hver hinn skrímsli fugl er"

"You will see what devours your people every evening"

„Þú munt sjá hvað gleypir fólk þitt á hverju kvöldi"

"I tear off each limb of this bird"

„Ég ríf af hverja einustu útlimi þessa fugls"

"The corresponding limb of the man-eater will fall off"

„Samsvarandi útlimur mannætunnar mun detta af"

The boy then tore off one leg of the bird in his hand.

Drengurinn reif þá annan fótinn af fuglinum í hendi sér.

All assembled were astonished at what happened next.

Allir sem voru saman komnir voru undrandi yfir því sem gerðist næst.

One of the legs of the queen fell off.

Annar fótur drottningarinnar féll af.

Then the boy squeezed the throat of the bird.

Þá kreisti drengurinn um háls fuglsins.

And as he squeezed the bird, the queen gave up the ghost.

Og um leið og hann kreisti fuglinn, gaf drottningin upp andann.

The boy then retold his history to the king.

Drengurinn sagði þá konunginum sögu sína upp á nýtt.

"You used to have seven barren wives"

„Þú áttir sjö ófrjóar konur"

"To treat their barrenness, you gave them each a mango"

„Til að meðhöndla ófrjósemi þeirra gafstu þeim hverjum mangó."

"And each of your wives fell pregnant with a child"

„Og allar konur ykkar urðu barnshafandi."

"However, you then married an eighth wife"

„Hins vegar giftist þú síðan áttundu konu þinni."

"This wife ordered you to blind your other wives"

„Þessi eiginkona skipaði þér að blinda hinar eiginkonur þínar"

"And she ordered you to have your other wives killed"

„Og hún skipaði þér að láta drepa hinar eiginkonur þínar"

"Your minister blinded your seven wives"

„Presturinn þinn blindaði sjö eiginkonur þínar“
"But he was too good hearted to kill your wives"
„En hann var of góðhjartaður til að drepa konur þínar“
"Your seven wives were taken to a hiding place"
„Sjö eiginkonur þínar voru teknar í felustað“
"And in this hiding place they each gave birth"
„Og í þessum felustað fæddu þau öll“
"But they were forced to eat their newly born children"
„En þau voru neydd til að borða nýfædd börn sín“
"Only my mother did not let me be eaten"
„Mamma lét mig bara ekki éta“
"Instead, I was suckled by seven mothers"
„Í staðinn var ég soguð af sjö mæðrum.“
"And I grew up strong and capable"
„Og ég ólst upp sterkur og fær“
"Eventually I came to work in your palace"
„Að lokum fór ég að vinna í höll þinni“
"Your wife, my stepmother, sent me on a mission"
„Konan þín, stjúpmóðir mín, sendi mig í verkefni“
"She sent me to her mother for a medicine"
„Hún sendi mig til mömmu sinnar til að fá lyf“
"However, her mother was a Rakshasi"
„Hins vegar var móðir hennar rakshasi.“
"From her I found the secret of your wife's life"
„Frá henni fann ég leyndarmál lífs konu þinnar“
"And so I brought the bird that held your wife's life"
„Og svo kom ég með fuglinn sem hélt lífi konu þinnar“
The king had listened to the story his son told him.
Konungurinn hafði hlustað á söguna sem sonur hans sagði
honum.
The seven queens were brought back to the palace.
Drottningunum sjö var komið aftur til hallarinnar.
And their eyes were miraculously restored.
Og augu þeirra voru endurheimt á undraverðan hátt.
The boy that was suckled by seven mothers was crowned.
Drengurinn sem sjö mæður höfðu sogað var krýndur.
And he was recognized by the king as his rightful heir.

Og konungur viðurkenndi hann sem réttmætan erfingja sinn.
And they lived together happily.
Og þau lifðu saman hamingjusöm.

The Story of Prince Sobur
Sagan af Sobur prins

Once upon a time there lived a merchant.
Einu sinni bjó kaupmaður.
This merchant had seven daughters.
Þessi kaupmaður átti sjö dætur.
One day the merchant asked them a question.
Dag einn spurði kaupmaðurinn þá spurningar.
"From whose fortune do you live?"
„Af hvers auði lifir þú?"
The eldest daughter answered first.
Eldri dóttirin svaraði fyrst.
"Papa, I live from your fortune"
„Pabbi, ég lifi á auðæfum þínum"
The second daughter gave the same answer.
Önnur dóttirin gaf sama svar.
The same answer was given by the third daughter.
Þriðja dóttirin gaf sama svar.
His fourth daughter also lived from his fortune.
Fjórða dóttir hans lifði einnig af auðæfum hans.
His fifth daughter was no different.
Fimmta dóttir hans var engin undantekning.
And his sixth daughter was like the rest.
Og sjötta dóttir hans var eins og hinar.
But his youngest daughter surprised him.
En yngsta dóttir hans kom honum á óvart.
She had a very different answer.
Hún hafði allt annað svar.
"I live from my own fortune"
„Ég lifi á eigin auðæfum"
He did not like this answer.
Honum líkaði ekki þetta svar.
Her answer made the merchant very angry.
Svar hennar reiddi kaupmanninn mjög.
"You are very ungrateful," he told her.
„Þú ert mjög vanþakklát," sagði hann við hana.

"See how well you do on your own"
„Sjáðu hversu vel þér gengur sjálfum"
"I am kicking you out of my house"
„Ég ætla að henda þér út úr húsinu mínu"
"You will not have a rupee in your pocket"
„Þú munt ekki eiga eina rúpíu í vasanum"
He called his palanquins to come.
Hann kallaði á palanquinana sína að koma.
And he ordered them to take the girl away.
Og hann skipaði þeim að taka stúlkuna burt.
"Leave her in the midst of a forest"
„Skildu hana eftir í miðjum skógi"
The girl begged to be allowed one thing.
Stúlkan bað um að fá að gera eitt.
"Please let me take my work-box"
„Vinsamlegast leyfið mér að taka vinnukassann minn"
"In the box are my needles and threads"
„Í kassanum eru nálar og þræðir mínir"
Her father allowed her to take her box.
Pabbi hennar leyfði henni að taka kassann sinn.
She got into the seat of the palanquins.
Hún settist í sæti palanquinanna.
And the bearers lifted her up.
Og burðarmennirnir lyftu henni upp.
And they put her onto their shoulders.
Og þeir lögðu hana á herðar sér.
As the bearers ran they chanted.
Þegar berarnir hlupu sungu þeir.
"hoon! hoon! hoon! hoon! hoon!"
"hún! hón! hón! hón! hón!"
But they didn't get very far.
En þau komust ekki mjög langt.
An old woman stood in their way.
Gömul kona stóð í vegi þeirra.
She came up to the carriage.
Hún kom að vagninum.
"Where are you taking my daughter?"

„Hvert eruð þið að fara með dóttur mína?"
She was the maid of the child.
Hún var vinnukona barnsins.
"We have been given orders by the merchant"
„Við höfum fengið skipanir frá kaupmanninum"
"He told us to take her away"
„Hann sagði okkur að taka hana í burtu"
"We will leave her in a forest"
„Við skiljum hana eftir í skógi"
"We are going to do his bidding"
„Við ætlum að hlýða boði hans"
"I must go with her," said the old woman.
„Ég verð að fara með henni," sagði gamla konan.
But the bearers were not sure.
En burðarmennirnir voru ekki vissir.
Bearers run when they carry a sedan chair.
Berar hlaupa þegar þeir bera fólksstól.
"How will you be able to keep pace with us?"
„Hvernig ætlarðu að geta fylgst með okkur?"
The old woman was not deterred.
Gamla konan lét sig ekki detta í hug.
"It does not matter how I do it"
„Það skiptir ekki máli hvernig ég geri það"
"I must go where my daughter goes"
„Ég verð að fara þangað sem dóttir mín fer "
The youngest daughter begged the bearers.
Yngsta dóttirin bað berarana.
"Please carry my mother with me"
„Vinsamlegast takið mömmu mína með mér"
And the bearers gracefully agreed.
Og burðarmennirnir samþykktu það kurteislega.
They carried mother and child to the forest.
Þau báru móður og barn út í skóg.
"hoon! hoon! hoon! hoon! hoon!"
"hún! hón! hón! hón! hón!"
In the afternoon they reached a dense forest.
Síðdegis komu þau að þéttum skógi.

They went deeper and deeper into the forest.
Þau fóru dýpra og dýpra inn í skóginn.
Towards sunset they reached their goal.
Undir sólsetri náðu þau markmiði sínu.
They stopped at the foot of an old tree.
Þau námu staðar við rætur gamals trés.
They lowered the girl and the old woman.
Þau létu stúlkuna og gömlu konuna síga niður.
And they left them in the forest.
Og þeir skildu þá eftir í skóginum.
Then they retraced their steps home.
Síðan gengu þau heim á leið.

The merchant's youngest daughter looked around.
Yngsta dóttir kaupmannsins leit í kringum sig.
You would not have wanted to be in her shoes.
Þú hefðir ekki viljað vera í hennar sporum.
Her situation was truly pitiable.
Aðstæður hennar voru sannarlega aumkunarverðar.
She was hardly fourteen years old.
Hún var varla fjórtán ára gömul.
She had grown up in luxury.
Hún hafði alist upp í lúxus.
But now there was no luxury for her.
En nú var enginn lúxus fyrir hana.
She was in the heart of a dark forest.
Hún var stödd í hjarta dimms skógar.
She had not a rupee in her pocket.
Hún hafði ekki eina rúpíu í vasanum.
And she had nothing for protection.
Og hún hafði ekkert til verndar.
Nothing except an old, decrepit, woman.
Ekkert nema gömul, hrörleg kona.
Even the trees of the forest pitied her.
Jafnvel tré skógarins þekkja hana til meðaumkunar.
The young girl and old woman sat together.
Unga stúlkan og gamla konan sátu saman.

They were at the foot of an old tree.
Þau voru við rætur gamals trés.
And together they cried over their situation.
Og saman grétu þau yfir aðstæðum sínum.
I should say this all happened long ago.
Ég ætti að segja að þetta gerðist allt fyrir löngu síðan.
In these times the trees could talk.
Á þessum tímum gátu trén talað.
And the old tree spoke to the girl.
Og gamla tréð talaði við stúlkuna.
"Unhappy women, I much pity you"
„Óhamingjusöm konur, mér þykir mjög vænt um ykkur"
"There are wild beasts in this forest"
„Það eru villidýr í þessum skógi"
"Soon they will come out of their lairs"
„Bráðum munu þeir koma út úr hellum sínum"
"They will roam about for prey"
„Þeir munu reika um til að leita að bráð"
"And they are sure to devour you two"
„Og þau munu örugglega gleypa ykkur tvö"
"But I can help you, if you want"
„En ég get hjálpað þér, ef þú vilt"
"I will make an opening for you"
„Ég mun opna fyrir þig"
"When you see the opening, go into it"
„Þegar þú sérð opnunina, farðu inn í hana"
"And then I will close the opening up"
„Og svo mun ég loka opnuninni"
"As long as you are in me you'll be safe"
„Svo lengi sem þú ert í mér, munt þú vera óhultur"
"This way the wild beasts can't touch you"
„Þannig geta villidýrin ekki snert þig"
And then the tree split itself in two.
Og þá klofnaði tréð sig í tvennt.
The two women went inside the tree.
Konurnar tvær fóru inn í tréð.
And the old tree resumed its natural shape.

Og gamla tréð fékk aftur sína náttúrulegu mynd.

The shade of night darkened the forest.
Næturskugginn myrkvaði skóginn.
Everything the tree had said was true.
Allt sem tréð hafði sagt var satt.
The wild beasts came out of their lairs.
Villidýrin komu út úr hellum sínum.
The fierce tiger came out at night.
Grimmi tígrisdýrið kom út um nóttina.
The wild bear left his lair.
Villibjörninn yfirgaf bæli sitt.
The rhinoceros roamed the forest.
Nashyrningurinn ráfaði um skóginn.
The bushy bear was there that night.
Loskaði björninn var þar þessa nótt.
The great elephant could be heard.
Það mátti heyra í stóra fílinum.
And there was the horned buffalo.
Og þar var hornaði buffalóinn.
They all growled as they circled the tree.
Þau urguðu öll þegar þau gengu í hringi umhverfis tréð.
They had gotten the scent of human blood.
Þeir höfðu fundið lyktina af mannsblóði.
They could hear the growls of the beasts.
Þau heyrðu öskur dýranna.
The beasts came dashing against the tree.
Dýrin komu hlaupandi á tréð.
They broke the old tree's branches.
Þau brutu greinar gamla trésins.
Their horns pierced the tree's trunk.
Horn þeirra stungu í gegnum stofn trésins.
They scratched its bark with their claws.
Þeir klóruðu í börk þess með klónum sínum.
But all their efforts were in vain.
En öll viðleitni þeirra var til einskis.
The girl and woman were safe in the tree.

Stúlkan og konan voru óhultar í trénu.
Towards dawn the wild beasts went away.
Undir dögun hurfu villidýrin burt.
After sunrise the good tree spoke again.
Eftir sólarupprás talaði góða tréð aftur.
"The wild beasts have gone back"
„Villidýrin eru farin aftur"
"They are in their lairs again"
„Þau eru komin í lægra haldi aftur"
"But they did their best to torment me"
„En þau gerðu sitt besta til að kvelja mig"
"The sun has risen up again"
„Sólin er komin upp aftur"
"So you can come out now"
„Svo þú getir komið út núna"
The tree split itself into two again.
Tréð klofnaði aftur í tvennt.
The girl and the old woman came out.
Stúlkan og gamla konan komu út.
They saw the extent of the damage.
Þeir sáu umfang tjónsins.
The tree's branches had been broken off.
Greinar trésins höfðu verið brotnar af.
The tree's trunk had been pierced.
Stofn trésins hafði verið stunginn.
The bark had been stripped off.
Börkurinn hafði verið fjarlægður.
"Good mother, we thank you"
„Góða móðir, við þökkum þér"
"You have been very kind to us"
„Þið hafið verið mjög góð við okkur"
"You gave us shelter from the beasts"
„Þú gafst okkur skjól fyrir dýrunum"
"But it was at a great cost to yourself"
„En það kostaði þig mikið"
"You have many wounds from the wilds beasts"
„Þú hefur mörg sár frá villidýrum"

"You must be in great pain?"
„Þú hlýtur að vera í miklum sársauka?"
Close by there was a flowing river.
Þar nálægt rann fljót.
The young girl went to the river bank.
Unga stúlkan fór að árbakkanum.
At the bank of the river she found mud.
Við bakka árinnar fann hún leðju.
She covered the tree with the mud.
Hún huldi tréð með leðjunni.
She especially covered the damaged parts.
Hún huldi sérstaklega skemmdu hlutana.
The tree thanked her for the treatment.
Tréð þakkaði henni fyrir meðferðina.
"My good girl, I thank you"
„Goða stúlka mín, ég þakka þér"
"I am greatly relieved of my pain"
„Ég er mjög létt af sársauka mínum"
"I am, however, more concerned for you"
„Ég hef hins vegar meiri áhyggjur af þér"
"You must be hungry"
„Þú hlýtur að vera svangur"
"You have not eaten since yesterday"
„Þú hefur ekki borðað síðan í gær"
"But what can I give you?"
„En hvað get ég gefið þér?"
"I have no fruit of my own"
„Ég hef engan ávöxt sjálfur"
"But I do have some advice"
„En ég hef nokkur ráð"
"Give the old woman whatever money you have"
„Gefðu gömlu konunni hvaða peninga sem þú átt"
"Let her go into the city"
„Leyfðu henni að fara inn í borgina"
"In the city she can buy some food"
„Í borginni getur hún keypt sér mat"
They explained their situation to the tree.

Þau útskýrðu stöðu sína fyrir trénu.

"We have been sent out with no money"

„Við höfum verið send út án peninga"

But she searched through her work-box anyway.

En hún leitaði samt sem áður í vinnukistunni sinni.

And in the box she found five cowries.

Og í kassanum fann hún fimm kauríur.

The tree continued to give its advice.

Tréð hélt áfram að gefa ráð sín.

"Go with your cowries to the city"

„Farðu með kúreka þína til borgarinnar"

"Use the cowries to buy some fried rice"

„Notaðu kúrekana til að kaupa steikt hrísgrjón"

So the old woman went to the city.

Svo fór gamla konan til borgarinnar.

Fortunately the city was not far away.

Sem betur fer var borgin ekki langt í burtu.

She went to the first shopkeeper she found.

Hún fór til fyrsta búðareigandans sem hún fann.

"Please give me five cowries worth of rice"

„Vinsamlegast gefið mér hrísgrjón að verðmæti fimm kauríur."

The shopkeeper laughed at her.

Kaupmaðurinn hló að henni.

"Where can rice be had for five cowries?"

„Hvar er hægt að fá hrísgrjón fyrir fimm kúríur?"

"Be off, you old hag," he told her.

„Farðu burt, þú gamla kerling," sagði hann við hana.

So she tried to barter at another shop.

Svo reyndi hún að skipta á sér í annarri búð.

This shopkeeper could see her distress.

Þessi búðareigandi gat séð neyð hennar.

And the shopkeeper took pity on her.

Og búðareigandinn kenndi í brjósti um hana.

She gave her a large quantity of rice.

Hún gaf henni mikið magn af hrísgrjónum.

The old woman returned with the rice.

Gamla konan kom aftur með hrísgrjónin.
And the tree gave further instructions.
Og tréð gaf frekari fyrirmæli.
"Eat less than half of the rice"
„Borðaðu minna en helminginn af hrísgrjónunum"
"Go to the embankments of the river bank"
„Farðu að bökkum árbakkans"
"Cast the remaining rice on the river bank"
„Kastið afganginum af hrísgrjónunum á árbakkann"
They did not understand the sense of it.
Þau skildu ekki tilganginn með því.
"Why sow the riverbank with rice?"
„Hvers vegna sáðu hrísgrjónum á árbakkann?"
But they did as they were advised.
En þeir gerðu eins og þeim var ráðlagt.
And they threw their rice onto the ground.
Og þeir köstuðu hrísgrjónunum sínum á jörðina.

They spent the day lamenting their fate.
Þau eyddu deginum í að harma örlög sín.
Just as before the beasts came out at night.
Alveg eins og áður komu dýrin út á nóttunni.
The tree housed them inside of its trunk again.
Tréð hýsti þau aftur inni í stofni sínum.
Again they mutilated and tortured the tree.
Aftur aflimuðu þeir og pyntuðu tréð.
But that night something else happened.
En þetta kvöld gerðist eitthvað annað.
The women only saw it the next day.
Konurnar sáu það ekki fyrr en daginn eftir.
The rice had attracted hundreds of peacocks.
Hrísgrjónin höfðu laðað að hundruð páfugla.
The peacocks competed for the rice.
Páfuglarnir kepptust um hrísgrjónin.
And their feathers fell on the floor.
Og fjaðrir þeirra féllu á gólfið.
The tree had known what would happen.

Tréð vissi hvað myndi gerast.
And the tree advised them what to do next.
Og tréð ráðlagði þeim hvað þau ættu að gera næst.
"Go back to the bank of the river"
„Farðu aftur að árbakkanum"
"Go to where you cast the rice"
„Farðu þangað sem þú kastaðir hrísgrjónunum"
"There you will see many feathers"
„Þar munt þú sjá margar fjaðrir"
"Collect all the feathers you can find"
„Safnaðu öllum fjöðrum sem þú finnur"
"Use the feathers to make a beautiful fan"
„Notaðu fjaðrirnar til að búa til fallegan viftu"
"And take the feather-fan to the city"
„Og taktu fjaðradrottninguna með þér til borgarinnar"
The two women did as they were advised.
Konurnar tvær gerðu eins og þeim var ráðlagt.
It was good the girl had taken her work-box.
Það var gott að stelpan hafði tekið vinnutöskuna sína.
In her work-box was some string.
Í vinnukistunni hennar var nokkuð snæri.
The tied the feathers together.
Hann batt fjaðrirnar saman.
And she had made a fan from the feathers.
Og hún hafði búið til viftu úr fjöðrunum.
She took the feather fan to the city.
Hún tók fjaðradrottninguna með sér til borgarinnar.
The son of the king happened to be there.
Konungssonurinn var þar fyrir tilviljun.
He admired the feathers greatly.
Hann dáðist mjög að fjöðrunum.
He paid a large sum of money for the feathers.
Hann borgaði háa upphæð fyrir fjaðrirnar.
Each morning a quantity of feathers was collected.
Á hverjum morgni var safnað magni af fjöðrum.
And each day a feather fan was made and sold.
Og á hverjum degi var fjaðravifta búin til og seld.

Within a short time the two women got rich.
Á stuttum tíma urðu konurnar tvær ríkar.
The tree then advised them to build a house.
Tréð ráðlagði þeim þá að byggja hús.
"Employ men to burn bricks for you"
„Ráðið menn til að brenna múrsteina fyrir ykkur"
"Get them to cut beams and rafters"
„Fáðu þá til að skera bjálka og sperrur"
"Make them plaster the walls with lime"
„Látið þá kalka veggina"
In a few months a stately house was built.
Á fáeinum mánuðum var reist glæsilegt hús.
The tree was pleased for the women.
Tréð var ánægt fyrir konurnar.
"You should add a garden to your house"
„Þú ættir að bæta við garði við húsið þitt"
"And you want to be able to store water"
„Og þú vilt geta geymt vatn"
"Dig a water tank in your garden"
„Gröfðu vatnstank í garðinum þínum"

The girl had not had much time.
Stúlkan hafði ekki haft mikinn tíma.
So she didn't think of her family.
Þannig að hún hugsaði ekki um fjölskylduna sína.
The merchant's luck had taken a turn.
Heppni kaupmannsins hafði tekið stefnu.
The goddess of wealth frowned upon him.
Gyðja auðsins gretti sig á hann.
He was struck by a sudden misfortune.
Hann varð fyrir skyndilegri óheppni.
All at once he lost all of his money.
Allt í einu tapaði hann öllum peningunum sínum.
He was forced to sell his house.
Hann var neyddur til að selja húsið sitt.
But he made a great loss on the property.
En hann tapaði miklu á eigninni.

He and his family were left penniless.
Hann og fjölskylda hans urðu eftir peningalaus.
So they were forced to live elsewhere.
Því voru þau neydd til að búa annars staðar.
They happened to move to a nearby village.
Þau fluttu tilviljunarkennt í nærliggjandi þorp.
The palace was not far from their new house.
Höllin var ekki langt frá nýja húsinu þeirra.
But the merchant was not rich anymore.
En kaupmaðurinn var ekki lengur ríkur.
And he still had to support his family.
Og hann þurfti enn að sjá fyrir fjölskyldu sinni.
He had been reduced to doing manual labour.
Hann hafði verið látinn vinna handavinnu.
He applied for the job at the palace.
Hann sótti um starfið í höllinni.
He was going to dig the hole for the water.
Hann ætlaði að grafa holuna fyrir vatnið.
His wife also offered to work with him.
Kona hans bauðst einnig til að vinna með honum.
But they got there too late to work.
En þau komu of seint til að vinna.
The water tank had already been finished.
Vatnstankurinn var þegar tilbúinn.
And they did not know whose house it was.
Og þeir vissu ekki hvers hús þetta var.
The merchant's daughter was looking out the window.
Dóttir kaupmannsins horfði út um gluggann.
She happened to see her parents in the garden.
Hún sá foreldra sína fyrir tilviljun í garðinum.
She could see the rags they were wearing.
Hún gat séð tötrurnar sem þau voru í.
Her eyes filled with tears at the sight.
Augun hennar fylltust tárum við sjónina.
She could not believe what she saw.
Hún gat ekki trúað því sem hún sá.
Her parents had come to her for work.

Foreldrar hennar höfðu komið til hennar í vinnu.
She immediately called her servants.
Hún kallaði strax á þjóna sína.
"Outside in the garden are my parents"
„Úti í garðinum eru foreldrar mínir"
"Please offer them these fine clothes"
„Vinsamlegast bjóðið þeim þessi fínu föt"
"And ask them to come into the palace"
„Og biðjið þá að koma inn í höllina"
Her servants did as they were told.
Þjónar hennar gerðu eins og þeim var sagt.
But her parents were frightened beyond measure.
En foreldrar hennar voru óendanlega hræddir.
They had seen that the tank was finished.
Þau höfðu séð að tankurinn var tilbúinn.
There used to be a strange tradition.
Þar var áður undarleg hefð.
In those days human sacrifices were offered.
Á þeim tíma voru færðar mannfórnir.
One of those occasions was after digging a pool.
Eitt af þessum tilfellum var eftir að hafa grafið sundlaug.
You can imagine her parents' fear.
Þú getur ímyndað þér ótta foreldra hennar.
They had come to dig the water tank.
Þeir voru komnir til að grafa vatnstankinn.
But now servants were calling them.
En nú voru þjónar að kalla á þá.
They thought they going to be sacrificed.
Þeir héldu að þeim yrði fórnað.
"Throw away your rags" they said.
„Hendið tötrunum ykkar," sögðu þau.
"Here, wear these fine clothes"
„Hérna, klæddu þig í þessi fínu föt"
And their fears increased even more.
Og ótti þeirra jókst enn frekar.
But they did not have to fear for long.
En þau þurftu ekki að óttast lengi.

Their rich daughter came out to meet them.
Ríka dóttir þeirra kom út til að hitta þau.
She hugged and kissed her parents.
Hún faðmaði og kyssti foreldra sína.
And she told them everything that had happened.
Og hún sagði þeim frá öllu sem hafði gerst.
The father felt that she had been right.
Faðirinn fannst hún hafa haft rétt fyrir sér.
"You do live from your own fortune"
„Þú lifir á eigin auðæfum"
The daughter did not blame her father.
Dóttirin kenndi föður sínum ekki um.
And she gave him a large fortune.
Og hún gaf honum mikinn auð.
With the money he moved back to the city.
Með peningunum flutti hann aftur til borgarinnar.
Soon he became a merchant again.
Fljótlega varð hann kaupmaður aftur.
And he went to distant countries for trade.
Og hann fór til fjarlægra landa í viðskiptaerindum.

One day he got ready for another business venture.
Dag einn bjó hann sig undir annað viðskiptaverkefni.
But that day something strange happened.
En þann dag gerðist eitthvað undarlegt.
The ship was ready to leave the port.
Skipið var tilbúið til að leggja úr höfn.
But for some reason the ship did not move.
En af einhverri ástæðu hreyfðist skipið ekki.
No one could explain what was happening.
Enginn gat útskýrt hvað var að gerast.
But the merchant had an idea.
En kaupmaðurinn fékk hugmynd.
"Perhaps my daughters would like presents"
„Kannski vildu dætur mínar fá gjafir"
"I need to ask them what they would like"
„Ég þarf að spyrja þau hvað þau vilji"

He went to see his daughters.
Hann fór að hitta dætur sínar.
He asked them what they would like.
Hann spurði þá hvað þeir vildu.
And he promised to bring them presents.
Og hann lofaði að færa þeim gjafir.
But the ship would still not move.
En skipið vildi samt ekki hreyfast.
He had not asked all his daughters.
Hann hafði ekki spurt allar dætur sínar.
His youngest daughter was not there.
Yngsta dóttir hans var ekki þar.
She was living in a different city.
Hún bjó í annarri borg.
So he ordered his servants go to her palace.
Svo skipaði hann þjónum sínum að fara til hallar hennar.
The messenger came at the wrong time.
Sendiboðinn kom á röngum tíma.
The young girl was engaged in devotions.
Unga stúlkan var stunduð í guðsþjónustum.
But the messenger asked her anyway.
En sendiboðinn spurði hana samt sem áður.
She just told him"sobur"
Hún sagði honum bara „sobur".
The meaning of this was"wait"
Merking þessa var „bíða"
But the messenger didn't know this.
En sendiboðinn vissi þetta ekki.
He thought she wanted something called"sobur"
Hann hélt að hún vildi eitthvað sem héti „sobur".
So he went back to the city of the merchant.
Svo fór hann aftur til borgar kaupmannsins.
And he delivered the message he received.
Og hann kom skilaboðunum til skila, sem hann fékk.
"Your daughter wants something called 'sobur'"
„Dóttir þín vill eitthvað sem kallast „sobur""
This time the ship could move again.

Að þessu sinni gat skipið siglt aftur.
So the merchant started on his travels.
Svo lagði kaupmaðurinn af stað í ferðalag sitt.
He visited many ports on his journey.
Hann heimsótti margar hafnir á ferð sinni.
And he made good profits from his trades.
Og hann hagnaðist vel á viðskiptum sínum.
Finding the presents was not difficult.
Það var ekki erfitt að finna gjafirnar.
He found everything his oldest daughters wanted.
Hann fann allt sem elstu dætur hans vildu.
But his youngest daughter's wish was difficult.
En ósk yngstu dóttur hans var erfið.
He could not find the thing called"sobur"
Hann fann ekki hlutinn sem kallast „sobur".
He asked at every port he came to.
Hann spurði í hverri höfn sem hann kom til.
"Do you have something called 'sobur'?"
„Áttu eitthvað sem kallast „sobur"?"
But the merchants all shook their heads.
En kaupmennirnir hristu allir höfuðið.
"We've never heard of 'sobur'"
„Við höfum aldrei heyrt um „sobur""
His voyage had almost come to its end.
Ferð hans var næstum því á enda.
He was soon going to head back home.
Hann ætlaði brátt að halda heim á leið.
But he wanted"sobur" for his daughter.
En hann vildi „sobur" fyrir dóttur sína.
So he went calling through the streets.
Svo fór hann að hringja um göturnar.
"Sobur, does anyone have sobur?!"
„Sobur, á einhver sobur?!"
The son of the King was in his castle.
Sonur konungsins var í kastala sínum.
He happened to be looking out the window.
Hann var tilviljun að horfa út um gluggann.

And the calls attracted his attention.
Og símtölin vöktu athygli hans.
Because his name happened to be Sobur.
Vegna þess að hann hét tilviljun Sobur.
He came to the merchant to speak with him.
Hann kom til kaupmannsins til að tala við hann.
"I have the Sobur that you want"
„Ég er með Sobur-inn sem þú vilt"
"Take this box, but be careful with it"
„Taktu þennan kassa, en vertu varkár með hann"
"In the box is a magical feather fan and mirror"
„Í kassanum er töfrafjaðravifta og spegill"
"This is the Sobur your daughter wishes for"
„Þetta er Sobur-ið sem dóttir þín óskar sér"
The merchant thanked the prince for the box.
Kaupmaðurinn þakkaði prinsinum fyrir kassann.
And he returned back to his country.
Og hann sneri aftur til lands síns.

He gave the box to his daughter.
Hann gaf dóttur sinni kassann.
But the daughter didn't think about it.
En dóttirin hugsaði ekki um það.
She thought it was just a common box.
Hún hélt að þetta væri bara venjulegur kassi.
She had forgotten about the messenger.
Hún hafði gleymt sendiboðanum.
But one day she decided to open the box.
En einn daginn ákvað hún að opna kassann.
Inside the box she found a beautiful fan.
Inni í kassanum fann hún fallegan viftu.
In the feather fan there was a beautiful mirror.
Í fjaðraviftunni var fallegur spegill.
She waved the feather fan to cool herself.
Hún veifaði fjaðradreifaranum til að kæla sig.
And Prince Sobur appeared before her.
Og prins Sobur birtist fyrir henni.

"You called me, so here I am," he said.

„Þú kallaðir á mig, svo hér er ég," sagði hann.

"What is it you wish for?" he asked.

„Hvað er það sem þú óskar þér?" spurði hann.

She was astonished at what she saw.

Hún var undrandi yfir því sem hún sá.

A handsome prince had suddenly appeared!

Myndarlegur prins birtist skyndilega!

"Who are you?" she asked the prince.

„Hver ert þú?" spurði hún prinsinn.

"And how did you suddenly appear?"

„Og hvernig birtist þú allt í einu?"

The Prince explained what had happened.

Prinsinn útskýrði hvað hafði gerst.

"Your father was looking for 'sobur'"

„Pabbi þinn var að leita að 'sobur'"

"I am prince Sobur," he explained.

„Ég er Sobur prins," útskýrði hann.

"I gave your father a box"

„Ég gaf pabba þínum kassa"

"In this box there is a feather fan and mirror"

„Í þessum kassa er fjaðradreifari og spegill"

"When you shake the feather fan I will appear"

„Þegar þú hristir fjaðrasveifluna mun ég birtast"

She asked the prince to stay as a guest.

Hún bað prinsinn um að vera gestur.

And for two days the prince stayed with her.

Og í tvo daga dvaldi prinsinn hjá henni.

And she entertained him in her palace.

Og hún skemmti honum í höll sinni.

During that time the two fell in love.

Á þeim tíma urðu þau tvö ástfangin.

They made their vows to each.

Þau veittu hvoru sínu nafni.

And they became husband and wife.

Og þau urðu hjón.

After this the prince returned to his father.

Eftir þetta fór prinsinn aftur til föður síns.

He told him that he had selected a wife.

Hann sagði honum að hann hefði valið sér konu.

The day for the wedding was decided.

Dagurinn fyrir brúðkaupið var ákveðinn.

All the family was invited.

Öll fjölskyldan var boðin með.

And they had a beautiful wedding.

Og þau áttu fallega brúðkaupsveislu.

But there was a death in the marriage bed.

En það varð dauðsfall í hjónarúminu.

The six daughters of the merchant were envious.

Sex dætur kaupmannsins voru öfundsjúkar.

They were jealous of their sister's success.

Þau voru öfundsjúk út í velgengni systur sinnar.

So they decided to destroy her happiness.

Þannig að þau ákváðu að eyðileggja hamingju hennar.

They broke several glass bottles.

Þeir brutu nokkrar glerflöskur.

And they ground the glass into fine powder.

Og þeir möluðu glerið í fínt duft.

Then they scattered the powder on the bed.

Síðan dreifðu þeir duftinu á rúmið.

The prince suspected no danger.

Prinsinn grunaði enga hættu.

He laid himself down in the bed.

Hann lagðist niður í rúmið.

Soon he felt an acute pain.

Fljótlega fann hann fyrir miklum sársauka.

All of his whole body ached.

Allur líkami hans var aumur.

The powder had gone through his skin.

Duftið hafði farið í gegnum húð hans.

The prince became restless through pain.

Prinsinn varð eirðarlaus af sársauka.

And he started to kick and scream.

Og hann fór að sparka og öskra.

He was taken away to his own country.

Hann var tekinn burt til síns eigin lands.

The king and queen were very worried.

Konungurinn og drottningin voru mjög áhyggjufull.

They consulted all the kingdom's physicians.

Þeir ráðfærðu sig við alla lækna ríkisins.

But their efforts were in vain.

En viðleitni þeirra var til einskis.

Day and night the young prince was screaming.

Dag og nótt öskraði ungi prinsinn.

No one could ascertain the disease.

Enginn gat staðfest sjúkdóminn.

So they had no way of knowing the remedy.

Þeir höfðu því enga leið til að vita hvaða lausn væri í boði.

You can imagine the grief of his wife.

Þið getið ímyndað ykkur sorg konu hans.

The marriage knot had only just been tied.

Hjónabandshnúturinn hafði rétt verið bundinn.

She thought a terrible disease had attacked him.

Hún hélt að hræðilegur sjúkdómur hefði herjað á hann.

Then he was carried hundreds of miles away.

Síðan var hann borinn hundruð kílómetra í burtu.

She had never been to his country.

Hún hafði aldrei komið til hans lands.

But she was determined to go there.

En hún var staðráðin í að fara þangað.

And she was determined to nurse him better.

Og hún var staðráðin í að hjúkra honum betur.

She put on the garb of a Sannyasi.

Hún klæddist fötum sannyasi.

And she carried a dagger in her hand.

Og hún bar rýting í hendi sér.

And then she set out on her journey.

Og svo lagði hún af stað í ferðalag sitt.

The princess was still relatively young.

Prinsessan var enn tiltölulega ung.
She was unaccustomed to long journeys.
Hún var óvön langferðum.
And she wasn't used to walking so far.
Og hún var ekki vön að ganga svona langt.
She soon got weary of walking.
Hún varð fljótt þreytt á að ganga.
So she sat under a tree to rest.
Svo settist hún undir tré til að hvíla sig.
On the top of the tree there was a nest.
Efst uppi á trénu var hreiður.
It was the nest of two divine birds.
Þetta var hreiður tveggja guðdómlegra fugla.
Bihangami and Bihangama lived here.
Bihangami og Bihangama bjuggu hér.
They were not in their nest at the time.
Þau voru ekki í hreiðri sínu á þeim tíma.
But two of their chicks were in the nest.
En tveir af kjúklingunum þeirra voru í hreiðrinu.
Suddenly the chicks gave a scream.
Skyndilega gáfu kjúklingarnir frá sér óp.
This roused the half-drowsy princess.
Þetta vakti hálfsyfjaða prinsessuna.
The little birds had seen huge serpent.
Smáfuglarnir höfðu séð risastóran höggorm.
The snake was about to climb the tree.
Snákurinn var að fara að klifra upp í tréð.
This would have been the end of the birds.
Þetta hefði verið endirinn á fuglunum.
But the Sannyasi took out her dagger.
En Sannyasi dró fram rýtinginn sinn.
And she cut the serpent in two.
Og hún hjó höggorminn í tvennt.
Of course even this frightened the young birds.
Auðvitað hræddi jafnvel þetta unga fuglana.
And they flew from the nest screaming.
Og þau flugu öskrandi úr hreiðrinu.

Bihangama and Bihangami were on their way back.
Bihangama og Bihangami voru á leiðinni til baka.
They came sailing through the air.
Þau komu siglandi um loftið.
They thought they already knew what had happened.
Þau héldu að þau vissu nú þegar hvað hafði gerst.
"I don't expect to see our children"
„Ég býst ekki við að sjá börnin okkar"
"The nest will be empty again"
„Hreiðrið verður tómt aftur"
"All our previous children were eaten"
„Öll fyrri börnin okkar voru étin"
"They were eaten by our great enemy the serpent"
„Þau voru étin af okkar mikla óvini, höggorminum"
"They will have met the same fate"
„Þeir munu hafa mætt sömu örlögum"
"I do not hear the cries of my young ones"
„Ég heyri ekki grát ungra minna"
The two birds got to their nest.
Fuglarnir tveir komust að hreiðri sínu.
And as predicted, the nest was empty.
Og eins og spáð var, var hreiðrið tómt.
This seemed to confirm their suspicions.
Þetta virtist staðfesta grunsemdir þeirra.
But soon the young birds returned.
En fljótlega komu ungu fuglarnir aftur.
The divine birds were pleasantly surprised.
Hinir guðdómlegu fuglar komu jákvætt á óvart.
The young birds told them what had happened.
Ungfuglarnir sögðu þeim frá því sem hafði gerst.
"There was a young Sannyasi under the tree"
„Það var ungur Sannyasi undir trénu"
"He destroyed the serpent"
„Hann eyddi höggorminum"
"He cut the snake in two with his dagger"
„Hann hjó snákinn í tvennt með rýtingi sínum"
The parents went to foot of the tree.

Foreldrarnir fóru að rætur trésins.
Two halves of the snake were still there.
Tveir helmingar snáksins voru enn þar.
"The young Sannyasi has saved our offspring"
„Ungi Sannyasi hefur bjargað afkvæmum okkar"
"I wish we could do him some service in return"
„Ég vildi óska að við gætum gert honum einhverja þjónustu í staðinn"
The divine bird Bihangama replied.
Hinn guðdómlegi fugl Bihangama svaraði.
"We shall do our service to HER"
„Við munum þjóna HENNI okkar"
"The Sannyasi under the tree is not a man"
„Sannyasi undir trénu er ekki maður"
"The Sannyasi under the tree is a woman"
„Sannyasi undir trénu er kona"
"Last night she got married to Prince Sobur"
„Í gærkvöldi giftist hún Sobur prins"
"Shortly after their marriage he was poisoned"
„Stuttu eftir hjónaband þeirra var hann eitraður"
"His skin was pierced with small shards of glass"
„Húð hans var stungin af litlum glerbrotum"
"His sisters-in-law envied his wife"
„Mæðgur hans öfunduðu konu hans"
"Her sisters spread the powder over the bed"
„Systur hennar dreifðu duftinu yfir rúmið"
"He is still suffering from his pain"
„Hann þjáist enn af sársauka sínum"
"But he is in his native land"
„En hann er í heimalandi sínu"
"And now he is at the point of death"
„Og nú er hann á dauðans dyrum"
"Beneath the tree is his heroic bride"
„Undir trénu er hetjubrúði hans"
"She is wearing the garb of a Sannyasi"
„Hún er í klæðum sannyasi"
"And she is going to nurse him"

„Og hún ætlar að gefa honum brjóst"
The Bihangami asked the Bihangama.
Bihangami spurði Bihangama.
"Is there no cure for the prince?"
„Er engin lækning við prinsinum?"
"Yes, there is a cure" replied the Bihangama.
„Já, það er til lækning," svaraði Bihangama.
"There is hardened dung lying on the ground"
„Það er harðnuð skíta sem liggur á jörðinni"
"She must take this hardened dung"
„Hún verður að taka þennan harðna saur"
"Then she must reduce the dung to powder"
„Þá verður hún að mylja saurinn niður í duft"
"And then she must bathe the prince"
„Og svo verður hún að baða prinsinn"
"She must bathe him in seven jars of water"
„Hún skal baða hann í sjö vatnskrukkum."
"Then she must bathe him in seven jars of milk"
„Þá skal hún baða hann í sjö krukkum af mjólk."
"Then she must apply the powder to his body"
„Þá verður hún að bera duftið á líkama hans "
"After this Prince Sobur will get well"
„Eftir þetta mun Sobur prins batna"
"I have no doubts about this remedy"
„Ég efast ekki um þessa lausn"
The Bihangami saw a problem though.
Bihangami sá þó vandamál.
"The princess is but a young girl"
„Prinsessan er bara ung stúlka"
"She cannot walk such a distance"
„Hún getur ekki gengið svona langt"
"The journey would take her many days"
„Ferðalagið myndi taka hana marga daga"
"By that time the poor prince will have died"
„Þá verður fátæki prinsinn dáinn"
"I can," replied the Bihangama.
„Ég get það," svaraði Bihangama.

"I will take the young lady on my back"
„Ég tek ungu konuna á bakið á mér"
"I will fly her to Prince Sobur's city"
„Ég mun fljúga með hana til borgar Soburs prins"
"If she takes no presents, I will fly her back"
„Ef hún fær engar gjafir, þá flýg ég henni til baka"
The merchant's daughter heard this conversation.
Dóttir kaupmannsins heyrði þetta samtal.
She begged the Bihangama to take her on his back.
Hún bað Bihangama um að taka hana á bak sér.
And of course the bird willingly consented.
Og auðvitað samþykkti fuglinn það fúslega.
First she gathered some of the birds dung.
Fyrst safnaði hún fuglaskít.
And then she reduced the dung to fine powder.
Og svo muldi hún saurinn niður í fínt duft.
She was armed with this potent drug.
Hún var vopnuð þessu öfluga lyfi.
And she got on the back of the kind bird.
Og hún steig á bak hins góðhjartaða fugls.

The Bihangama flew as fast as lightning.
Bihangama flaug eins hratt og elding.
They soon reached Prince Sobur's city.
Þau komu brátt til borgar Soburs prins.
The young Sannyasi went up to the palace.
Hinn ungi Sannyasi fór upp í höllina.
And she spoke to the guards at the gate.
Og hún talaði við verðina við hliðið.
"Send word to the king that I have a drug"
„Sendu konunginum boð um að ég hafi eiturlyf"
"This drug will save the prince's life"
„Þetta lyf mun bjarga lífi prinsins"
"Within hours I will have cured the prince"
„Innan nokkurra klukkustunda mun ég hafa læknað prinsinn"
The king had tried all the best doctors.
Konungurinn hafði reynt alla bestu læknana.

But no doctor had been able to cure his son.
En enginn læknir hafði getað læknað son hans.
So he didn't believe the Sannyasi's words.
Svo trúði hann ekki orðum Sannyasi.
But his councilors advised him otherwise.
En ráðgjafar hans ráðlögðu honum annað.
The Sannyasi ordered for seven jars of water.
Sannyasi pantaði sjö krukkur af vatni.
And seven jars of milk were ordered.
Og sjö krukkur af mjólk voru pantaðar.
He poured a jar of water on the prince.
Hann hellti vatnskrukku yfir prinsinn.
And he poured a jar of milk on the prince.
Og hann hellti mjólkurkrukku yfir prinsinn.
He had a feather from the divine bird.
Hann hafði fjöður frá hinum guðdómlega fugli.
And he used the feather to apply the powder.
Og hann notaði fjöðrina til að bera púðrið á.
All of the prince's body was covered.
Allur líkami prinsins var hulinn.
This was repeated another six times.
Þetta endurtók sig sex sinnum í viðbót.
The last treatment did the magic.
Síðasta meðferðin gerði töfrabragðið.
The prince started to feel well again.
Prinsinum fór að líða vel aftur.
The king was happier than words can describe.
Konungurinn var hamingjusamari en orð fá lýst.
"Give the Sannyasi the finest treasures"
„Gefðu Sannyasi-fólkinu fínustu fjársjóðina"
But the Sannyasi refused to take presents.
En Sannyasi neitaði að taka við gjöfum.
"Let me have the ring on the prince's finger"
„Leyfðu mér að fá hringinn á fingri prinsins"
The king and the prince were happy.
Konungurinn og prinsinn voru glaðir.
And they gave him what he wanted.

Og þeir gáfu honum það sem hann vildi.
The merchant's daughter hastened back.
Dóttir kaupmannsins hraðaði sér til baka.
The Bihangama was waiting at the sea-shore.
Bihangama beið við sjávarströndina.
They reached the tree of the divine birds.
Þau komust að tré hinna guðdómlegu fugla.
The young bride walked back to her palace.
Unga brúðurin gekk aftur til hallar sinnar.

The following day she shook the magical feather fan.
Daginn eftir hristi hún töfrafjaðraviftuna.
Just as before, her husband appeared.
Eins og áður birtist eiginmaður hennar.
Of course he was happy to see his wife.
Auðvitað var hann ánægður að sjá konuna sína.
But he was infinitely surprised.
En hann varð óendanlega hissa.
She had his ring on her finger.
Hún var með hringinn hans á fingri sér.
His own wife was his doctor.
Eigin kona hans var læknirinn hans.
It was his wife that had cured him!
Það var konan hans sem hafði læknað hann!
The prince took his bride to his palace.
Prinsinn fór með brúði sína til hallar sinnar.
He forgave his sisters-in-law.
Hann fyrirgaf mágkonum sínum.
They lived happily for many years.
Þau lifðu hamingjusöm í mörg ár.
And they were blessed with children.
Og þau voru blessuð með börnum.

The Origins of Opium
Uppruni ópíums

Once upon on a time there lived a Rishi.
Einu sinni var Rishi.
He lived on the banks of the holy Ganges.
Hann bjó við bakka hins heilaga Gangesfljóts.
This Rishi was a very religious man.
Þessi Rishi var mjög trúaður maður.
He spent his days performing religious rites.
Hann eyddi dögunum sínum í að framkvæma trúarlegar athafnir.
From sunrise to sunset he sat on the river bank.
Frá sólarupprás til sólarlags sat hann á árbakkanum.
For the whole time he sat engaged in devotion.
Allan tímann sat hann í guðrækni.
At night he took shelter in his hut.
Um nóttina leitaði hann skjóls í kofa sínum.
His hut was made from palm-leaves.
Kofi hans var gerður úr pálmalaufum.
The palms he had grown from saplings.
Pálmatrén sem hann hafði ræktað úr ungum trjám.
There was no one around for miles.
Það var enginn í kring kílómetrum.
However, in the hut there was a mouse.
Hins vegar var mús í kofanum.
She lived from what the Rishi left for her.
Hún lifði á því sem Rishi skildi eftir handa henni.
The Rishi was a kind-hearted man.
Rishi var góðhjartaður maður.
He would not hurt any living thing.
Hann myndi ekki meiða neina lifandi veru.
So our mouse never ran away from him.
Svo músin okkar hljóp aldrei frá honum.
In fact, our mouse went to him.
Reyndar fór músin okkar til hans.
She touched his feet when he was sitting.

Hún snerti fætur hans þegar hann sat.
And she enjoyed playing with him.
Og henni fannst gaman að leika sér við hann.
The Rishi also liked the little mouse.
Rishi-músinni líkaði líka vel við litlu músina.
So he wanted to be kind to her.
Þess vegna vildi hann vera góður við hana.
And he wanted someone to talk to.
Og hann vildi einhvern til að tala við.
So he gave her the power of speech.
Þannig gaf hann henni málþófið.

One night the mouse stood up.
Eina nóttina stóð músin upp.
She got onto her hind legs.
Hún steig á afturfæturna.
And she stood in front of the Rishi.
Og hún stóð fyrir framan Rishi.
And she put her front paws together.
Og hún setti framlappirnar saman.
"Holy Sage, you have been kind to me"
„Heilagi spekingur, þú hefur verið góður við mig"
"And you have given me human language"
„Og þú hefur gefið mér mannlegt tungumál"
"I hope it doesn't displease your reverence"
„Ég vona að þetta misþóknist ekki virðingu þinni"
"But I have one more boon to ask"
„En ég hef eina blessun í viðbót að biðja um"
The Rishi listened to his mouse.
Rishi hlustaði á músina sína.
"What is it?" asked the Rishi.
„Hvað er það?" spurði Rishi.
"Say what you want, little mouse"
„Segðu hvað þú vilt, litla mús"
The mouse answered the Rishi.
Músin svaraði Rishi.
"By day your reverence goes to the river"

„Á daginn nær lotning þín til árinnar"
"And there you practice your devotions"
„Og þar iðkar þú guðsþjónustur þínar "
"During this time a cat comes to the hut"
„Á þessum tíma kemur köttur í kofann"
"This cat has been trying to catch me"
„Þessi köttur hefur verið að reyna að ná mér"
"She still has some fear of your reverence"
„Hún óttast enn lotningu þína að einhverju leyti"
"Otherwise she would have eaten me long ago"
„Annars hefði hún étið mig fyrir löngu síðan"
"But I fear the cat will eat me someday"
„En ég óttast að kötturinn muni éta mig einhvern tímann"
"So I have one prayer to ask of you"
„Þannig að ég hef eina bæn til að biðja þig"
"Please may I be changed into a cat!"
„Vinsamlegast megi ég breytast í kött!"
"Then I would be a match for my foe"
„Þá væri ég jafntefli óvinar míns"
The Rishi understood the mouse's plight.
Rishi skildi örlög músarinnar.
He threw some holy water on the mouse.
Hann hellti vígðu vatni á músina.
And the mouse instantly turned into a cat.
Og músin breyttist samstundis í kött.

She had lived as a cat for some days.
Hún hafði lifað sem köttur í nokkra daga.
One night she went to the Rishi again.
Eitt kvöldið fór hún aftur til Rishi.
And the Rishi spoke to his pet.
Og Rishi talaði við gæludýr sitt.
"Well, little kitty, how are you!"
„Jæja, litla kettlingur, hvernig hefurðu það!"
"How do you like your present life!"
„Hvernig líkar þér núverandi líf þitt!"
The cat thought about what to say.

Kötturinn hugsaði sig um hvað hann ætti að segja.
But she didn't have to say anything.
En hún þurfti ekki að segja neitt.
The Rishi could tell by her expression.
Rishi gat séð það á svipbrigðum sínum.
"Why don't you like it?" asked the sage.
„Hvers vegna líkar þér það ekki?" spurði vitringurinn.
"Are you not as strong as the other cats!"
„Ertu ekki eins sterkur og hinir kettirnir!"
"Yes, I am strong enough," answered the cat.
„Já, ég er nógu sterkur," svaraði kötturinn.
"Your reverence has made me a strong cat"
„Virting þín hefur gert mig að sterkum ketti"
"As strong as any cat in the world"
„Jafn sterkur eins og hver annar köttur í heiminum"
"Now I do not fear cats anymore"
„Nú er ég ekki lengur hræddur við ketti"
"But now I have got a new foe"
„En nú hef ég fengið nýjan óvin"
"By day your reverence goes to the river"
„Á daginn nær lotning þín til árinnar"
"During this time dogs come to the hut"
„Á þessum tíma koma hundar í skálann"
"These dogs have been barking at me"
„Þessir hundar hafa verið að gelta á mig"
"And I have been frightened for my life"
„Og ég hef verið hræddur um líf mitt"
"So I have one more prayer to ask of you"
„Svo ég hef eina bæn í viðbót til að biðja þig"
"Please may I be changed into a dog!"
„Vinsamlegast megi ég breytast í hund!"
The Rishi understood the cat's plight.
Rishi skildi örlög kattarins.
He threw some holy water on the cat.
Hann hellti vígðu vatni yfir köttinn.
And the cat instantly became a dog.
Og kötturinn varð samstundis að hundi.

She lived as a dog for some days.
Hún lifði sem hundur í nokkra daga.
But one night she spoke to the Rishi.
En eitt kvöldið talaði hún við Rishi.
"I cannot thank your reverence enough"
„Ég get ekki þakkað virðingu þinni nægilega vel"
"You have been most kind to me"
„Þú hefur verið mér afar góður"
"I was but a poor mouse"
„Ég var bara fátæk mús"
"You not only gave me speech"
„Þú gafst mér ekki aðeins ræðu"
"But you also turned me into a cat"
„En þú breyttir mér líka í kött"
"And your kindness didn't end there"
„Og góðvild þín endaði ekki þar"
"Then you changed me into a dog"
„Þá breyttirðu mér í hund"
"As a dog, however, I suffer greatly"
„Sem hundur þjáist ég hins vegar mikið"
"I do not get enough to eat"
„Ég fæ ekki nóg að borða"
"My only food is what you leave me"
„Eini maturinn minn er það sem þú skilur eftir mér"
"That was fine when I was a mouse"
„Þetta var fínt þegar ég var mús"
"But you have made me much larger"
„En þú hefur gert mig miklu stærri "
"And it is not enough to fill my mouth"
„Og það er ekki nóg til að fylla munninn á mér"
"OH your reverence, how I envy those monkeys"
„Ó, yðar virðing, hvað ég öfunda þessa apa"
"They jump about from tree to tree"
„Þau hoppa úr tré í tré"
"They eat all sorts of delicious fruits!"
„Þau borða alls konar ljúffenga ávexti!"

"Please may reverence not get angry"
„Vinsamlegast, megi virðingin ekki reiðast"
"I pray to be changed into an monkey"
„Ég bið þess að verða breyttur í apa"
The sage was a very understanding man.
Spekingurinn var mjög skilningsríkur maður.
His heart was filled with patience.
Hjarta hans var fullt af þolinmæði.
He was happy to grant his pet's wish.
Hann var ánægður með að uppfylla ósk gæludýrsins síns.
He threw some holy water on the dog.
Hann hellti vígðu vatni yfir hundinn.
And the dog instantly became an monkey.
Og hundurinn varð samstundis að apa.

Our monkey was at first wild with joy.
Apinn okkar var í fyrstu villtur af gleði.
She leaped from one tree to another.
Hún stökk úr einu tré í annað.
She sucked every luscious fruit.
Hún sjúgaði alla ljúffenga ávexti.
But her joy was short-lived again.
En gleði hennar varði aftur skammvinn.
Summer had brought with it its drought.
Sumarið hafði borið með sér þurrka sinn.
Monkeys find it hard to climb down.
Apar eiga erfitt með að klifra niður.
So she couldn't drink from the river.
Þannig að hún gat ekki drukkið úr ánni.
She saw how the wild boars lived.
Hún sá hvernig villisvínin lifðu.
All day they splashed in the water.
Allan daginn skvettust þau í vatninu.
She envied their life now.
Hún öfundaði líf þeirra núna.
"Oh how happy those wild boars are!"
„Ó, hvað þessi villisvín eru glöð!"

"All day their bodies are cooled"
„Líkamar þeirra eru kældir allan daginn"
"All day they are refreshed by water"
„Allan daginn fá þau vatn til að hressa sig við"
"How I wish I were a wild boar"
„Hve ég vildi óska að ég væri villisvín"
That night she went to the Rishi.
Um kvöldið fór hún til Rishi.
She recounted her troubles to him.
Hún sagði honum frá vandræðum sínum.
She told him all about the wild boars.
Hún sagði honum allt um villisvínin.
"Oh how pleasant their lives must be"
„Ó, hvað líf þeirra hlýtur að vera ljúft"
And she begged to be changed again.
Og hún bað um að vera breytt aftur.
"I pray to be changed into a wild boar"
„Ég bið þess að verða breyttur í villisvín"
The sage's kindness knew no bounds.
Góðmennska spekingsins þekkti engin takmörk.
and he complied with his pet's request.
og hann varð við beiðni gæludýrsins.
He threw some holy water on the monkey.
Hann hellti vígðu vatni yfir apann.
And the monkey instantly became a wild boar.
Og apinn breyttist samstundis í villisvín.

Our boar was now very content.
Gölturinn okkar var nú mjög sáttur.
She kept her body soaking wet.
Hún hélt líkama sínum gegnsýrðum.
Every day she went to the river.
Á hverjum degi fór hún að ánni.
She splashed about in her favorite element.
Hún plaskaði um í uppáhaldsþætti sínum.
But life is not safe for wild boars.
En lífið er ekki öruggt fyrir villisvín.

One day the king was out hunting.
Dag einn var konungurinn á veiðum.
He was riding on an adorned elephant.
Hann reið á skreyttum fíl.
Only by luck did our wild boar escape.
Aðeins fyrir heppni slapp villisvínið okkar.
She thought a lot about her experience.
Hún hugsaði mikið um reynslu sína.
She dwelt on the dangers of her life.
Hún dvaldi við hætturnar í lífi sínu.
And she envied the stately elephant.
Og hún öfundaði tignarlega fílinn.
The elephant was more fortunate than her.
Fíllinn var heppnari en hún.
He got to carry the king on his back.
Hann fékk að bera konunginn á bakinu.
Now she longed to be an elephant.
Nú þráði hana að vera fíll.
And at night she besought the Rishi.
Og um nóttina bað hún Rishi.

Our elephant was roaming the wilderness.
Fíllinn okkar var að ráfa um óbyggðirnar.
On her adventures she saw the king.
Í ævintýrum sínum sá hún konunginn.
Our elephant went towards the king's suite.
Fíllinn okkar fór í átt að svítu konungsins.
She had every intention of being caught.
Hún hafði fullan ásetning um að vera gripin.
The king saw the elephant from a distance.
Konungurinn sá fílinn úr fjarlægð.
He couldn't help but admire her beauty.
Hann gat ekki annað en dáðst að fegurð hennar.
He gave his orders to his servants.
Hann gaf þjónum sínum skipanir sínar.
"Catch and tame this elephant"
„Veiðið og temjið þennan fíl"

Our elephant was easily caught.
Fíllinn okkar var auðveldlega veiddur.
She was taken into the royal stables.
Hún var tekin inn í konungshesthúsin.
And she was tamed without any trouble.
Og hún var temd án nokkurra vandræða.

One day the queen had a wish.
Dag einn fékk drottningin ósk.
She wished to go to the holy Ganges.
Hún vildi fara til hins heilaga Ganges.
She wished to bathe in the holy waters.
Hún vildi baða sig í hinu helga vatni.
The king wanted to accompany his wife.
Konungurinn vildi fylgja konu sinni.
So he made his orders to his servants.
Svo gaf hann þjónum sínum skipanir sínar.
"Bring us the newly caught elephant"
„Færið okkur nýveidda fílinn"
The king and queen mounted on her back.
Konungurinn og drottningin stigu á bak hennar.
Our elephant had gotten her wish.
Fíllinn okkar hafði fengið ósk sína uppfyllta.
Well... she seemed to have gotten her wish.
Jæja ... henni virtist hafa verið veitt ósk sinni uppfyllt.
The king had mounted on her back.
Konungurinn hafði setið á bak hennar.
But no, the elephant didn't get her wish.
En nei, fílinn fékk ekki ósk sína uppfyllta.
She looked upon herself as a lordly beast.
Hún leit á sjálfa sig sem drottningalega skepnu.
She could not a woman riding on her back.
Hún gat ekki haft konu á bakinu á henni.
It wasn't enough that she was a queen.
Það var ekki nóg að hún væri drottning.
She could not bear the idea of it.
Hún gat ekki þolað hugmyndina um það.

She felt she had been degraded.
Henni fannst hún hafa verið niðurlægð.
She jumped up as violently as elephants can.
Hún stökk upp eins harkalega og fílar geta.
Both the king and queen fell to the ground.
Bæði konungurinn og drottningin féllu til jarðar.
The king carefully picked up the queen.
Konungurinn tók drottninguna varlega upp.
He took the queen in his arms.
Hann tók drottninguna í faðm sér.
He asked her whether she had been hurt.
Hann spurði hana hvort hún hefði meitt sig.
He wiped off the dust from her clothes.
Hann þurrkaði rykið af fötum hennar.
And he tenderly kissed her a hundred times.
Og hann kyssti hana blíðlega hundrað sinnum.
Our elephant witnessed the king's caresses.
Fíll okkar varð vitni að klappi konungsins.
And she scampered off to the woods.
Og hún hljóp af stað inn í skóginn.
She ran as fast as her legs could carry her.
Hún hljóp eins hratt og fæturnir gátu borið hana.
As she ran, she thought within herself;
Þegar hún hljóp hugsaði hún með sér;
"I have experienced many different lives"
„Ég hef upplifað mörg mismunandi líf"
"And I have experienced different happiness"
„Og ég hef upplifað aðra hamingju"
"But those lives cannot be compared"
„En þessi líf eru ekki samanburðarhæf"
"A queen is the happiest creature of all"
„Drottning er hamingjusamasta skepna allra"
"Of what infinite regard is she the object of!"
„Hvaða óendanlega virðingu ber hún fyrir!"
"The king lifted her off the ground"
„Konungurinn lyfti henni af jörðinni"
"And he carefully took her in his arms"

„Og hann tók hana varlega í faðm sér“
"He made many tender inquiries to her"
„Hann spurði hana oft á hlýlegan hátt“
"And he wiped off the dust from her clothes"
„Og hann þurrkaði rykið af fötum hennar“
"And he kissed her a hundred times!"
„ Og hann kyssti hana hundrað sinnum!“
"Oh, the happiness of being a queen!"
„Ó, hamingjan að vera drottning!“
"I must ask the Rishi to make me a queen!"
„Ég verð að biðja Rishi að gera mig að drottningu!“

The sun was just about to set.
Sólin var rétt að fara að setjast.
Our elephant made it back to the hut.
Fíllinn okkar komst aftur í kofann.
The Rishi had just finished his devotions.
Rishi hafði nýlokið við bænir sínar.
She fell on the ground at his feet.
Hún féll til jarðar við fætur hans.
She was still the little mouse.
Hún var ennþá litla músin.
And he was still the holy sage.
Og hann var enn hinn heilagi spekingur.
"What's the news?" inquired the Rishi.
„Hvað er að frétta?“ spurði Rishi.
"Why have you left the king's palace!"
„Hvers vegna hefur þú yfirgefið konungshöllina?“
Our elephant thought about her words.
Fíllinn okkar hugsaði um orð hennar.
"What shall I say to your reverence!"
„Hvað á ég að segja við virðingu þína!“
"You have been very kind to me"
„Þú hefur verið mjög góður við mig“
"You have granted every wish of mine"
„Þú hefur uppfyllt allar mínar óskir“
"I was a mouse and you gave me speech"

„Ég var mús og þú gafst mér mál"
"But as a mouse my life was in danger"
„En sem mús var líf mitt í hættu"
"You saved me by turning me into a cat"
„Þú bjargaðir mér með því að breyta mér í kött"
"But as a cat my life was no safer"
„En sem köttur var líf mitt ekki öruggara"
"And you helped me become a dog"
„Og þú hjálpaðir mér að verða hundur"
"But as a dog I had not enough to eat"
„En sem hundur hafði ég ekki nóg að borða"
"You provided for me again"
„Þú sást aftur fyrir mér"
"And you turned my into a monkey"
„Og þú breyttir mér í apa"
"I had all I could wish to eat"
„Ég fékk allt sem ég gat óskað mér að borða"
"But I had no way of cooling my body"
„En ég hafði enga leið til að kæla líkamann"
"You helped me with this too"
„Þú hjálpaðir mér líka með þetta"
"And you turned me into a wild boar"
„Og þú breyttir mér í villisvín"
"Wild boars have a comfortable life"
„Villisvín lifa þægilegu lífi"
"But they don't live without danger"
„En þau lifa ekki án hættu"
"And again you protected me"
„Og aftur verndaðir þú mig"
"And you turned me into an elephant"
„Og þú breyttir mér í fíl"
"Being an elephant has increased my bulk"
„Að vera fíll hefur aukið umfang mitt"
"But being an elephant has not increased my happiness"
„En það að vera fíll hefur ekki aukið hamingju mína"
"I have one more boon to ask of you"
„Ég hef eina blessun í viðbót að biðja þig um"

"It will be the last boon I ask for"
„Þetta verður síðasta blessunin sem ég bið um"
"I see now who the happiest creature is"
„Ég sé núna hver hamingjusamasta skepnan er"
"A queen is the happiest in the world"
„Drottning er hamingjusamasta í heimi"
"Holy father, please make me a queen"
„Heilagi faðir, gerðu mig að drottningu"
"Silly child," answered the Rishi.
„Heimska barn," svaraði Rishi.
"How can I make you a queen!"
„Hvernig get ég gert þig að drottningu!"
"Where can I get a kingdom for you!"
„Hvar get ég fengið konungsríki handa þér!"
"Where would I find a royal husband!"
„Hvar ætti ég að finna konunglegan eiginmann!"
But the Rishi was still patient.
En Rishi var samt þolinmóður.
"There is one thing I can do for you"
„Það er eitt sem ég get gert fyrir þig"
"I can change you into a beautiful girl"
„Ég get breytt þér í fallega stúlku"
"You will be as beautiful as a queen"
„Þú verður eins falleg og drottning"
"You will possess all the charms you need"
„Þú munt búa yfir öllum þeim sjarma sem þú þarft"
"Your charms can captivate a prince's heart"
„Sjarmar þínir geta heillað hjarta prins"
"But you must wait for what the gods decide"
„En þú verður að bíða eftir því sem guðirnir ákveða"
"They will grant you an interview"
„Þeir munu veita þér viðtal"
"Tou will have your chance with a prince!"
„Þú munt fá tækifæri með prins!"
Our elephant agreed to the change.
Fíllinn okkar samþykkti breytinguna.
The beast was transformed by the Rishi.

Dýrið var umbreytt af Rishi.

And now she was a beautiful young lady.

Og nú var hún orðin falleg ung dama.

The holy sage named her Postomani.

Hinn heilagi spekingur nefndi hana Postomani.

Her name meant 'the poppy-seed lady'.

Nafn hennar þýddi „valmúafrækonan".

Postomani lived in the Rishi's hut.

Postomani bjó í kofa Rishi-fjölskyldunnar.

She spent her time tending the flowers.

Hún eyddi tíma sínum í að annast blómin.

And she watered the plants in the garden.

Og hún vökvaði plönturnar í garðinum.

One day she was sitting at the hut.

Dag einn sat hún við kofann.

The Rishi was at the holy Ganges.

Rishi var við helga Ganges.

A richly dressed man came towards the cottage.

Ríkulega klæddur maður kom að sumarbústaðnum.

She stood up to welcome the man.

Hún stóð upp til að taka á móti manninum.

And she asked the stranger who he was.

Og hún spurði ókunnuga manninn hver hann væri.

"What have you come for?" she asked.

„Hvað eruð þið að koma til?" spurði hún.

"I have been on a hunt"

„Ég hef verið á veiðum"

"But we chased the deer in vain"

„En við eltum dádýrin til einskis"

"Now I am thirsty from the heat"

„Nú er ég þyrstur af hitanum"

"I thought that a Rishi lives here"

„Ég hélt að Rishi byggi hér"

"I had come to ask him for water"

„Ég var kominn til að biðja hann um vatn"

"But now I see you live here"

„En nú sé ég að þú býrð hér"
Postomani answered the stranger.
Postomani svaraði ókunnugum manni.
"Look upon this hut as your own"
„Líttu á þessa kofa sem þína eigin"
"I am sorry, but we are poor"
„Fyrirgefðu, en við erum fátæk"
"We cannot offer you any entertainment"
„Við getum ekki boðið ykkur neina skemmtun"
"But let me make your visit comfortable"
„En leyfðu mér að gera heimsókn þína þægilega"
"Because, I believe you are a king"
„Vegna þess að ég trúi því að þú sért konungur"
"If I am not mistaken," she added.
„Ef ég hef ekki rangt fyrir mér," bætti hún við.
The stranger smiled in recognition.
Ókunnugi maðurinn brosti til viðurkenningar.

Postomani then brought a pot of water.
Postomani kom þá með vatnspott.
She went to wash her royal guest's feet.
Hún fór að þvo fætur konungsgesta síns.
But the visitor did not let her do this.
En gesturinn leyfði henni ekki að gera þetta.
"Holy maid, do not touch my feet"
„Heilaga meyja, snertu ekki fætur mína"
"I am only a Kshatriya," he confessed.
„Ég er bara Kshatriya," játaði hann.
"And you are the daughter of a holy sage"
„Og þú ert dóttir heilags spekings"
"Noble sir;" Postomani begun to confess.
„Göfugi herra;" byrjaði Postomani að játa.
"I am not the daughter of the Rishi"
„Ég er ekki dóttir Rishi"
"And am I not a Brahmani girl either"
„Og er ég ekki heldur brahmanísk stúlka?"
"There is no harm in me touching your feet"

„Það er enginn skaði af mér að snerta fætur þína“
"Besides, you are my guest"
„Auk þess ertu gestur minn“
"And I am bound to wash your feet"
„Og ég er skyldugur að þvo fætur þína“
"Forgive my impertinence," the king wished.
„Fyrirgefið mér ósvífni mína,“ bað konungurinn.
"What caste do you belong to?" he asked.
„Hvaða kasta tilheyrir þú?“ spurði hann.
"I only know what the sage told me"
„Ég veit bara það sem spekingurinn sagði mér“
"I heard my parents were Kshatriyas"
„Ég heyrði að foreldrar mínir væru Kshatriya-menn.“
The stranger wanted to know more.
Ókunnugi maðurinn vildi vita meira.
"May I ask whether your father was a king!"
„Má ég spyrja hvort faðir þinn hafi verið konungur?“
"You have an uncommon beauty," he said.
„Þú hefur óvenjulega fegurð,“ sagði hann.
"And you possess a stately demeanor"
„Og þú býrð yfir tignarlegri framkomu“
"These qualities cannot be worked for"
„Þessa eiginleika er ekki hægt að vinna fyrir “
"It shows that you were born a princess"
„Þetta sýnir að þú fæddist prinsessa“
Postomani avoided answering the question.
Postomani forðaðist að svara spurningunni.
Instead she went inside the hut.
Í staðinn fór hún inn í kofann.
She brought out a tray of delicious fruits.
Hún kom með bakka fullan af ljúffengum ávöxtum.
And she set the fruits before the king.
Og hún bar ávextina fram fyrir konunginn.
The king, however, did not touch the fruits.
Konungurinn snerti þó ekki ávextina.
He waited until his question was answered.
Hann beið þangað til spurningu hans hefði verið svarað.

"I only know what the holy sage says"

„Ég veit bara hvað hinn heilagi spekingur segir"

"He says that my father was a king"

„Hann segir að faðir minn hafi verið konungur"

"But he was overcome in a battle"

„En hann beið ósigur í bardaga"

"So he, with my mother, fled into the woods"

„Svo hann, ásamt móður minni, flúði inn í skóginn"

"My poor father was eaten by a tiger"

„Fátæki faðir minn var étinn af tígrisdýri"

"My mother closed her eyes as I opened mine"

„Mamma lokaði augunum þegar ég opnaði mín"

"There was a bee-hive on the tree"

„Það var býflugnabú á trénu"

"I lay at the foot of that tree"

„Ég lá við rætur þess trés"

"Drops of honey fell into my mouth"

„Hunangsdropar féllu í munninn á mér"

"The honey maintained the spark inside me"

„Hunangið hélt neistanum inni í mér"

"And then the kind Rishi found me"

„Og svo fann þessi góðhjartaði Rishi mig"

"The holy sage brought me into his hut"

„Hinn heilagi spekingur leiddi mig inn í kofa sinn"

"This is the simple story of this wretched girl"

„Þetta er einföld saga þessarar vesælu stúlku"

"The girl who now stands before the king"

„Stúlkan sem nú stendur frammi fyrir konunginum"

"Call not yourself wretched," replied the king.

„Kallaðu þig ekki aumingja," svaraði konungurinn.

"You are the most beautiful of women"

„Þú ert fallegust allra kvenna"

"And you are the loveliest of women"

„Og þú ert yndislegust allra kvenna"

"You would adorn the grandest palaces"

„Þú myndir prýða hin glæsilegustu hallir"

Postomani had gotten her interview.
Postomani hafði fengið viðtal við hana.
She fell in love with the king.
Hún varð ástfangin af konunginum.
And the king fell in love with her.
Og konungurinn varð ástfanginn af henni.
The Rishi joined them in marriage.
Rishi gekk til liðs við þau í hjónaband.
Postomani became the king's favourite queen.
Postomani varð uppáhaldsdrottning konungsins.
And the former queen was in disgrace.
Og fyrrverandi drottningin var í óþökk.
But Postomani's happiness was short-lived.
En hamingja Postomani var skammvinn.
One day as she was standing by a well.
Dag einn, er hún stóð við brunn.
She was overcome by a moment of giddiness.
Hún varð gagntekin af augnabliks svima.
Fortune had her fall into the water.
Fortune lét hana detta í vatnið.
And she died in the water of the well.
Og hún dó í vatninu í brunninum.
The Rishi then came to the king.
Rishi kom þá til konungsins.
"O king, grieve not over the past"
„Ó, konungur, syrgðu ekki fortíðina"
"What is fixed by fate must come to pass"
„Það sem örlögin ákveða verður að gerast"
"The queen drowned in your well"
„Drottningin drukknaði í brunni þínum"
"But she was not of royal blood"
„En hún var ekki af konunglegum ættum"
"She was born to a family of mice"
„Hún fæddist í músafjölskyldu"
"Each evening she came to my hut"
„Hún kom í kofann minn á hverju kvöldi"
"And I gave her the power of speech"

„Og ég gaf henni málkraftinn"
"With speech she could express her wishes"
„Með tali gat hún tjáð óskir sínar"
"I changed her according to her wishes"
„Ég breytti henni eftir óskum hennar"
"As a mouse she feared the cat"
„Eins og mús óttaðist hún köttinn"
"And so I changed her into a cat"
„Og svo breytti ég henni í kött"
"As a cat she feared the dogs"
„Sem köttur óttaðist hún hundana"
"And so I changed her into a dog"
„Og svo breytti ég henni í hund "
"As a dog she had not enough to eat"
„Sem hundur hafði hún ekki nóg að borða"
"And so I changed her into a monkey"
„Og svo breytti ég henni í apa"
"As a monkey she couldn't bear the heat"
„Sem api þoldi hún ekki hitann"
"And so I changed her into a wild boar"
„Og svo breytti ég henni í villisvín"
"As a boar her life was not safe"
„Sem villisvín var líf hennar ekki öruggt"
"And so I changed her into an elephant"
„Og svo breytti ég henni í fíl"
"That was the elephant you caught"
„Þetta var fíllinn sem þú veiddir"
"But as an elephant she was not loved"
„En sem fíll var hún ekki elskuð"
"And so I changed her one last time"
„Og svo skipti ég henni í síðasta sinn"
"I changed her into a beautiful girl"
„Ég breytti henni í fallega stúlku"
"That is the girl that you married"
„Þetta er stúlkan sem þú giftist"
"And that is the girl that drowned"
„Og þetta er stúlkan sem drukknaði"

"Take into favor your former queen"

„Hafðu yndi af fyrrverandi drottningu þinni"

"And don't worry for my daughter"

„Og ekki hafa áhyggjur af dóttur minni"

"I will make her name immortal"

„Ég mun gera nafn hennar ódauðlegt"

"Let her body remain in the well"

„Látið líkama hennar vera áfram í brunninum"

"Fill the well up with earth"

„Fyllið brunninn með jörðu"

"In her flesh there is a seed"

„Í holdi hennar er fræ"

"From her bones a tree will grow"

„Af beinum hennar mun tré vaxa"

"We will name this tree after her"

„Við munum nefna þetta tré eftir henni"

"The tree shall be called 'Posto'"

„Tréð skal kallast 'Posto'"

"This means 'the Poppy tree'"

„Þetta þýðir 'valmúatréð'"

"From this tree there will come a drug"

„Af þessu tré mun koma lyf"

"This drug will be called opium"

„Þetta lyf verður kallað ópíum"

"Opium will be a powerful medicine"

„Ópíum verður öflugt lyf"

"People will consume opium in every epoch"

„Fólk mun neyta ópíums á öllum tímum"

"Opium will either be swallowed or smoked"

„Ópíum verður annað hvort kyngt eða reykt"

"And opium will be a wonderful narcotic"

„Og ópíum verður frábært fíkniefni"

"Opium will be used till the end of time"

„Ópíum verður notað til enda veraldar"

"You will recognize the opium smoker"

„Þú munt þekkja ópíumreykingamanninn"

"He will have many different qualities"

„Hann mun hafa marga mismunandi eiginleika"
"One quality for each of the animals"
„Einn eiginleiki fyrir hvert dýr"
"The animals which Postomani had lived as"
„Dýrin sem Postomani hafði lifað sem"
"He will be mischievous, like a mouse"
„Hann verður óþekkur, eins og mús"
"He will be fond of milk, like a cat"
„Hann verður hrifinn af mjólk, eins og köttur"
"He will be quarrelsome, like a dog"
„Hann verður þrætugjarn eins og hundur"
"He will be filthy, like a monkey"
„Hann verður óhreinn, eins og api"
"He will be savage, like a boar"
„Hann verður villtur, eins og villisvín"
"He will be confident, like an elephant"
„Hann verður öruggur, eins og fíll"
"And he will be high-tempered, like a queen"
„Og hann verður skapstór, eins og drottning"

Strike, but Listen First
Sláðu, en hlustaðu fyrst

There was once a king who had three sons.
Það var einu sinni konungur sem átti þrjá syni.
His royal subjects came to him one day and said;
Konunglegir þegnar hans komu til hans einn daginn og sögðu;
"Oh incarnation of justice! hear our plea"
„Ó, holdgervingur réttlætisins! heyrðu bæn okkar"
"The kingdom is infested with thieves and robbers"
„Ríkið er fullt af þjófum og ræningjum"
"Our property is not safe from their thievery"
„Eign okkar er ekki örugg fyrir þjófnaði þeirra"
"We pray your majesty to catch hold of these thieves"
„Við biðjum yðar hátign að handtaka þessa þjófa"
"We beg you punish them to the full extent of the law"
„Við biðjum ykkur að refsa þeim eins og lögin kveða á um"
The king said to his sons, "Oh, my sons, I am old"
Konungurinn sagði við sonu sína: „Æ, synir mínir, ég er orðinn gamall."
"But you are all in the prime of manhood"
„En þið eruð öll á hátindi karlmennskunnar"
"How is it that my kingdom is full of thieves?"
„Hvernig stendur á því að ríki mitt er fullt af þjófum?"
"I look to you to catch hold of these thieves"
„Ég vona að þú náir þessum þjófum"
The three princes then made up their minds.
Þá ákváðu þrír prinsar upp hug sinn.
They were going to patrol the city every night.
Þeir ætluðu að ganga um borgina á hverju kvöldi.
They set up a watch out in the outskirts of the city.
Þeir settu upp vörð úti í útjaðri borgarinnar.
The early part of the night had arrived.
Snemma á kvöldin var komið.
So the eldest prince took on his duties.
Svo tók elsti prinsinn við skyldum sínum.
He rode upon his horse through the whole city.

Hann reið á hesti sínum um alla borgina.
But did not see a single thief anywhere he looked.
En sá ekki einn einasta þjóf hvar sem hann leit.
He came back to the policing station.
Hann kom aftur á lögreglustöðina.
The middle part of the night had arrived.
Miðja næturinnar var komin.
So the second prince took on his duties.
Svo tók annar prinsinn við skyldum sínum.
And he too rode through every part of the city.
Og hann reið líka um alla hluta borgarinnar.
But he did not see or hear of a single thief.
En hann sá ekki né heyrði af neinum þjófi.
He came also back to the policing station.
Hann kom einnig aftur á lögreglustöðina.
The latter part of the night had arrived.
Síðari hluti næturinnar var kominn.
So the youngest prince took on his duties.
Þannig tók yngsti prinsinn við skyldum sínum.
He went near the gate of his father's palace.
Hann gekk að hliði hallar föður síns.
There he saw a beautiful woman leaving the palace.
Þar sá hann fallega konu ganga út úr höllinni.
The prince asked the woman, "who are you?"
Prinsinn spurði konuna: „Hver ert þú?“
"Where are you going at this hour of the night?"
„Hvert ertu að fara á þessum tíma nætur?“
The woman answered the young prince.
Konan svaraði unga prinsinum.
"I am Rajlakshmi, the guardian deity of this palace"
„Ég er Rajlakshmi, verndarguð þessarar hallar.“
"The king will be killed this night"
„Konungurinn verður drepinn í nótt“
"I am therefore not needed here"
„Þess vegna er ég ekki nauðsynlegur hér“
"And that is why I am going away"
„Og þess vegna er ég að fara í burtu“

The prince did not know what to make of this message.
Prinsinn vissi ekki hvað hann ætti að halda um þessi skilaboð.
After a moment's reflection he said to the goddess;
Eftir augnabliks umhugsun sagði hann við gyðjuna;
"But, suppose the king is not killed tonight"
„En gerum ráð fyrir að konungurinn verði ekki drepinn í kvöld"
"Have you any objection to return to the palace?"
„Hefurðu einhverjar athugasemdir við að snúa aftur til hallarinnar?"
"I have no objection," replied the goddess.
„Ég hef ekkert á móti því," svaraði gyðjan.
The prince then begged the goddess to go back.
Prinsinn bað þá gyðjuna um að fara aftur.
And he promised to do his best to protect the king.
Og hann lofaði að gera sitt besta til að vernda konunginn.
Then the goddess entered the palace again.
Þá gekk gyðjan aftur inn í höllina.
Within a moment she disappeared into the palace.
Innan augnabliks hvarf hún inn í höllina.

The prince went straight into the palace too.
Prinsinn fór líka beint inn í höllina.
And he went into the bedroom of his royal father.
Og hann gekk inn í svefnherbergi konunglega föður síns.
There his father lay immersed in deep sleep.
Þar lá faðir hans í djúpum svefni.
The king had a second, younger wife.
Konungurinn átti aðra, yngri konu.
This woman was the stepmother of our prince.
Þessi kona var stjúpmóðir prinsins okkar.
She was sleeping in another bed in the room.
Hún svaf í annarri rúmi í herberginu.
There was a light that was burning dimly.
Þar var ljós sem brann dauft.
But then the prince saw something that surprised him!
En þá sá prinsinn eitthvað sem kom honum á óvart!

A huge cobra going round and round the golden bedstead.
Risastór kobra gengur hring eftir hring um gullna rúmstokkinn.
The bedstead on which his father was sleeping.
Rúmið sem faðir hans svaf á.
The prince with his sword cut the serpent in two.
Prinsinn hjó höggvið höggorminn í tvennt með sverði sínu.
But he was not satisfied with killing the cobra.
En hann var ekki ánægður með að drepa kóbran.
So he cut the cobra up into a hundred pieces.
Svo skar hann kóbran í hundrað bita.
And he put the pieces of the cobra inside a pan.
Og hann setti bitana af kóbrunni í pönnu.
But while cutting the cobra a misfortune happened.
En á meðan verið var að skera á kóbrunni gerðist óhapp.
A drop of blood fell on the breast of his stepmother.
Blóðdropi féll á brjóst stjúpmóður hans.
The prince was in great distress by what had happened.
Prinsinn var í mikilli vanlíðan vegna þess sem hafði gerst.
"I have saved my father, but killed my stepmother"
„Ég bjargaði föður mínum en drap stjúpmóður mína"
How could he remove the drop of blood from her breast?
Hvernig gat hann fjarlægt blóðdropann úr brjósti hennar?
He wrapped round his tongue a piece of cloth sevenfold.
Hann vafði sjöfalt dúk utan um tungu sína.
And with the cloth he licked up the drop of blood.
Og með klútnum sleikti hann upp blóðdropann.
But his stepmother's sleep was not so deep.
En svefn stjúpmóður hans var ekki svo djúpur.
And in his attempt to save her he awoke her.
Og í tilraun sinni til að bjarga henni vakti hann hana.
When opening her eyes she saw it was her stepson.
Þegar hún opnaði augun sá hún að þetta var stjúpsonur hennar.
The young prince rushed out of the room.
Ungi prinsinn hljóp út úr herberginu.
The queen, hated her stepson, the youngest prince.

Drottningin hataði stjúpson sinn, yngsta prinsinn.
And she had every intention to ruin his reputation.
Og hún hafði alla hyggju að spilla mannorði hans.
She called out to her husband, "My lord, my lord"
Hún kallaði á eiginmann sinn: „Herra minn, herra minn!"
"Are you awake? are you awake? Rouse yourself up"
„Ertu vakandi? Ertu vakandi? Vaknaðu."
"Here is a nice piece of news for you"
„Hér eru góðar fréttir fyrir þig"
The king on awaking inquired what the matter was.
Þegar konungurinn vaknaði spurði hann hvað væri að.
"What the matter is, my lord, let me tell you"
„Hvað er að, herra minn, leyfðu mér að segja þér það"
"Your worthy son was just here in this room"
„Þinn virðulegi sonur var rétt í þessu hér í þessu herbergi"
"The youngest prince, of whom you speak so highly"
„Yngsti prinsinn, sem þú talar svo lofsamlega um"
"I caught him in the act of touching my breast"
„Ég náði honum þegar hann var að snerta brjóstið á mér"
"I don't doubt he came with wicked intents"
„Ég efast ekki um að hann hafi komið með illar áætlanir"
The king was horror-struck by what he heard.
Konungurinn varð skelfingu lostinn yfir því sem hann heyrði.
The prince went back to where his brothers kept watch.
Prinsinn fór aftur þangað sem bræður hans héldu vörð.
But he told them nothing of what had happened.
En hann sagði þeim ekkert frá því sem hafði gerst.

Early in the morning the king called his eldest son.
Snemma morguns kallaði konungurinn á elsta son sinn.
"I entrust my life and my honor to men"
„Ég treysti mönnum fyrir lífi mínu og heiðri"
"But what if one of these men prove faithless?
„En hvað ef einn þessara manna reynist ótrúr?"
"How should such a man be punished?"
„Hvernig ætti að refsa slíkum manni?"
The eldest prince replied to his father, the king.

Elsti prinsinn svaraði föður sínum, konunginum.
"Doubtless such a man's head should be cut off"
„Eflaust ætti að höggva höfuðið af slíkum manni"
"But first you should establish the facts"
„En fyrst ættirðu að koma staðreyndum á framfæri"
"You must see whether the man is really faithless"
„Þú verður að sjá hvort maðurinn er í raun og veru trúlaus."
"What do you mean?" inquired the king.
„Hvað meinarðu?" spurði konungurinn.
"Let your majesty be pleased to listen"
„Megi hátign yðar gleðjast yfir að hlusta"
Once upon on a time there lived a goldsmith.
Einu sinni fyrir löngu bjó gullsmiður.
This goldsmith had a son who had a wife.
Þessi gullsmiður átti son sem átti konu.
His wife had the rare faculty of understanding beasts.
Kona hans hafði þann sjaldgæfa hæfileika að skilja dýr.
But she never told anyone about her uncommon gift.
En hún sagði engum frá óvenjulegri gjöf sinni.
Not even her husband knew she could understand animals.
Ekki einu sinni eiginmaður hennar vissi að hún gæti skilið dýr.
One night she was lying in bed beside her husband.
Eitt kvöldið lá hún í rúminu við hlið eiginmanns síns.
From the river by their house she heard a jackal howl.
Frá ánni við hús þeirra heyrði hún sjakala ýlfra.
"There goes a carcass floating on the river"
„Þar fer hræ á fljótinu"
"There's a diamond ring on the dead man's finger"
„Það er demantshringur á fingri hins látna manns"
"Will anyone take the ring and give me the corpse?"
„Vil einhver taka hringinn og gefa mér líkið?"
The woman understood the jackal's language.
Konan skildi tungumál sjakalans.
She got up from bed and went to the river-side.
Hún stóð upp úr rúminu og gekk að ánni.
The husband had not been in deep sleep.

Eiginmaðurinn hafði ekki sofið djúpt.
So with his wife's movements he woke up too.
Svo vaknaði hann líka með hreyfingum konu sinnar.
And he followed his wife to see where she went.
Og hann fylgdi konu sinni til að sjá hvert hún færi.
But he kept his distance, so that he could observe her.
En hann hélt fjarlægð, svo að hann gæti fylgst með henni.
The woman went into the water next to their house.
Konan fór í vatnið við hliðina á húsi þeirra.
She tugged the floating corpse towards the shore.
Hún dró fljótandi líkið að ströndinni.
And she saw the diamond ring on the finger.
Og hún sá demantshringinn á fingrinum.
She was unable to loosen the ring with her hand.
Henni tókst ekki að losa hringinn með hendinni.
Because the fingers of the dead body had swelled.
Vegna þess að fingur líksins höfðu bólgnað upp.
So she bit off the finger with her teeth.
Svo beit hún af fingurinn með tönnunum.
And she put the dead body upon land, for the jackal.
Og hún lagði líkið á land, handa sjakalanum.
Then she returned to bed, where her husband already was.
Svo fór hún aftur upp í rúmið, þar sem eiginmaður hennar var
þegar kominn.
The young goldsmith lay almost petrified with fear.
Ungi gullsmiðurinn lá næstum steinræddur af ótta.
He was convinced he was lying next to a Rakshasi.
Hann var sannfærður um að hann lægi við hliðina á Rakshasi.
He spent the rest of the night tossing in his bed.
Hann eyddi restinni af nóttinni í að veltast um í rúminu sínu.
And early in the morning spoke to his father.
Og snemma morguns talaði hann við föður sinn.
"The woman thou hast given me is not a real woman"
„Konan sem þú gafst mér er ekki raunveruleg kona"
"The woman thou hast given me to wife is a Rakshasi"
„Konan sem þú gafst mér að eiginkonu er Rakshasi."
"Last night I was lying in bed with her"

„Í gærkvöldi lá ég í rúminu hjá henni“
"By the river I heard the howl of a jackal"
„Við ána heyrði ég úlf sjakals“
"My wife too, heard the howl of the jackal"
„Konan mín heyrði líka úlf sjakalans“
"Thinking I was asleep; she went towards the howl"
„Hélt að ég væri sofandi; hún fór í átt að úlfinu“
"I was surprised to see her go out of bed alone"
„Ég varð hissa að sjá hana fara ein úr rúminu“
"Suspecting some sort of evil, I followed her outside"
„Ég grunaði einhvers konar illsku og elti hana út.“
"But she could not see that I had followed her"
„En hún gat ekki séð að ég hafði elt hana“
"What did she do, do you think? O horror of horrors!"
„Hvað heldurðu að hún hafi gert? Ó, hryllingur allra
hryllinga!“
"From the stream she dragged a dead body out"
„Úr læknum dró hún lík upp“
"And what do you think she did with the dead body?"
„Og hvað heldurðu að hún hafi gert við líkið?“
"She wasted no time devouring the dead man!"
„Hún sóaði engum tíma í að gleypa hinn látna mann!“
"All this I had the misfortune to see with my own eyes"
„Allt þetta hafði ég þá óheppni að sjá með eigin augum“
"While she feasted on the carcass I went back to bed"
„Á meðan hún gæðaði sér á hræinu fór ég aftur að sofa.“
"In a few minutes she also returned to bed"
„Eftir nokkrar mínútur fór hún líka aftur upp í rúmið“
"She bolted the door shut, and lay beside me"
„Hún skellti hurðinni í lás og lagðist við hliðina á mér“
"Oh my father, how can I live with a Rakshasi?"
„Ó, faðir minn, hvernig get ég búið með Rakshasi?“
"She will certainly kill me and eat me up one night"
„Hún mun örugglega drepa mig og éta mig upp eina nóttina“
You can imagine the shock of the old goldsmith.
Þú getur ímyndað þér lostið sem gamla gullsmiðurinn hafði.
Both father and son agreed about what should be done.

Bæði feðgarnir voru sammála um hvað gera skyldi.
The woman should be taken deep into the forest.
Konunni ætti að fara djúpt inn í skóginn.
And she should be left for wild beasts to devoured.
Og hún ætti að vera skilin eftir fyrir villidýr til að gleypa.
Accordingly, the young goldsmith spoke to his wife.
Þess vegna talaði ungi gullsmiðurinn við konu sína.
"My dear love," he said to his wife.
„Elsku ástin mín," sagði hann við konu sína.
"You had better not cook much this morning"
„Þú ættir að hafa lítinn tíma til að elda í morgun"
"Boil a little rice and burn a brinjal"
„Sjóðið smá hrísgrjón og brennið brinjal"
"Because today we are going to see your parents"
„Því í dag ætlum við að hitta foreldra þína"
"Your mother and father are dying to see you"
„Mamma þín og pabbi eru að deyja úr löngun til að sjá þig"
The woman was full of joy at the unexpected news.
Konan var himinlifandi yfir þessum óvæntu fréttum.
She loved returning to her father's house.
Henni þótti vænt um að koma aftur heim til föður síns.
And she finished the cooking in no time.
Og hún kláraði eldamennskuna á augabragði.
The husband and wife snatched a hasty breakfast.
Hjónin fengu sér fljótfærnislegan morgunverð.
And soon after breakfast they started their journey.
Og skömmu eftir morgunverð lögðu þau af stað ferð sína.
The way to her father's house was through dense jungle.
Leiðin að húsi föður hennar lá gegnum þéttan frumskóg.
It was the perfect place to abandon his wife.
Þetta var kjörinn staður til að yfirgefa konu sína.
She was bound to be eaten up by wild beasts there.
Hún var óhjákvæmileg til að verða étin upp af villidýrum þar.
But while they were walking the woman heard a snake.
En á meðan þær voru að ganga heyrði konan snák.
"Oh passer-by, in yonder hole there is a frog"
„Ó, vegfarandi, í holunni þarna er froskur"

"How thankful I would be if you caught the frog"
„Hve þakklátur ég væri ef þú næðir froskinum"
"And the hole is full of gold and precious stones"
„Og gatið er fullt af gulli og gimsteinum"
"Give me the frog, and take the treasure for yourself"
„Gefðu mér froskinn og taktu fjársjóðinn sjálfur"
The woman forthwith went to the frog's hole.
Konan fór þegar í stað að froskholunni.
And she began digging the hole with a stick.
Og hún byrjaði að grafa holuna með priki.
The young goldsmith was now quaking with fear.
Ungi gullsmiðurinn skalf nú af ótta.
He thought his Rakshasi-wife was about to kill him.
Hann hélt að Rakshasi-kona hans væri í þann mund að drepa
hann.
And then his wife called for him to help her.
Og þá kallaði konan hans á hann og bað hann um að hjálpa
sér.
"Take all this gold and these precious stones"
„Taktu allt þetta gull og þessa dýrmætu steina"
The goldsmith did not understand her request.
Gullsmiðurinn skildi ekki beiðni hennar.
Timidly he went to where she had dug the hole.
Feimnislega gekk hann þangað sem hún hafði grafið holuna.
But he was infinitely surprised by what he saw.
En hann varð óendanlega hissa á því sem hann sá.
The hole was full of gold and precious stones.
Holan var full af gulli og gimsteinum.
"How did you know there was a treasure here?"
„Hvernig vissirðu að hér væri fjársjóður?"
And finally his wife told him of her gift.
Og loksins sagði konan hans honum frá gjöfinni sinni.
"I can understand all the beasts in the forest"
„Ég skil öll dýrin í skóginum"
"Just over there, there is a snake coiled up"
„Þarna er snákur í vöfflu"
"She had told me there was a treasure here"

„Hún hafði sagt mér að hér væri fjársjóður“
The husband now felt very blessed with his wife.
Eiginmaðurinn fann sig nú mjög heppinn með konu sinni.
"My love, it has gotten very late today"
„Elskan mín, það er orðið mjög seint í dag“
"I don't think we will reach your father's house"
„Ég held ekki að við komumst heim til föður þíns“
"Nightfall will catch us before we get there"
„Nóttin mun ná okkur áður en við komumst þangað“
"If we stay we might be devoured by wild beasts"
„Ef við stöndum kyrr gætu villidýr étið okkur upp“
"I propose therefore that we both return home"
„Ég legg því til að við förum bæði heim“
You can imagine the wife's disappointment.
Þú getur ímyndað þér vonbrigði eiginkonunnar.
But she agreed with her husband's assessment.
En hún var sammála mati eiginmanns síns.
It took them a long time to reach home.
Það tók þau langan tíma að komast heim.
They were laden with a large quantity of gold.
Þeir voru hlaðnir miklu magni af gulli.
And they were carrying many precious stones.
Og þeir voru með marga gimsteina.
But eventually the got close to their home.
En að lokum komust þau nærri heimili sínu.
"My dear, go by the back door," said the goldsmith.
„Elskan mín, farðu inn um bakdyrnar,“ sagði gullsmiðurinn.
"I will go by the front door and see my father"
„Ég ætla að fara inn um aðalinnganginn og hitta pabba minn“
"And I will show him all this treasure"
„Og ég mun sýna honum allan þennan fjársjóð“
So she entered the house by the back door.
Svo fór hún inn í húsið um bakdyrnar.
But the old goldsmith had reason to be there too.
En gamli gullsmiðurinn hafði líka ástæðu til að vera þar.
He had gone there to collect a hammer.
Hann hafði farið þangað til að sækja hamar.

The old goldsmith saw his Rakshasi daughter-in-law.
Gamli gullsmiðurinn sá Rakshasi tengdadóttur sína.
He concluded she had swallowed up his son.
Hann komst að þeirri niðurstöðu að hún hefði gleypt son hans.
And he therefore struck her with the hammer.
Og hann sló hana því með hamrinum.
The blow immediately killed his daughter-in-law.
Höggið drap tengdadóttur hans samstundis.
At that moment the son came into the house.
Á þeirri stundu kom sonurinn inn í húsið.
But it was too late for him to explain.
En það var of seint fyrir hann að útskýra þetta.
And so the eldest prince's story concluded.
Og þannig lauk sögu elsta prinsins.
"You might have to cut a man's head off"
„Þú gætir þurft að höggva höfuðið af manni"
"But first you should establish the facts"
„En fyrst ættirðu að koma staðreyndum á framfæri"
"You must see whether the man is really faithless"
„Þú verður að sjá hvort maðurinn er í raun og veru trúlaus."

The king then called his second son to him.
Konungurinn kallaði þá til sín annan son sinn.
"I entrust my life and my honor to men"
„Ég treysti mönnum fyrir lífi mínu og heiðri"
"But what if one of these men prove faithless?
„En hvað ef einn þessara manna reynist ótrúr?"
"How should such a man be punished?"
„Hvernig ætti að refsa slíkum manni?"
The second prince replied to his father, the king.
Annar prinsinn svaraði föður sínum, konunginum.
"Doubtless such a man's head should be cut off"
„Eflaust ætti að höggva höfuðið af slíkum manni"
"But first you should establish the facts"
„En fyrst ættirðu að koma staðreyndum á framfæri"
"What do you mean?" inquired the king.

„Hvað meinarðu?“ spurði konungurinn.
"Let your majesty be pleased to listen"
„Megi hátign yðar gleðjast yfir að hlusta“
Once upon a time there reigned a king.
Einu sinni ríkti þar konungur.
This king was very fond of going out hunting.
Þessi konungur hafði mikinn áhuga á að fara á veiðar.
One day his horse took him into a dense forest.
Dag einn leiddi hesturinn hann inn í þéttan skóg.
He went far from his followers, deep into the woods.
Hann fór langt frá fylgjendum sínum, djúpt inn í skóginn.
He rode on and on through the endless, quiet forest.
Hann reið áfram og áfram gegnum endalausan, kyrrlátan skóg.
He saw neither villages nor towns, only trees.
Hann sá hvorki þorp né bæi, aðeins tré.
On the long, lonely journey he became very thirsty.
Á hinni löngu, einmanalegu ferð varð hann mjög þyrstur.
He could see no pond, nor lake, nor stream.
Hann sá hvorki tjörn, né vatn né læk.
But then he saw something dripping from a tree.
En þá sá hann eitthvað leka af trénu.
He concluded it was rainwater resting in a cavity.
Hann komst að þeirri niðurstöðu að þetta væri regnvatn sem hafði legið í holrými.
He stood on horseback beneath the tree, cup in hand.
Hann stóð á hestbaki undir trénu með bolla í hendinni.
He caught the drops slowly dripping into the small cup.
Hann greip dropana sem drjúpu hægt ofan í litla bollann.
The water, however, was not rain from the sky.
Vatnið var þó ekki regn af himni.
A huge cobra sat on top of the tall tree.
Risastór kóbra sat efst á háu trénu.
The snake had struck the tree in rage with its sharp fangs.
Snákurinn hafði slegið tréð í reiði með hvössum vígtennunum sínum.

The snake's poison came out and fell downward in heavy drops.
Eitur snáksins kom út og féll niður í þungum dropum.
The king thought the falling liquid was simple rainwater.
Konungurinn hélt að vökvinn sem féll væri einfaldlega regnvatn.
The horse sensed the danger and tried to warn him.
Hesturinn fann fyrir hættunni og reyndi að vara hann við.
The cup was nearly filled with the deadly snake-poison.
Bikarinn var næstum fullur af banvænu snákaeitri.
The king raised the cup and prepared to drink.
Konungurinn lyfti bikarnum og bjóst til að drekka.
But the horse moved wildly, with the king on its back.
En hesturinn hreyfði sig villt, með konunginn á bakinu.
The cup fell from his hand, and the poison spilled.
Bikarinn féll úr hendi hans og eitrið lak út.
The king became angry and struck the horse's neck.
Konungurinn reiddist og sló hestinn á hálsinn.
The blow from the sword immediately killed his horse.
Höggið frá sverði drap hest hans samstundis.
And so the second prince's story concluded.
Og þannig lauk sögu annars prinsins.
"You might have to cut a man's head off"
„Þú gætir þurft að höggva höfuðið af manni“
"But first you should establish the facts"
„En fyrst ættirðu að koma staðreyndum á framfæri“
"You must see whether the man is really faithless"
„Þú verður að sjá hvort maðurinn er í raun og veru trúlaus.“

The king then called to him his third youngest son.
Konungurinn kallaði þá til sín þriðja yngsta son sinn.
"I entrust my life and my honor to men"
„Ég treysti mönnum fyrir lífi mínu og heiðri“
"But what if one of these men prove faithless?
„En hvað ef einn þessara manna reynist ótrúr?“
"How should such a man be punished?"
„Hvernig ætti að refsa slíkum manni?“

"Doubtless such a man's head should be cut off"
„Eflaust ætti að höggva höfuðið af slíkum manni"
"But first you should establish the facts"
„En fyrst ættirðu að koma staðreyndum á framfæri"
"What do you mean?" inquired the king.
„Hvað meinarðu?" spurði konungurinn.
"Let your majesty be pleased to listen"
„Megi hátign yðar gleðjast yfir að hlusta"
Once long ago there reigned a wise and noble king.
Fyrir löngu síðan ríkti vitur og göfugur konungur.
In his palace he kept a bird of Suka species.
Í höll sinni hélt hann fugl af Suka-tegundinni.
One day the bird went out flying into the fields.
Dag einn flaug fuglinn út á akrana.
There he saw his father and mother calling from above.
Þar sá hann föður sinn og móður kalla að ofan.
They asked him to come visit them in their nest.
Þau báðu hann um að koma í heimsókn til sín í hreiðrið þeirra.
The nest was far away in a distant hidden land.
Hreiðrið var langt í burtu, í fjarlægu, falnu landi.
The Suka said, "I'll come if I get king's leave"
Súkan sagði: „Ég kem ef ég fæ leyfi konungsins."
"I'll speak to the king today and return tomorrow"
„Ég mun tala við konunginn í dag og koma aftur á morgun "
"Please wait at this same spot in the morning"
„Vinsamlegast bíðið á þessum sama stað í fyrramálið"
That very day, Suka spoke with the gentle, kind king.
Þennan sama dag talaði Suka við hinn blíða og góðhjartaða
konung.
The king gave permission for the bird to leave.
Konungurinn gaf fuglinum leyfi til að fara.
Although he was sad to part with his bird.
Þótt hann væri leiður að skilja við fuglinn sinn.
The next morning, Suka met his parents again.
Morguninn eftir hitti Suka foreldra sína aftur.
He flew with them to their nest on a tall tree.
Hann flaug með þeim að hreiðri þeirra í háu tré.

The three birds lived together happily in peaceful joy.

Fuglarnir þrír lifðu saman hamingjusöm í friði og gleði.

They stayed like this for a fortnight of lovely days.

Þau dvöldu svona í tvo daga í yndislega daga.

But even those quiet and pleasant days had to end.

En jafnvel þessir kyrrlátu og ánægjulegu dagar urðu að taka enda.

Suka said, "Beloved parents, the king gave me two weeks"

Suka sagði: „Elsku foreldrar, konungurinn gaf mér tvær vikur."

"That time is now over, so I must return tomorrow"

„Þessum tíma er nú lokið, svo ég verð að koma aftur á morgun"

His father and mother agreed and blessed his decision.

Faðir hans og móðir voru sammála og blessuðu ákvörðun hans.

They told him to carry a gift for the king.

Þeir sögðu honum að bera gjöf handa konunginum.

After some talk, they chose some fruit as a gift.

Eftir nokkra samræður völdu þau ávöxt að gjöf.

The fruit had grown from the Immortality Tree.

Ávöxturinn hafði vaxið af Ódauðleikatrénu.

Early the next morning, Suka went to the tree.

Snemma næsta morgun fór Suka að trénu.

And he plucked a magical glowing fruit.

Og hann tíndi töfrandi glóandi ávöxt.

He held the fruit gently in his beak, full of care.

Hann hélt ávöxtinum varlega í gogginn, fullur umhyggju.

The fruit was heavy and slowed his swift flying pace.

Ávöxturinn var þungur og hægði á hraðri flugferð hans.

He could not reach the city before night arrived.

Hann gat ekki komist til borgarinnar áður en nóttin skall á.

Suka stopped to rest in a tree along the way.

Suka stoppaði til að hvíla sig í tré á leiðinni.

He feared the fruit might drop while he slept.

Hann óttaðist að ávöxturinn myndi detta á meðan hann svæfi.

If he kept the fruit in his beak, it could fall.

Ef hann hefði geymt ávöxtinn í gogginum gæti hann dottið.
But he saw a hole in the trunk of the tree.
En hann sá gat í stofni trésins.
He placed the fruit safely inside the dark tree.
Hann kom ávöxtunum örugglega fyrir inni í dimma trénu.
But inside the hole, there lived a poisonous black snake.
En inni í holunni bjó eitursvartur snákur.
In the night, the snake bit the fruit with venom.
Um nóttina beit snákurinn ávöxtinn með eitri.
And the fruit became smeared with deadly poison.
Og ávöxturinn varð að lit af banvænu eitri.
At dawn Suka took the fruit back in his beak.
Í dögun tók Suka ávöxtinn aftur í gogginn sinn.
He flew again on his journey to the king's palace.
Hann flaug aftur á leið sinni til konungshallarinnar.
As he reached the palace the king was sitting with ministers.
Þegar hann kom að höllinni sat konungurinn með ráðherrum.
The king was overjoyed to see Suka return once more.
Konungurinn var himinlifandi að sjá Suka snúa aftur.
He greatly admired the beautiful, shining fruit gift.
Hann dáðist mjög að fallegu, skínandi ávaxtagjöfinni.
The fruit was lovely to look at and admire.
Ávöxturinn var yndislegur að skoða og dást að.
It was the finest fruit found across the earth.
Þetta var besti ávöxturinn sem fannst á jörðinni.
And anyone who ate the fruit was granted immortality.
Og hverjum þeim sem át ávöxtinn var veitt ódauðleiki.
The king was about to eat the beautiful fruit.
Konungurinn var í þann mund að borða hinn fallega ávöxt.
But his ministers warned him the fruit might be poisoned"
En ráðherrar hans vöruðu hann við því að ávöxturinn gæti
verið eitraður.
"It would be better to test the fruit before you eat it"
„Það væri betra að prófa ávöxtinn áður en þú borðar hann"
He threw the fruit to a crow sitting on the wall.
Hann kastaði ávöxtunum til kráku sem sat á veggnum.
The crow ate from the fruit, and dropped dead instantly.

Krákan át af ávextinum og féll samstundis dauður niður.
The king, thinking Suka tried to kill him, grew furious.
Konungurinn, sem hélt að Súka væri að reyna að drepa hann,
reiddist.
He seized the bird and killed him with his bare hands.
Hann greip fuglinn og drap hann með berum höndum.
He ordered the seed to be planted outside the city.
Hann skipaði að sá fræinu yrði sáð fyrir utan borgina.
The seed became a tree with the same glowing fruit.
Fræið varð að tré með sama glóandi ávexti.
The king feared the fruit would bring more death.
Konungurinn óttaðist að ávöxturinn myndi leiða til meiri
dauða.
So he had the tree fenced off and guarded.
Svo lét hann girða af tréð og gæta þess.

There lived in that city an old, poor Brahman man.
Í þeirri borg bjó gamall, fátækur brahman-maður.
He and his wife survived only on the town's charity.
Hann og kona hans lifðu eingöngu á góðgerðarfé bæjarins.
One day the Brahman mourned his long, miserable, life.
Dag einn syrgði brahmaninn langt og ömurlegt líf sitt.
He said, "Instead of begging, I will eat poison fruit."
Hann sagði: „Í stað þess að betla mun ég borða eitraða ávexti."
"I'll end my life beneath that deadly tree in silence."
„Ég mun enda líf mitt undir þessu banvæna tré í þögn."
That very night, he rose quietly and left his home.
Um kvöldið vaknaði hann hljóðlega og fór að heiman.
His wife suspected and followed behind in silence.
Kona hans grunaði og fylgdi á eftir þegjandi.
She had decided to die too, alongside her sad husband.
Hún hafði ákveðið að deyja líka, ásamt dapurlegum
eiginmanni sínum.
She loved him deeply and didn't wish to stay behind.
Hún elskaði hann innilega og vildi ekki vera eftir.
The palace guard was asleep that night, unaware of visitors.

Verðirnir hjá höllinni svaf þessa nótt, án þess að vita af
gestum.
**The Brahman reached the garden and plucked a hanging
fruit.**
Brahmaninn kom að garðinum og tíndi hangandi ávöxt.
He looked at it once and ate the entire fruit.
Hann leit á það einu sinni og át allan ávöxtinn.
His wife cried, "If you die, my life becomes nothing"
Konan hans hrópaði: „Ef þú deyrð, þá verður líf mitt að
engu."
"I will also eat and die here with you now"
„Ég mun líka eta og deyja hér með þér núna"
So saying she plucked a fruit and ate it.
Með því að segja tíndi hún ávöxt og át hann.
**They thought the poison would act slowly through the
night.**
Þeir héldu að eitrið myndi virka hægt yfir nóttina.
So they both went home and quietly lay down in bed.
Svo fóru þau bæði heim og lögðust hljóðlega í rúmið.
They believed they would never again rise from sleep.
Þau trúðu því að þau myndu aldrei aftur rísa úr svefni.
To their surprise, they woke up feeling full of life.
Þeim til undrunar vöknuðu þau full af lífi.
Not only were they alive, but they were young again.
Þau voru ekki aðeins á lífi, heldur voru þau ung aftur.
And they were strong and had new found energy.
Og þau voru sterk og höfðu nýja orku.
Neighbors hardly recognized them, so changed they looked.
Nágrannar þekktu þá varla, svo breyttir litu þeir út.
The old Brahman was now handsome and full of youth.
Gamli Brahmaninn var nú myndarlegur og fullur af æsku.
His grey hair vanished, and had colour again.
Gráa hárið hans hvarf og fékk lit aftur.
His wrinkled cheeks turned smooth, and his skin shone.
Hrukkóttar kinnar hans urðu mjúkar og húð hans skein.
And as for his wife, she became extremely beautiful.
Og kona hans varð einstaklega falleg.

She looked as beautiful as any lady of the kingdom.
Hún leit út eins falleg og hver önnur kona í konungsríkinu.
The king heard of their miraculous transformation.
Konungurinn frétti af undursamlegri umbreytingu þeirra.
He asked his guards to send the Brahman to him.
Hann bað verði sína að senda brahmaninn til sín.
And he asked the Brahman the source of his youth.
Og hann spurði Brahmaninn hvaðan æska hans kæmi.
The Brahman told the king every detail of the story.
Brahmaninn sagði konunginum frá öllum smáatriðum
sögunnar.
The king then wept for his poor, loyal pet bird.
Konungurinn grét þá yfir fátæka, trygga gæludýrinu sínu.
He deeply regretted killing his faithful bird.
Hann iðraðist þess innilega að hafa drepið trúa fuglinn sinn.
And he wished he had known the bird's loyalty.
Og hann óskaði þess að hann hefði vitað um tryggð fuglsins.
And so the second prince's story concluded.
Og þannig lauk sögu annars prinsins.
"You might have to cut a man's head off"
„Þú gætir þurft að höggva höfuðið af manni"
"But first you should establish the facts"
„En fyrst ættirðu að koma staðreyndum á framfæri"
"You must see whether the man is really faithless"
„Þú verður að sjá hvort maðurinn er í raun og veru trúlaus."
"I know Your Majesty suspects me of evil last night"
„Ég veit að yðar hátign grunaði mig um illt í gærkvöldi."
"Please allow me to explain myself before punishing me"
„Vinsamlegast leyfið mér að útskýra mig áður en þið refsið
mér"
"While making rounds I saw a woman leave the palace"
„Þegar ég var að ganga um sá ég konu fara út úr höllinni."
"I stopped her, and she said her name was Rajlakshmi"
„Ég stoppaði hana og hún sagði að hún héti Rajlakshmi."
"She claimed to be the guardian deity of the palace"
„Hún hélt því fram að hún væri verndarguð hallarinnar"
"She said she was leaving because death was near"

„Hún sagðist vera að fara því dauðinn væri í nánd“
"The king," she said, "would be killed later that night"
„Konungurinn,“ sagði hún, „yrði drepinn síðar um nóttina.“
"I begged her to go back into the palace"
„Ég bað hana um að fara aftur inn í höllina“
"And I promised to do my best to protect you."
„Og ég lofaði að gera mitt besta til að vernda þig.“
"I ran quickly into Your Majesty's chamber without delay."
„Ég hljóp hratt inn í herbergi yðar hátignar án tafar.“
"There I saw a cobra circling your golden bedstead."
„Þar sá ég kobra ganga í kringum gullrúmið þitt.“
"I fought the snake and killed it with my blade."
„Ég barðist við snákinn og drap hann með sverði mínu.“
"I chopped the body into many exactly one hundred pieces."
„Ég höggvaði líkið í marga, nákvæmlega hundrað bita.“
"I placed those pieces inside the pan for proof."
„Ég setti þessa bita ofan í pönnuna sem sönnun.“
"But something occurred as I was cutting up the snake."
„En eitthvað gerðist þegar ég var að skera snákinn í sundur.“
"A drop of blood fell onto the breast of your wife."
„ Blóðdropi féll á brjóst konu þinnar.“
"I feared I had saved my father, but killed my stepmother."
„Ég óttaðist að ég hefði bjargað föður mínum en drap stjúpmóður mína.“
"I wrapped my tongue tightly with cloth seven times."
„Ég vafði tungunni minni þétt inn í klút sjö sinnum.“
"Then I licked up the drop of venomous blood."
„Þá sleikti ég upp dropann af eitraða blóðinu.“
"While I was licking the blood, my stepmother awoke."
„Meðan ég var að sleikja blóðið vaknaði stjúpmóðir mín.“
"She saw me and opened her eyes with confusion."
„Hún sá mig og opnaði augun rugluð.“
"This is the truth of what I did last night."
„Þetta er sannleikurinn um það sem ég gerði í gærkvöldi.“
"If Your Majesty commands, then cut off my head now."
„Ef yðar hátign skipar, þá höggvið höfuðið af mér núna.“
The king, full of love and joy, embraced his son.

Konungurinn, fullur af ást og gleði, faðmaði son sinn.
From that moment, he loved him more than ever before.
Frá þeirri stundu elskaði hann hann meira en nokkru sinni fyrr.